மல்லி

சரசுவதி

புத்தக நிலையம்

தலைப்பு	:	மல்லி
பொருள்	:	நாவல்
மொழி	:	தமிழ்
ஆசிரியர்	:	சரசுவதி
பதிப்புரிமை	:	ஆசிரியருக்கு
பதிப்பு ஆண்டு	:	2016
நூல் வடிவம்	:	1/8 டெமி
பக்கங்கள்	:	288
வெளியீடு	:	பரிசல் புத்தக நிலையம் பழைய எண் : 41, புதிய எண் : 71ஏ. ஆர்.கே. மடம் சாலை, மயிலாப்பூர், சென்னை 600004. தொலைபேசி : 9382853646
மின்னஞ்சல்	:	parisalbooks@gmail.com
இணையதளம்	:	parisalbooks.in
ஒளியச்சு	:	வெல்கின் கணினி, சென்னை - 41.
வடிவமைப்பு	:	ரித்தி.காம், சென்னை-126. பேசி: 9688699699
அச்சகம்	:	கேபிடல் இம்ப்ரஸன், சென்னை - 14.
விலை	:	₹ 250

Title	:	Malli
Content	:	Novel
Language	:	Tamil
Author	:	Saraswathi
Copyright	:	to the author
Year	:	2016
Book size	:	1/8 Demmy
Pages	:	288
ISBN no.	:	978-81-924912-7-1
Publisher	:	Parisal Puthaka Nilaiyam O.No. 41, N.No. 71A, RK. Mutt Road, Mylapore, Chennai - 600 004.
Printed at	:	Capital Impression, Chennai-14
Price	:	₹ 250

அணிந்துரை

கிட்டதட்ட பத்தாண்டுகளுக்கு முன்பு பேராசிரியர் சரசுவதி எழுதிய 'மல்லி' என்ற கதைத் தொடரை 'ஆனந்த விகடனில்' படித்த நினைவு பசுமையாக உள்ளது. அத்தொடரை படிப்பதற்கென்றே 'ஆனந்த விகடன்' வாங்கியதாக நினைவு. அப்பொழுது ஒரு முறை தோழர் சரசுவதியை சந்திக்க நேர்ந்த பொழுது, "இந்தத் தொடர் தங்களின் வாழ்க்கையுடன் நெருங்கிய தொடர்புடையதாக தோன்றுகிறது. இது தங்களின் வாழ்க்கை வரலாறு தானே !" என்று ஆர்வமுடன் கேட்டதும், அவரும், 'அப்படித்தான் வைத்துக் கொள்ளுங்களேன்' என்று ஒரு புதிருடன் புன்சிரிப்பு சிரித்ததும் இன்றும் மறக்கவில்லை. சில மாதங்களுக்கு முன் அவர் இத்தொடரை ஒரு முழு நவீனமாக என் முன் வைத்து, 'இதற்கு ஒரு அணிந்துரை எழுத முடியுமா ?' என்று அன்புடன் வினவிய பொழுது என்னால் மறுக்க இயலவில்லை. ஆரம்பத்தில் ஒரு சிறு தயக்கம். காரணம், அவரின் எழுத்து வன்மை, கற்பனை வளம், கருத்தாழமிக்க சொல்லாடல்கள் மிகுந்த கதைக்கு என் அணிந்துரை ஒரு கரும்புள்ளி செம்புள்ளிபோல் அமைந்து விடுமோ என்ற அச்சம்தான். அதே சமயம், மல்லி என்ற கதாபாத்திரம் எனக்குள் ஏற்படுத்திய தாக்கம், 'மல்லி'யின் வாழ்வியல் என்போன்ற பலருடன் ஒத்திருந்தது, கதை முழுவதும் பெரியாரிய-பெண்ணிய கருத்துக்கள் விரவிக் கிடந்தமை, ஒரு அணிந்துரை எழுதத் தூண்டியதுடன் மீண்டும் 'மல்லி'யை வாசிக்க வாய்ப்பளித்தது.

பொதுவாக, ஆனந்தவிகடன், குமுதம் போன்ற இதழ்களில் ஒரு சராசரி கதை என்றாலே, காதல் வலையில் சிக்குண்டு, சிந்தனையிழந்து, ஆணாதிக்க கண்ணோட்டத்தில் ஒரு வசீகரப் பொருளாகத்தான் பெண் பாத்திரங்கள் படைக்கப்படுகின்றன. இக்கதைகளுடன் சேர்ந்த ஓவியங்களும் இத்தகைய ஆணாதிக்க

நோக்குடன் ஆண் இரசிகர்களை மனதில் கொண்டு வரைந்தது போலிருக்கும். மேலும், இக்கதைகளில் வரும் பெண் பாத்திரங்கள் படித்தவர்களாக, வெளியில் வேலைக்குச் செல்பவராக இருப்பினும், அரசியல்-பொது வாழ்வைப்பற்றி யோசித்ததோ அனுபவித்ததோ கிடையாது. பெண் பாத்திரங்கள் அறிவுஜீவிகளாக படைக்கப் பட்டால்தானே அத்தகைய தருணங்கள் கதையில் இடம்பெற வாய்ப்பிருக்கும்! இது ஏதோ முந்தைய நூற்றாண்டு கதைகளைப் பற்றி நாம் பேசவில்லை. இன்றளவிலும் தமிழ் சிறுகதையுலகில் இந்த நிலை மாறவில்லை. இக்கதைகளில் கற்பனை வளம் என்பதே கட்டுப்பெட்டியான 'கற்புடை' மேட்டிமைப் பெண்களை கதாநாயகியாகக் கொண்டு, அவளின் அழகை, வெறும் உடல், குடும்பம், மரியாதை, கற்பு, கன்னித்தன்மை, கத்தரிக்காய் என்று குறுக்கி, அவளின் செயல்பாடுகளை குடும்பம், வேலை, கணவன் நலன், கற்பொழுக்கம் பேணுதல் என்று ஒடுக்குவதாகத்தான் உள்ளன.

இதற்கு மாறாக, பேராசிரியர் சரசுவதியின் 'மல்லி' பெண்ணியம் சார்ந்த, சாதித் தீண்டாமையை, வர்க்க வேறுபாடுகளைக் களைய முற்படும் கதாபாத்திரங்களை முன்னிறுத்துகின்றது. பெண்ணியக் கோட்பாட்டை உள்ளடக்கிய பெண்ணுலகத்தை கட்டமைக்கின்றது. சமூக சீர்திருத்தம், சமூக மாற்றம் போன்றவை அடிப்படைக் கருவாக அமைந்த போதிலும் கற்பனை வளமும், நகைச்சுவை கலந்த உரையாடல்களும் செறிந்த ஒரு நவீனம் 'மல்லி'. இது படிப்போரைக் கவரும் என்பதில் சந்தேகமில்லை. "காலையிலிருந்து செட்டியாருடனும், சிவனடியார் களோடும் அலைந்தது..." என்று அவ்வப்போது கிண்டல் கலந்த தொனியில் மல்லியின் கிராம வாழ்க்கையை விவரிக்கும் அழகே நமக்குள் அவ்வப்பொழுது சிரிப்பை வரவழைக்கின்றது.

இருநூற்று அறுபத்து ஆறு பக்கங்கள், நாற்பத்தி ஒன்று அத்தியாயங்கள் (பொருத்தமான தலைப்புகளுடன்) கொண்டுள்ள இந்த அற்புதமான படைப்பை, வெறும் கதை, கற்பனை செறிவுள்ள நூல் என்று மட்டும் வகைப்படுத்திவிட்டால், இந்நூலினை மேலோட்டமாகத்தான் படித்ததாகிவிடும். 'மல்லி'யில் என்னைக் கவர்ந்த இரண்டு இடங்களை இங்கு விவரிப்பது மிக அவசியம்.

ஒன்று இக்கதையை படிக்கும்பொழுது ஆங்காங்கே பெரியாரிய - பெண்ணிய கோட்பாடுகள் விரவிக் கிடப்பதைக் காண முடிகிறது. அவ்வப்பொழுது ஏதோ ஒரு பெண்ணிய அரசியல் தத்துவ விளக்கத்தை, அறிக்கையைப் படிப்பது போலும் உள்ளது. மல்லியின் கதாபாத்திரம் பேராசிரியர் சரசுவதியின் பாத்திரமோ என்று ஐயம் ஏற்படுவதற்கு இதுவேகூட ஒரு காரணம்.

மல்லியின் பெண்ணியம், அறிவுசார் பொது வாழ்க்கை, இளமை பருவத்திலேயே வெளி உலகில் பலருடன், சுய சாதி உறவினர்களைத் தாண்டி, நட்பு பாராட்டுவதிலும், ஊர் உலகத்தின் நடப்புகளை அறிந்து கொள்வதிலும் (பெரும்பாலும் பெண்களுக்கு 'பொது வெளி' என்பதே கிடையாது) ஆரம்பிக்கின்றது. உடனுறையும் உறவினர்களின் நடத்தை, செயல்பாடு, வறுமை தரும் அனுபவம் எனும் பட்டறிவின் மூலம் மல்லியின் பெண்ணிய சிந்தனை உருவாகின்றது. பேச்சுப் போட்டி, தெரு நாடகத்தில் ஆர்வமுடன் பங்கு பெறுதல், கல்லூரியில், விடுதியில் பொறுப்புடன் கூடிய பதவி வகித்தல் என்று வளரும் மல்லியின் பொது வாழ்க்கை, உதவி-ஆணையர் (சப்-கலெக்டர்) வேலை, கல்லூரி ஆசிரியர், பல்வேறு இயக்கங்களில் பங்கு பெறுதல் என மெல்ல மெல்ல விரிவடைவதை நாம் காண முடிகின்றது.

பெண்ணியம் பேணுவது ஆண்களுக்கு இணையாக பெண்களுக்கு வெறும் படிப்பு, வேலை வாய்ப்பை ஏற்படுதகிக் கொடுத்தல் என்று குறுக்கி, பொதுப் புத்தியில் பதிந்து போயுள்ள எண்ணங்களையும் இக்கதை கேள்விக்குறியாக்குகிறது. பொது வாழ்க்கை என்பது படித்து, வேலை பார்த்து பணம் சம்பாதித்து பெண்கள் தங்களை மேம்படுத்திக் கொள்வது மட்டுமல்ல, சமூக சிந்தனையுடன், அரசியல் கண்ணோட்டத்துடன் பெண்கள் முன்னேற்றம் குறித்து செயல்படவேண்டும் என்பதை 'மல்லி' தெளிவுபடுத்துகிறது.

பெரியாரைப் படித்தல், அவரின் பெண்ணுரிமை கருத்துக் களை தன் நிலையில், தன் குடும்ப சூழலில் பொருத்தி புரிந்து கொள்ளுதல், செயல்படுத்துதல் என மல்லியின் பெண்ணியம் சார்ந்த அறிவுத் தேடல் விரிகிறது. கதையில் ஓரிடத்தில் இத்தகைய அறிவுத் தேடலை, மல்லியின் எண்ண ஓட்டத்தை பேராசிரியர்

சரசுவதி பின்வருமாறு விவரிக்கிறார்:

"விதவைகள் குறித்த பெரியாரின் எழுத்தை படிக்கும் பொழுது, மல்லிக்கு கோவிந்தம்மா குறித்த எண்ணங்கள் மிகுந்தன. பாவம் அம்மா! 16 வயதில் திருமணம், 25 வயதில் விதவை... அம்மாவை வெள்ளைப் புடவையில் அன்றி வேறெந்த வண்ண புடவையிலும் பார்த்ததே இல்லை... அறுபதாண்டுக் காலம் பெண்ணுரிமைப் போர்க் களத்தில் நின்ற பெரியாரை எத்தனை பெண் களுக்குத் தெரிந்திருக்கிறது என விசனித்தாள்."

கருத்தாழமிக்க கதையை உருவாக்குவதில் பேராசிரியர் சரசுவதி வெற்றி பெற்றிருக்கிறார் என்பதில் ஐயமேயில்லை. பெண்களுக்கும், ஆண்கள் போன்றே நட்பு வட்டம், அறிவுசார் சூழல், அரசியல் பங்கு, அதிகாரத்தில் பங்கு அவசியம் தேவை என்பதை மல்லி மூலம் வலியுறுத்தும் கதாசிரியர், ஏன் பெண் களுக்கு இவை மறுக்கப்பட்டுள்ளன என்பதையும் மல்லியின் சிந்தனை வாயிலாகவே வெளிப்படுத்துகிறார்.

"நட்பின் உயர்வை உணராதவர்கள் இல்லை. ஆனால் பெண்களுக்கு அமையும் அக, புறச் சூழல்தான் காரணம். சூழலை மாற்றியமைக்க, கடந்து வர சிலரால்தான் முடிகிறது."

மல்லி மட்டுமின்றி, அண்ணன் உலகநாதன், ஆசிரியர் மாணிக்கம், வேலு, சரளா டீச்சர் போன்றோரும் பெரியாரிய பெண்ணிய கொள்கைகளை அவர்களால் முடிந்த அளவில் செயல்படத் துணிவது கதை முழுவதும் விரவிக் கிடக்கின்றது. உலகநாதன், மாணிக்கம் ஆசிரியர், வேலு பாத்திரங்கள் பெரியார் பற்றுள்ள சமூக சீர்திருத்தவாதிகளாக படைக்கப்பட்டுள்ளனர். மல்லியை உயர்கல்வி, உத்தியோகம் என்று உயர்த்தி விடுவதில் உலகநாதன் எடுக்கும் முயற்சிகள், காதல் திருமணம், எளிமையான கலப்புத் திருமணம் பற்றிய அவனின் கருத்துக்களை படிக்கும் பொழுது பேராசிரியர் சரசுவதி ஒரு சமூக சீர்திருத்த நூலை சிறப்பாக படைத்திருக்கிறார் என்பதில் ஐயமில்லை.

அதே போன்று ஆசிரியை சரளா ஒரு ஆதர்ச பெண்மணி. மல்லிக்கு முன் உதாரணமாக அமைகிறார். சமூக சிந்தனையுள்ள பெண்களின் கையில் அதிகாரம் இருந்தால் சாதிக்க முடியும் என்பதை மல்லியும் சரளாவும் நமக்குணர்த்துகிறார்கள். அதே சமயம் வெறும் அதிகாரம் படைத்த, மனிதாபிமானம், சமூக சிந்தனையற்ற ஆணோ, பெண்ணோ, பெண்ணியத்தையோ, சமுதாய சீர்திருத்தத்தையோ நிலைநாட்ட முடியாது என்பதையும் சுந்தராம்பாளின் தந்தை, ஹேமா (கலெக்டரின் மனைவி) போன்ற பாத்திரங்கள் மூலம் விளக்குகிறார். மல்லியை போன்றே சரளாவின் கனவு, ஆசை, வெறும் திருமணம், குடும்பம் என்ற வட்டத்துக்குள் சிக்காமல் சாதனைப் பெண்ணாக விரிகின்றது. தனக்கேற்பட்ட இன்னல்கள், இடையூறுகளை வெற்றிப் படிகளாக மாற்றி அமைக்கக்கூடிய திறமை வாய்ந்தவர்களாக பெண்கள் மாறவேண்டும் என்பதை சரளாவும், மல்லியும் நமக்கு விளக்குபவர் களாக அமைகின்றனர்.

நாய்க்கர் குடும்பத்து கோவிந்தம்மாள் விதவையாக தன் குழந்தைகளை படிக்க வைக்க ஆர்வம் காட்டுவதும், அதே சமயத்தில் குடும்ப கௌரவம், மரியாதை என்பது கற்பிற்கியைந்த பெண்ணின் நன்னடத்தையில் அடங்கியுள்ளது என்று நம்புபவராகவும் இருக்கிறார். அவரின் மனிதாபிமானம், கடமையுணர்வு, அதோடு சேர்ந்த சாதிய மேலொழுக்கம் பிராமணரல்லாத அத்துணை குடும்பத்திலும் அன்றாடம் போராடும் விதவை பெண்களை மனக்கண் முன் நிறுத்துகிறது. அவருக்கு மத நம்பிக்கையும், சாதியம் சார்ந்த கட்டுப்பாடும் தன்னை வன்முறையிலிருந்து ஓரளவிற்காவது காப்பாற்றும் என்ற நம்பிக்கை.

இடையிடையே பேராசிரியர் சரசுவதியின் தேசிய அடையாளங்கள் ஆதிக்க சின்னங்கள் குறித்த விமர்சனப் பார்வையும் நமக்குக் காணக் கிடைக்கின்றது. இத்தகைய விமர்சனங்கள், இக்காலத்துக்கும், முக்கியமாக இந்துத்துவ பாசிச சக்திகள் தேசியம், பாரத மாதா என்ற அடையாளங்கள் மூலம் அடக்குமுறையை ஏவிவிடும் தருணத்தில் முக்கியமாக கவனிக்கப் படவேண்டிய ஒன்றாக உள்ளது. 'பாரத மாதா' என்னும் உருவகம் அரசியல் அதிகாரத்துடன் தொடர்புடைய அடையாளம்,

ஜனநாயகத்தையும் சமதர்மத்தையும் பேணும் அடையாளம் அல்ல. அனைவரிடமும் அன்பு பாராட்டும், அரவணைக்கும் அன்றாடம் நாம் சந்திக்கும் அன்னையின் உருவகம் அல்ல என்பதை மறைமுகமாக வெளிப்படுத்துகிறார்:

"சொன்னா புரிஞ்சுக்கணும் மல்லி. நீ பாரதமாதா இல்லை. சுந்தரம்பாதான் பாரத மாதா. அவங்க அப்பா எம்.எல்.ஏ. தெரியுமில்ல... சுந்தரம்பாளை பாரதமாதா வேஷத்துல பார்த்தா சந்தோஷப்பட்டு பள்ளி வளர்ச்சிக்கு ஏதாவது செய்வாருன்னு எச்.எம். நினைக்கிறாரு."

இப்படி கதையில் பல்வேறு இடங்களில் கருத்தாழமிக்க சீர்திருத்தக் கருத்துக்கள் காண முடிகின்றது.

கதையின் மற்றொரு முக்கிய அம்சமாக உள்ளது மானுடவியல் நோக்கில் விரவிக் கிடக்கும் அடித்தட்டு மக்களின் இயல்பு வாழ்க்கை குறித்த விவரங்கள், ஒப்பாரிப் பாடல், தெருக்கூத்து தொலைக்காட்சியற்ற கிராம மக்களின் கலை இலக்கிய வாழ்வினை நம் கண்முன் நிறுத்துகின்றது.

கிராமத்தின் சாதி சார்ந்த சமூக உறவுகள்,செயல்பாடுகள் மிக இயல்பாக விளங்கும் சாதி மத உறவுகள், மேல்சாதிகளுக்கே உரிய வன்மம், கீழ்சாதியை குறித்த தவறான கண்ணோட்டங்கள் (உ.ம். நரிக் குறவர்கள் என்றாலே மற்றவர்களின் உடைமை, குழந்தைகளை கவருபவர்கள் என்ற தவறான எண்ணம்) என்று பல்வேறு விவரங்களை உள்ளடக்கியுள்ள இக்கதையில் இத்தகைய விவரங்கள், வேறொரு தளத்தில், அதாவது நகரத்தில் (மல்லியின் குடும்பம் நகரத்திற்கு குடிபெயர்ந்த பின்) இலகுவாக மறையும் தன்மையை புகுத்தியுள்ளது கவனிக்கப்பட வேண்டிய ஒன்று. சாதி உறவுகளால் பிணைக்கப்பட்டிருக்கும் கிராம வாழ்க்கையில் படையாட்சியும், நாயக்கரும் 'சிலோன்' கவுண்டரும் சாதி அடையாளங்கள் வழியாக அறியப்பட்டு, அதன் மூலம் அதிகாரம், அன்பு என்று உறவுகளைக் கட்டமைக்கின்றனர். ஆனால் நகரத்தில், பொது வாழ்வில் இத்தகைய அடையாளங்கள், கல்வி, வேலை வாய்ப்பினால் பலனடையும் உலகநாதன், மல்லி போன்றோர்க்கு தேவையற்றதாகின்றது. முக்கியமாக, மல்லி என்ற பாத்திரம் கல்வி, வேலை வாய்ப்புத் தேடி நகரத்திற்கு குடிபெயரும் தருணத்தில்

சாதிசார்ந்த உறவு முறைகள் குறித்த விவரங்கள் மறைந்து, பகுத்தறிவு சார்ந்த நண்பர்கள் வட்டம், பொது வாழ்வில் இதன் முக்கியம், என கதை விரிவடைவதையும் நாம் பார்க்க முடிகின்றது. இத்தகைய சமூக அக்கறையுடன் அடையாள மாற்றங்களை புகுத்துபவர்கள் நகரத்தில் வாழும் எல்லோரும் அல்ல. பகுத்தறிவு, பெண்ணிய கோட்பாடுகளை கடைபிடித்து வாழும்படித்த, அறிவு சார் இளைஞர்கள், உலகநாதன், வேலு, சரளா, மல்லி போன்றோர் என்பதையும் ஆசிரியர் கதையின் மூலம் விளக்குகிறார்.

ஆங்காங்கே, மல்லியின் வாயிலாக மானுடவியல் சார்ந்த பகுத்தறிவுக் கருத்துக்கள் பரிமாறப்படுகின்றது. உதாரணம், குழந்தைத் தொழிலாளிகள் குறித்த ஆசிரியரின் அக்கறை, அதே சமயத்தில் கிராமத்து இயல்பு வாழ்க்கையில் குழந்தைகளுக்கென்று உரிமைகளை பெற்றுத் தர வறுமை இடம் தருவதில்லை என்ற நிதர்சன உண்மையை வெளிக் கொணரும் தன்மை கவனிக்கத் தக்கது.

> "உழவு நேரங்களில் வயலடி வேலைக்கென்றும், அறுவடை காலங்களில் கதிரறுப்பு களத்துமேடு ஒத்தாசைக் கென்றும் தங்கள் குடும்ப சிறுவர் களையும் சிறுமிகளையும் வேலையில் ஈடுபடுத் துவது குறித்து யாரும் அலட்டிக் கொள்வதில்லை."

கிராமத்திலுள்ள நுணுக்கமான ஆண்-பெண் உறவுகள் சாதி சமயம் சார்ந்த நிகழ்வுகள், ஒவ்வொரு பாத்திரங்களின் அசைவுகள், எண்ணங்கள் போன்றவற்றை படம்போல் நம் மனதில் பதிய வைக்கும் தன்மை பாராட்டுக்குரியது. கீழ்க்கண்ட இந்த வருணனை, கிராமத்திலுள்ள கிணறு, அதில் குளிப்பவரின் அசைவு எப்படி யிருக்கும் என்பதை நம் மனக்கண் முன் நிறுத்துகின்றது.

> "பளிங்கு சுத்தமான நீர். நிறைய மீன்கள் நெளியும். சீராக வெட்டப்பட்டுக் கட்டப்பட்ட படிகள். மொத்தம் எட்டுப் படிகள். கிணற்று நீர் ஐந்து படிகள் வரை இருந்தது. அந்த படியில் நின்று கொண்டு நான்காவது படிக்கல்லில் துவைக் கலாம். துணிகளை ஒவ்வொன்றாக எடுத்து நனைத்த தாரா, சோப்பு போட்டு சற்று

ஊறுவதற்காக மேல் படியில் வைத்தாள். கடைசி துணிக்கு சோப்புப் போட்டு முடித்து விட்டு, முதலில் போட்டு வைத்த பாவாடையை எடுத்து அடித்து துவைக்கத் தொடங்கினாள்."

ஏதோ கிணறு, குளக்கரையில் பெண்கள் வாயாடிக் கொண்டிருப் பார்கள் என்றே படித்திருக்கும் நமக்கு, ஒரு குளியல் வேலையில் ஈடுபடும் பெண்ணின் அசைவை அருமையாக காட்டுகின்றது மேற்கண்ட விவரணை.

ஒருபுறம் பகுத்தறிவு சார்ந்த பெண்ணிய கருத்துக்கள், மற்றொரு புறம் மானுடவியல் சார்ந்த விவரங்கள் என விரியும் இந்தக் கதை, 1936இல் மூவலூர் இராமாமிர்தம் அம்மாள் எழுதிய 'தாசிகள் மோச வலை' என்ற நவீனத்தை நினைவுபடுத்துகின்றது.

குறிப்பாக, மல்லி என்ற மல்லிகா உதவி ஆட்சியாளராக ஆற்றும் சிறப்புரை, 'தாசிகள் மோச வலை'யில் இறுதியாக குணவதி ஆற்றும் உரையை நினைவூட்டுகிறது.

"கடவுளின் பெயரால் சாதி, மதம், புராணம், இதிகாசம், இலக்கியம், நாகரிகம், பண்பாடு, பழக்க வழக்கங்கள் என்பனவற்றின் பெயரால் சமுகத்தில் சரிபாதியாக இருக்கும்; பெண்களின் சுதந்திரமும் உரிமைகளும் பறிக்கப்பட்டு எல்லா நிலைகளிலும் பெண்கள் இரண்டாம்தர குடிமக்களாக கருதப்பட்டும், நடத்தப் பட்டும் வரும் இழிநிலை எல்லாத் துறைகளிலும் தொடர்கிறது."

இவ்விரண்டும் வெறும் நவீனங்கள் மட்டுமல்ல, தன் வரலாறு மட்டுமல்ல, ஒரு பெரியாரிய பெண்ணிய அறிக்கை, வாழ்வியல் நோக்கு, வளமையான சொற்களும், கற்பனை நயமும், தர்க்கமும் கொண்டு மிகச் செறிவாக எழுதப்பட்டுள்ளவை. அனைவரும் படிக்க வேண்டிய கதை.

ச. ஆனந்தி

என்னுரை

நாம் அனைவரும் கதை சொல்லிகளே! இதில் ஆண், பெண், படித்தவன், பாமரன், ஏழை, பணக்காரன், இளையோர், முதியோர் போன்ற பாகுபாடுகள் ஏதுமில்லை. குழந்தைப் பருவம் தொடங்கி, கூடிக் கிழப் பருவம் எய்தி கூற்றுக்கு இரையாகும் வரை வாழ்வில் ஏற்படும் ஆசைகள், அனுபவங்கள், மேற்கொள்ளும் வாசிப்புகள், வரித்துக் கொள்ளும் இலட்சியங்கள் இவற்றையொட்டி எழும் கற்பனைகள் ஆகியவை ஒருசேர மனக் குடுவையில் குலுக்கப்படும்போது ஏற்படும் வேதியியல் மாற்றங்களின் ஒரு வடிவமே கதை.

ஒலி வடிவ மொழி மட்டுமே அறியப்பட்டிருந்த முன்னைப் பழங்காலத்தில், திறந்த வாயும் விரிந்த கண்களுமாக செவிமடுக்கும் பேரப் பிள்ளைகளுக்கு 'ஒரே ஒரு ஊருல, ஒரே ஒரு ராசாவாம்' கதைகளாகவோ சுடுகாட்டில் கூத்தாடும் கொள்ளிவாய் பிசாசுகள், வானத்திலிருந்தும் வனத்திலிருந்தும் வந்திறங்கும் தேவதைகள், கூடுவிட்டுக் கூடு பாயும் மந்திரவாதிகள், பேசும் மரங்கள், பறக்கும் சிலைகள் போன்றவற்றை கூறும் பாட்டிகளின் கதைகளாக சுவாரசியம் கூட்டி வலம் வந்தன. கேட்போர் உள்ளத்தில் பதிந்த இவைகள் வாய் மொழியாக மறு பிறப்பெடுக்கும்போது, வித்தியாசமான வெவ்வேறு நிகழ்வுகளை இணைத்துக் கொண்டு புதுப்புதுக் கதைகளாக பரிணமித்தன. இத்தகைய செவி வழிக்கதைகள் இறவா வரம் பெற்றவை. இன்றைய தொலைக்காட்சி உலகிலும் தொடரும் அதிசயங்கள்.

ஒலி வடிவ மொழி, வரி வடிவ வளர்ச்சிக் கண்டு, ஏடுகளோடு பரிச்சயம் ஏற்படுத்திக் கொண்ட நாள் கதைகளும், கதை சொல்லிகளும் வரம் பெற்ற பொன்னாள். படைப்புகள் பல்கிப் பெருகி படிப்புலகை அன்றாடம் விரிவடையச் செய்து கொண்டிருக் கின்றன. எத்தனை துறைகள்! எத்துணை படைப்புகள்! எத்தனை படைப்பாளிகள்! அத்தனையும் அள்ளிப் பருக, அசை போட, எடை போட எத்தனை வாசகர்கள்! எழுதுபவர்களுக்கும் வாசிப்பவர் களுக்கும் இடையேயான வியக்க வைக்கும் உறவு - நட்பா, தோழமையா, பாசமா, பரிவா, பொழுதுபோக்கா? அனைத்தும் சேர்ந்த புதிரா? விளங்கவில்லை!

உள்ளத்தில் வடிவெடுக்கும் கதைகளை வெளிப்படுத்தும் வாய்ப்பு அனைவருக்கும் கிடைப்பதில்லை. வாய்ப்பமையா மனிதர்களின் உள்ளத்தில் கருக்கொள்ளும் கதைகள் மன ஆழத்தில் மௌனிததுக் கிடந்து அவர்களோடு மரணித்து விடுகின்றன. மானுடன் சிந்திக்கத் தொடங்கிய காலத்திலிருந்து கணக்கிட்டால், சொல்லப்பட்ட கதைகளோடு சொல்லப்படாத கதைகளும் ஏராளம் இருக்கும்தானே!

பிஞ்சுப் பருவத்திலிருந்தே வாசிப்பை நேசிக்கப் பழகிக் கொண்டவர் களுள் நானும் ஒருத்தி. தீவிர படிப்பாளியான அண்ணன் ஜெகநாதனிட மிருந்து கற்றுக் கொண்டது. புளி சுற்றி வரும் செய்தித் தாள் துண்டிலிருந்து, அண்ணனிடமிருந்து கிடைக்கும் அனைத்து புத்தகங்களையும் புரிகிறதோ இல்லையோ வாசித்து முடிப்பதை ஒரு வேலைத் திட்டமாக ஆக்கிக் கொண்ட 'கதம்ப வாசிப்பாளி' நான். அந்தப் பழக்கம் இன்று வரை தொடாகிறது, சுகமாக இருக்கிறது!

ஆனால், நானும் ஒரு கதை சொல்லியாக மாறியது எனக்கே ஒரு மகிழ்ச்சியான அனுபவம் (Pleasant Surprise). பத்தாண்டு களுக்கு முன், உலக பாராட்டையும் பரிசையும் பெற்ற ஒரு புதினத்தைப் படிக்கும் வாய்ப்பு கிடைத்தது. படித்து முடித்ததும் என்னுள் எழுந்த எண்ணம் இதைப் போன்ற புதினங்களை நம்மாலும் எழுத முடியுமே என்பதுதான். ஆரம்ப சூரத்தனத் தோடு சில பத்துப் பக்கங்களை எழுதி, சிறந்த எழுத்தாளரும், விமர்சகரும் எங்கள் அன்பிற்குரியவருமான தோழர் ஜவஹர் அவர்களிடம்

கொடுத்து ஒபீனியன் கேட்டேன். அடுத்தவரை ஊக்குவிப்பதிலும், பாராட்டுவதிலும் வஞ்சகமே காட்டாத வள்ளலான ஜவஹர், எழுத்தை சிலாகித்து, 'ஆனந்த விகடன்' பத்திரிகை ஆசிரியர் திரு. கண்ணன் அவர்களிடம் அறிமுகப் படுத்தினார். விளைவு 'மல்லி' 37 வாரங்கள் (15.8.2007லிருந்து 9.4.2008 வரை) விகடனில் வலம் வந்தாள். எனவே என் முதல் நன்றி தோழர் ஜவஹருக்கே!

தொடரை புத்தகமாகக் கொண்டுவர வேண்டும் என்ற எண்ணம் செயல்வடிவம் பெற இத்தனை ஆண்டுகள் ஆனதற்கு என் உடன்பிறந்த மெத்தனப் போக்கே காரணம். தோழர் பரிசல் செந்தில்நாதன்தான் அதைச் செய்ய வேண்டும் என்றிருக்கும் போது, வேறெந்த முயற்சியும் வெற்றி பெற்றிருக்க முடியாது தானே!

விகடனுக்காக நான் எழுதும்போது, ஒவ்வொரு வாரமும், என் எழுத்துக்களைக் கூட்டியும் குறைத்தும் செதுக்கியும் செழுமைப்படுத்திய அதன் ஆசிரியர் மரியாதைக்குரிய திரு. ரா. கண்ணன் அவர்களுக்கும் வாசகர்களின் கவனத்தை ஈர்த்த படங்களை வரைந்து, கதைக்கு சுவை கூட்டிய ஓவியர் ஸ்யாம் அவர்களுக்கும் என் நெஞ்சார்ந்த நன்றியைப் பதிவு செய்கிறேன்.

'மல்லி'யை கையெழுத்து படிம நிலையிலேயே ஒவ்வொரு வாரமும் படித்து கருத்துகளை பகிர்ந்து கொண்ட அன்பினிய கணவர் இராசேந்திரனும், அருமைப் பேத்தி ரேணுவும் எனக்கான உந்துவிசையாக அன்றும் இன்றும் என்றும் இருப்பவர்கள். நன்றி என்ற ஒரு வார்த்தை என் உள்ளத்து உணர்வுகளை முழுமை யாக வெளிப்படுத்தவில்லை! வேறு வார்த்தையைத் தேடிக் கொண்டிருக்கிறேன்.

புத்தகமாக வெளியிட அனுமதித்த 'ஆனந்த விகடன்', தட்டச்சு செய்து கொடுத்துதவிய அருமைத் தோழி, பொறுமை பூஷணம் தேன்மொழி, பதிப்பாளர் மற்றும் வெளியீட்டாளர் தோழர் பரிசல் செந்தில்நாதன் ஆகியோருக்கு என் நன்றி!

தொடர்கதையாக 'ஆனந்த விகடனில்' மல்லி வலம் வந்த நாட்களில் படித்துப் பாராட்டிய வாசகர்களுக்கு நன்றி!

நிறைவாக, அருமையானதொரு ஆராய்ச்சி உரையை அணிந்துரையாகத் தந்திருக்கின்ற தோழி ஆனந்தி அவர்களுக்கு மனங்கசிந்த நன்றி.

அம்மா சீனிவாசம்மாள்
அண்ணன் ஜெகநாதன்
நினைவாக

சரசுவதி

உள்ளடக்கம்

		பக்கம்
1.	சைக்கிளைக் காணவில்லை	17
2.	மல்லியைக் காணோம்	26
3.	ஹை! புது பலூன்	31
4.	பொங்கலோ பொங்கல்	38
5.	சாமா என்றொரு...	44
6.	நாடகமாம் நாடகம்	51
7.	கிளி ஏற்படுத்திய கிலி	56
8.	எடுத்து வா திரவியத்தை	61
9.	போர்வை ஈந்த பாரி	67
10.	அம்மாகிட்ட சொல்லாதே	71
11.	நாங்க புதுசா கட்டிகிட்ட	77
12.	மாணிக்கம் சார்	87
13.	பாரத மாதாவுக்கு ஜே	98
14.	சுதந்திர நாள் துக்க நாள்	104
15.	மல்லியை பிடிக்க வந்த பேய்	109
16.	பொட்டுன்னு போன புண்ணியவான்	113
17.	கல்யாண வைபோகம்	119
18.	மல்லி மாறிவிட்டாளா?	130
19.	காவிரியை மறிக்காதே	134
20.	வாய்விட்டு அழுத வசிஷ்ட நதி	138
21.	பராக்கு பார்க்கும் பட்டிக்காடு	146
22.	முத்தமிழ் விழா	154

23. விவகாரமான வெள்ளிக் கொலுசு	158
24. ராப்பட்டினியும், இரண்டு தீர்மானங்களும்	164
25. அண்ணனைக் காணோம்	172
26. சீருடை இல்லாச் சிறை	181
27. மேடையில் ஒரு குத்துக்கல்	188
28. மாடர்ன் அம்மா	196
29. டில்லியில் மல்லி	201
30. கடனை அடைத்த ஸ்காலர்ஷிப்	209
31. இராவணக் கூட்டம்	215
32. மாற்று கலாச்சாரம்	224
33. யாதும் ஊரே; யாவரும் கேளீர்	230
34. சரளா ஐஏஎஸ்	241
35. இடுக்கண் களைந்த நட்பு	245
36. விடுதியும் தேர்தலும்	250
37. மோகினிப் பிசாசு	258
38. இரண்டு நோய்கள்	265
39. சீதை மட்டும் தீக்குளித்தது ஞாயமா?	272
40. நேர்கொண்ட பார்வை	277
41. கனவு நனவாக வேண்டும்	282

1

சைக்கிளைக் காணவில்லை

"சரி ஆளெ, அப்ப நீ நாளைக்கு பள்ளிக்கூடம் வந்துடுற... வரட்டா?" என்றபடி வெளியே வந்த குமார், அதிர்ச்சியும் குழப்பமுமாக நின்றான்.

சேக்காளியும் தூரத்துச் சொந்தக்காரனுமான உலகநாதன் இரண்டு நாட்களாகப் பள்ளிக்கு வர வில்லை. என்ன, ஏது என்று பார்த்து வரலாமே என்று தேடி வந்திருந்தான். ஆத்தூர் போர்டு ஹைஸ்கூலில் இருவரும் எஸ்.எஸ்.எல்.சி. மாண வர்கள். சளி, அதனால் ஏற்பட்ட கடுமையான காய்ச்சல், பள்ளிக்குப் போகாதிருந்த உலகநாதனுக்கு குமார் தன்னைத் தேடி வந்திருந்தது மகிழ்ச்சியைத் தந்தது. உலகநாதனின் அம்மா கொடுத்த வெல்லக் காப்பியைக் குடித்துவிட்டு எழுந்தான். வாசல் கதவைத் தாண்டி, வெளியே வந்த குமாருடன், குளிருக்கு அடக்கமாக வெற்றுடம்பில் ஒரு துண்டைப் போர்த்தியவனாக உலகநாதனும் தெருவுக்கு வந்தான்.

"என்னப்பா லோகு, என் சைக்கிளைக் காணோம், இங்கதானே திண்ணை ஓரமா நிறுத்தி வெச்சேன்."

"உள்ள நாம ஒக்காந்து பேசிட்டிருந்தமில்ல, அந்த நேரத்தில், இந்த வீட்டுக் குட்டிச்சாத்தான் சத்தமில்லாம உருட்டிட்டுப் போயிருக்கும். கொஞ்சம் இங்க நில்லு. நான் போய்ப் பாத்து இழுத்துக்கிட்டு வாரேன்" என்று உலகநாதன் கிளம்ப, "இங்க தானே எங்கயாச்சும் ரவுண்டடிச்சுக் கிட்டு இருக்கும், இருட்டிடுச் சுல்ல. இப்ப வந்திரும்" என்று குமார் தடுத்தான்.

மாலை நேரம், வீடு கூட்டி, குப்பையைக் கொட்ட வந்த பக்கத்து வீட்டு துளசிபாய் அம்மாள், "என்ன கொமாரு, சைக்கிளைத்

தேடுறியா ? ஒங்க ஊட்டு ஆம்பளைக்குட்டி, புளியந்தோப்பிலே ஒரு சைக்கிள்லே கொரங்குப் பெடல் போட்டுச் சுத்திக்கிட்டிருந்துச்சு. ஆத்துத் தண்ணிக்குப் போம்போது பாத்தேன்" என்று துப்புக் கொடுத்தாள்.

ஆம்பளக்குட்டி என்று ஊராரால் பெயரிடப்பட்டிருந்த மல்லி என்ற மல்லிகா, தெருவின் இடது கோடியில் பள்ளிக்கூடத்தருகே கொரங்குப் பெடல் போட்டபடி சைக்கிளில் தென்பட்டாள். மல்லி அருகில் வந்ததும், எட்டி ஹேண்டில்பாரைப் பிடித்து நிறுத்திய குமார், "ஏ, வாண்டு! எத்தனை தடவை சொல்லியிருக்கேன். இது பெரிய சைக்கிள். ஒன்னாலே சீட்ல ஒக்காந்து ஓட்ட முடியாது. கீழே விழுந்துச்சின்னா, சைக்கிள் டைனமோ மாத்திரம் ஒடையாது. ஒம் பல்லு, மண்டை ரெண்டும் சேர்ந்து ஒடையும்னு" என்றான்.

"நான் கொரங்கு பெடல்தானே போட்டுக்கிட்டு போறன் மாமா. சைக்கிளைப் பத்திரமா கொண்டு வந்துட்டன்ல!" என்று பெருமை பொங்க சைக்கிளைவிட்டுக் குதித்து இறங்கிய மல்லியின் முதுகில் அண்ணன் உலகநாதன் பட்டென்று ஒரு அடி போட்டான்.

"குட்டிப் பிசாசே, எத்தனை தடவை சொல்றது ? அரை டவுசர் மாட்டிக்கிட்டு ஊரைச் சுத்தாதே, சைக்கிளைத் தொடாதேன்னு. இனிமே எந்த சைக்கிளையாவது தொட்டே.... ஒங் கையையும் காலையும் ஒடச்சிடுவேன்" என்று அதட்டினான்.

"சின்னப் பொண்ணு. அதப்போய் திட்டிக்கிட்டு ? ஏதோ ஆசையா ஓட்டுது... இதப்போய் பெரிசு பண்ணிக்கிட்டு" என்று குமார் சமாதானப் படுத்த, ஒரு பக்கமாக ஒதுங்கி நின்றிருந்த கோவிந்தம்மா, "அதுக்கில்ல தம்பி, இவ இப்படித்தான் யாரோட சொல் பேச்சையும் கேக்கறதில்ல. ஆம்பளப் பையன் கணக்கா அரை டவுசரை மாட்டிக்கிட்டு, வெத்துடம்போட ஊரைச் சுத்திக்கிட்டு கெடக்குறா. பொட்டப் புள்ளயா, லச்சணமா நடந்துக்கிறாளா ? நீங்களே பாருங்க, வீட்டுல தங்கறதேயில்ல. பள்ளிக்கூடம் விட்டதும் சைக்கிள் ஓட்றது, மரம் ஏர்றது, ஆத்து மடுவிலே குதிச்சு ஆட்டம் போடுறதுன்னு... அடங்கறதே இல்லை. முண்டச்சி வளக்கிறது அப்பிடித்தான் இருக்கும்னு மத்தவங்க சொல்ற மாதிரிதானே திரியுறா" என்று ஆதங்கப்பட்டார்.

“என்னம்மா, நீங்க. அதப்போய் கொற சொல்லிக்கிட்டு. வளர வளர எல்லாம் சரியாயிடும். வரட்டுமா லோகு” என்று சைக்கிளை மிதித்தான் குமார்.

“சைக்கிள் குமார் மாமாவோடது, அவரே ஒண்ணும் சொல்றதில்ல. இவங்கள்லாம் ஏன் திட்றாங்க?” என்று குழம்பியவளாய் வீட்டுக்குள் நுழைந்தாள் மல்லி.

உள் ரூம் வாசல் கதவருகில் உட்கார்ந்து, புத்தகமொன்றைப் புரட்டிக் கொண்டு இருந்த அக்கா தாரா, மல்லியைப் பார்த்தாள், “சனியனே, ஊரைச் சுத்திட்டு வந்துட்டியா ? பாரு, ஒடம்பு முச்சூடும் புழுதி. கை காலைக் கழுவிட்டு ஊட்டுக்குள்ளே போ” என்று அதட்டினாள்.

“போ... போ... ஒனக்கு வேற வேலயில்ல” என்றபடி தாராவை உரசிக் கொண்டு அறையினுள் நுழைந்தாள் மல்லி. “அம்மா, பாருங்கம்மா இவள” என்று தாரா குரலெழுப்பவும், அங்கு வந்த கோவிந்தம்மா, என்ன ஏது என்று கேட்காமலேயே மல்லியின் முதுகில் நாலு போடு போட்டார். மல்லிக்குத் தன் மீது விழும் அடிகளைத் தடுக்கவும் முடியவில்லை, ஓடவும் முடியவில்லை. கால் மாற்றிக் கால் குதித்துக் கொண்டே ‘ஓ’வென்று சத்தம் போட்டு அழத் தொடங்கினாள். “வாயை மூடுடி, சத்தம் போட்டே... வாயிலயே சூடு வெப்பேன்” என்று மேலும் இரண்டு சாத்து சாத்தி “இந்த நாசமத்துப் போனவளால எல்லாருக்கும் கஷ்டம்” என்றபடி கடுகடுத்த முகத்துடன் சமையலறைக்குள் நுழைந்தார்.

தாராவுக்கு, மல்லியைப் பார்க்க பாவமாக இருந்தது. ஆனால், ஒன்றும் சொல்லவில்லை. அம்மாவைப் பின்தொடர்ந்து அவளும் அடுப்பங்கரைக்குச் சென்றாள்.

சுவரோரம் ஒதுங்கி சாய்ந்து நின்று அழுதுகொண்டு இருந்த மல்லியின் அழுகைச் சத்தம் குறைந்து கேவலாக மாறியது. அப்படியே சரிந்து கீழே உட்கார்ந்து விசும்பிக் கொண்டு இருந்தவளைத் தூக்கம் மெள்ள ஆட்கொண்டது. சுவரோரமாக வெறுந்தரையில் படுத்தவள், அப்படியே தூங்கிப் போனாள்.

இரவு சாப்பாட்டு நேரத்தின்போதும் அம்மாவின் கோபம் குறைந் திருக்கவில்லை, சாப்பிடுவதற்கென்று தங்கையை

எழுப்பப்போன தாராவிடம், "சனியனை எழுப்பாதே. அப்படியே வுடு. பட்டினி கிடக்கட்டும். அப்பதான் புத்திவரும்" என்று தடுத்துவிட்டார்.

படுத்துக் கிடந்த மல்லிக்குப் பசி வயிற்றைக் கிள்ள, முழிப்பு வந்துவிட்டது. எழுந்து உட்கார்ந்து சுற்று முற்றும் பார்த்தாள். திரியடங்கிய மண்ணெண்ணெய் சிம்னி விளக்கின் மங்கலான வெளிச்சத்தில், அம்மா, அக்கா இருவரும் பாயில் தூங்கிக் கொண்டு இருந்தார்கள். தாத்தா, பெரியண்ணா என்று அழைக்கப் படும் சித்தப்பா மற்றும் அண்ணன் எல்லோரும் தாத்தாவின் கடை அறையில் படுத்துக் கொள்வார்கள். யாருமே தன்னைச் சோறு திங்க எழுப்பவில்லை என்பதை நினைக்க நினைக்க, மல்லிக்கு அழுகை அழுகையாக வந்தது. பெரியண்ணாகூட தன்னைச் சாப்பிட எழுப்பவில்லை என்பது துக்கத்தை அதிகப்படுத்தியது. விசும்பிக் கொண்டே இருந்தவளை பசிக் கிறக்கமும் தூக்கமும் மீண்டும் சுவரருகில் ஒடுங்கி உறங்க வைத்தன.

மல்லிக்கு முழிப்பு வந்தபோது பளீரென்று வெயிலின் வெளிச்சம் அறையை நிறைத்திருந்தது. அம்மாவைக் காணோம். ஆத்தூர் பள்ளிக்கூடம் போவதற்காக அக்கா தயாராகிக் கொண்டு இருந்தாள். கதவு நிலையருகில் மாட்டப்பட்டு இருந்த கண்ணாடி முன் நின்று தலை சீவி சடைபோட்டுக் கெண்டு இருந்தாள். தாத்தாவின் பெட்டிக் கடைக்காக முந்தைய நாள் இரவு ஊறப்போட்டிருந்த மொச்சை வேகும் மணமும் அடுப்புச் சுள்ளிகள் எரியும்போது வெடித்துச் சிதறும் மெல்லிய ஒலிகளும் அம்மா சமையல்கட்டில் இருப்பதைத் தெரிவித்தன.

மெள்ள எழுந்து அக்காவின் அருகே சென்ற மல்லி, அவள் தாவணியைப் பிடித்துச் செல்லமாக இழுத்தாள். இராத்திரி, தான் சாப்பிடாது தூங்கிவிட்டதைப் பற்றி அக்கா பாசத்தோடு கேட்பாள் என்ற எதிர்பார்ப்புடன் நிமிர்ந்து தாராவின் முகத்தைப் பார்த்தவள் தலையில் 'ணங்'கென்று ஒரு குட்டு இறங்கியது. "மூதேவி, ஏன் தாவணியைப் புடிச்சி இழுக்குறே? போ, போயி பல்லு வெளக்கி, மூஞ்சி மொகரக்கட்டையைக் கழுவித் தொலை. கோட்டு வாயோடு ஊர் சுத்தக் கௌம்பிடாதே" என்று தள்ளிவிட்டாள்.

“வெவ்வே, அக்கா குக்கா” என்று கொக்காணி காட்டிக் கொண்டே, அறையைவிட்டு வெளியேறி வீதி வாசலுக்கு வந்தாள் மல்லி. தெருவில் பார்வையைச் செலுத்தினாள். சற்று தூரத்தில், காலைக் கடன்களை முடித்து வர, தாத்தா ஆற்றை நோக்கிப் போய்க்கொண்டு இருந்தார். வலது கால் சற்றே ஊனமான தாத்தா தடியூன்றிச் சாய்ந்து சாய்ந்து நடந்து போனார். அந்தப் பக்கமாக ஓடிய மல்லி, தாத்தாவின் பின்னால் போய் அவரைப் போலவே, தடியில்லாமலேயே சாய்ந்து சாய்ந்து நடக்கத் தொடங்கினாள்.

தாத்தா முன்னாலும் அவருக்குப் பின்னால் மல்லியும் சாய்ந்து சாய்ந்து நடந்து வருவது, பளபளவென்று மினுக்கும் நீர் நிறைந்த பித்தளைச் சருவங்களைத் தங்கள் தலைகளிலும், குடங்களை இடுப்புகளிலும் சுமந்து கொண்டு ஆற்றிலிருந்து எதிரே வந்துகொண்டு இருந்த குடியானவப் பெண்களுக்குச் சிரிப்பை ஏற்படுத்தியது. “நாய்க்கரே, கொஞ்சம் பின்னாலே திரும்பிப் பாருங்க... ஒங்க பேத்தி என்ன செய்றான்னு ?” என்று கேலியும் சிரிப்புமாகக் கூற, தாத்தா திரும்பிப் பார்த்தார். தான் நடப்பதைப்போல், சாய்ந்து சாய்ந்து மல்லி நடப்பதைப் பார்த்து அவருக்கு ஆத்திரம், கோபம், வருத்தம் ஆகிய உணர்வுகள் ஒருசேர எழுந்தன.

பேத்தியை நோக்கி, கைத்தடியை உயர்த்தி ஆட்டியபடி, “வீட்டுக்கு வா, தோலை உரிச்சு உப்புக்கண்டம் போட வைக்கிறேன், திமிர் புடிச்சது” என்று அதட்டியவராக, “எல்லாம் அம்மாக்காரி வளக்கற லெச்சணம்” என்று அந்த பெண்களிடம் கூறிக் கொண்டே ஆற்றை நோக்கித் தன் சாய் நடையைத் தொடர்ந்தார்.

மல்லி நின்று ஒரு நிமிடம் யோசித்தாள். தாத்தா ஆற்றிலிருந்து திரும்புமுன் வீட்டுக்குப் போனால், பழைய சோறும் வேக வைத்துத் தளித்த மொச்சைச் சுண்டலும் கொஞ்சம் கிடைக்கும். சாப்பிட்டுவிட்டு பள்ளிக்கூடம் ஓடிவிடலாம். தாத்தா வீடு திரும்பிவிட்டால், நடந்ததை அம்மாவிடம் ஒண்ணுக்கு ரெண்டாகச் சொல்லி சத்தம் போடுவார். அம்மாவிடமிருந்து திட்டுக்களும் அடியும் கிடைக்கும் என்பதை அனுபவ ரீதியாக அறிந்திருந்த மல்லி, திரும்பி வீட்டை நோக்கி ஓடினாள்.

ஓடிச் சென்ற வேகத்தில், பள்ளிக்குச் செல்ல வாசலைத் தாண்டிக் கொண்டு இருந்த தாரா மீது மோதிக் கொண்டாள். "கொரங்கே, மூஞ்சிகூடக் கழுவாம என்ன ஆட்டமும் ஓட்டமும்!" என்ற தாரா, தெருவில் இறங்கி நடக்கத் தொடங்கினாள்.

வீட்டுக்குள் நுழைந்த மல்லி, வாசல் ஜலதாரை அருகே சிமென்ட்டாலான சிறிய மேடை மீதிருந்த அண்டா நீரில் வலது கையை நனைத்தாள். அருகே, தேங்காய் சிரட்டையில் இருந்த எருமுட்டைச் சாம்பலைத் தொட்டு அவசர அவசரமாகப் பற்களைத் தேய்த்துத் துப்பினாள். இரண்டு கைகளையும் கிண்ணமாகக் குவித்து அண்டா நீரிலிருந்து முகந்து புளிச்புளிச்சென்று இரண்டு முறை கொப்பளித்தாள். அப்படியே முகத்தையும் கழுவிக் கொண்டாள். "அம்மா பசிக்குது" என்று கூவிக் கொண்டே சமையல்கட்டில் நுழைந்தாள்.

நேற்றிரவு, மல்லியை எழுப்பிச் சாப்பிட வைக்காத குற்ற உணர்வு, அம்மா நெஞ்சை உறுத்தியது என்றாலும் அதைக் காட்டிக் கொள்ளாமல், "கொட்டிக்க வந்துட்டியா?" என்று ஒரு மங்குத்தட்டில் பழைய சோற்றைப் போட்டு, கொஞ்சம் மோர் ஊற்றி உப்பைப் போட்டுக் கொடுத்தார். சுவரோர மாக உட்கார்ந்து வேக வேகமாகச் சாப்பிட்டு முடித்த மல்லி, ஜலதாரைக்கு ஓடித் தட்டைக் கழுவிக் கொண்டுவந்து வைத்தாள். அப்படியே கொடியில் தொங்கிய தன் பள்ளிக்கூட யூனிஃபார்ம் சட்டை, பாவாடையை மாட்டிக் கொண்டாள். அம்மாவிடம் நைசாகக் கேட்டு, கொஞ்சம் அவித்த மொச்சையை வாங்கி, ஒரு பழைய பேப்பரில் சுருட்டி ஜோபியில் திணித்துக் கொண்டாள்.

தாங்கள் படுக்கும் அறைக்கு வந்து, சுவரோரமாகக் கிடந்த சிலேட், புத்தகம் அடங்கிய பள்ளிக்கூட பையை எடுத்து தோளில் மாட்டிக் கொண்டாள். "அம்மா நான் பள்ளிக்கூடம் போறேன்" என்று கத்திக் கொண்டே, ஓட்டமாக வெளியே வந்தாள். எங்கே, தான் கிளம்புவதற்கு முன் தாத்தா வந்து அம்மாவிடம் போட்டுக் கொடுத்து விடுவாரோ என்ற பயம்.

பள்ளிக்கூடம் திறந்திருந்தது. என்றாலும் இன்னும் மணி அடிக்கவில்லை. பியூன் பெருமாள்சாமி மட்டும் வந்திருந்தார். பெரிய

வாத்தியாரோ, சின்ன வாத்தியாரோ வரவில்லை. நிறைய பிள்ளைகள், பள்ளிக்கூடத்துக்கு முன்னாலிருந்த தெரு மணலில் விளையாடிக் கொண்டிருந்தனர்.

பள்ளிக்கூடத்துக்கு எதிரிலேயே, மல்லியின் சின்னத் தாத்தா பெட்டிக்கடை வைத்திருந்தார். சிலேட், பென்சில், காகிதப் பென்சில், சாக்பீஸ், பலூன், இரப்பர், கடலை உருண்டை, கமர்கட் எல்லாம் கிடைக்கும். மல்லிக்கு பலூன் ரொம்பப் பிடிக்கும். தம்கட்டி ஊதிப் பெரிதாக்கி, அதன் வாயில் நூலை இறுக்கிக் கட்டி பறக்கவிட்டு விளையாடுவது எவ்வளவு சந்தோஷமான விஷயம். ஆனால், பலூன் வாங்கக் காசு வேண்டும். காசு கிடைத்தாலும், இந்தத் தாத்தா கடையில் வாங்கக் கூடாது. கடைக்குப் போனது அம்மாவுக்குத் தெரிந்தால் உதை கிடைக்கும். இவர்கள் வீட்டுக்கும் சின்ன தாத்தா வீட்டுக்கும் சண்டை.

பராக்குப் பார்த்தவாறு, ஜோபியில் கைவிட்டு, ஒவ்வொரு மொச்சையாக எடுத்துத் தின்று கொண்டிருந்த மல்லி, சின்ன தாத்தா கடை முன்னால் இரண்டு மாணவர்கள் பலூன் ஊதி விளையாடிக் கொண்டு இருந்ததைப் பார்த்தாள். "டே! டே! இவனே எனக்கு ஒரு தடவை குடுடா, ஒரே ஒரு தரம் நான் ஊதிட்டுப் பத்திரமா தந்துடறேன்" என்று இருவரிடமும் மாறி மாறிக் கெஞ்சினாள். சிறிது நேரக் கெஞ்சலுக்குப்பின், மனமிரங்கியவனாய் மேலத் தெரு இலட்சுமணன், தன் வாயிலிருந்து பலூனை எடுத்து, அதன் வாய்ப் பக்கத்தைத் தன் இடது கை மேல் 'டப் டப்' என்று அடித்து எச்சிலைப் போக்கினான். பலூனை மல்லியிடம் நீட்டி, "ஒரு தடவைதான் ஊதணும் என்னா?" என்ற நிபந்தனையோடு கொடுத்தான். ரொம்ப சந்தோசத்தோடு பலூன் வாயை ஊதத் தொடங்கினாள் மல்லி. ஒரே தம்மில் விரிந்து பலூன் உப்பத் தொடங்கியது. "போதும் போதும்" என்று இலட்சுமணன் தடுக்கத் தடுக்க, இந்தப் பக்கமும் அந்தப் பக்கமும் திரும்பித் திரும்பி ஊதிக் கொண்டே இருந்தாள். பலூன் பட்டென்று சத்தத்தோடு வெடித்துச் சிதறியது. இருவருமே திடுக்கிட்டனர். பலூன் சொந்தக் காரனுக்கு ஆத்திரம், கோபம், ஏமாற்றம், வருத்தம் எல்லாம் ஒன்றுசேர மல்லியைப் பிடித்து உலுக்கினான். அவள் தோளில் மாட்டியிருந்த பையைப் பிடுங்கி

சரசுவதி | 23

கீழே விட்டெறிந்தான். பை பிடுங்கப்பட்ட மல்லியும் கீழே விழுந்தாள்.

எறிந்த வேகத்தில் பைக்குள்ளிருந்த சிலேட்டுப் பலகை உடைந்து வெளியே எட்டிப் பார்த்தது. இலட்சுமணன் கோபம் அடங்காதவனாக பையை எடுத்துத் தலைகீழாக உதறினான். உடைந்த சிலேட்டோடு கீழே விழுந்த புத்தகத்தை எடுத்து டர்ரென்று கிழித்து விசிறினான். மல்லிக்குக் கோபம் பொத்துக் கொண்டு வந்தது.

விருட்டென்று எழும்போதே உடைந்த சிலேட்டைக் கையில் எடுத்துக் கொண்டாள். அதன் உடைந்த மூலைச் சட்டத்தை வலது கையில் கெட்டியாகப் பிடித்துக் கொண்டு, இலட்சுமணன் தலையில் ஓங்கி அடித்தாள். மரச்சட்டத்தின் மூலைகளை வெளிப்பக்கமாக இணைக்கும் தகரம் அவன் முன் தலையையும் நெற்றியையும் கிழிக்க, இரத்தம் கொட்டியது.

சுற்றி நின்று வேடிக்கைப் பார்த்தப் பிள்ளைகள் இரத்தத்தைப் பார்த்ததும் பயந்தவர்களாக, “சார், சார்” என்று கத்திக் கொண்டே பள்ளி நோக்கி ஓடினார்கள்... வாத்தியாரிடம் புகார் சொல்ல.

மல்லிக்குப் பயம் பிடித்துக் கொண்டது. இரத்தத்தைப் பார்த்த திகில், பெரிய வாத்தியாரின் பிரம்பு, அம்மாவின் அடி, தாத்தாவின் திட்டு என்ற அனைத்தும் பயத்தை அதிகபடுத்தின. தற்காப்பு முயற்சியாகக் கையில் பிடித்திருந்த உடைந்த சிலேட்டைக் கீழே போட்டுவிட்டு அந்த இடத்தை விட்டு, வீட்டுக்கு எதிர் திசையில் வேகமாக ஓடத் தொடங்கினாள் மல்லி!

ஆற்றங்கரைப் புளியந்தோப்பைத் தாண்டி, கண்ணாடிக் கரைசல் போலத் தண்ணீர் ஓடும் ஆற்றைத் தாண்டி, குமார் மாமாவின் பங்களா தோட்டத்தைக் கடந்து, ஆத்தூர், கள்ளக்குறிச்சி மெயின் ரோட்டைத் தொட்டாள்.

அக்காவின் தோழி சரோஜாக்காவின் அப்பாவின் தோட்டம் ரோட்டோரம்தான். யாராவது பார்த்து-விடுவார்களோ, தேடிக் கொண்டு பின்னால் வருகிறார்களோ என்ற பயத்துடன் திரும்பித் திரும்பிப் பார்த்துக் கொண்டே ஓட்டமும் நடையுமாகச் சென்றாள். புடுபுடு மோட்டார் கார் வைத்திருக்கும் பாயின் அரிசி மில் வந்தது.

தவிட்டு மூட்டைகளை ஏற்றிக்கொண்டு ஒரு மாட்டு வண்டி ஆத்தூர் நோக்கி போய்க்கொண்டு இருந்தது. வண்டியின் பின் கட்டையைப் பிடித்து தொங்கிக் கொண்டே கொஞ்ச நேரம் பயணம் செய்தாள். கைகள் வலிக்கவே, வண்டியை விட்டுவிட்டு மறுபடியும் ரோட்டோரமாக நடந்தாள்.

புதாத்துப் பாலம் தாண்டி, வண்டிப்பேட்டை கொல்லன் பட்டறை. துருத்தி அடுப்பில் செவசெவ என்று கனலும் இரும்புத் துண்டை வெளியே எடுப்பதும் சம்மட்டியால் அடிப்பதும், மீண்டும் துருத்தி அடுப்பில் வைத்து ஊதிச் சிவக்க வைப்பதுமான வேலை நடப்பதை வேடிக்கை பார்த்துக் கொண்டு கொஞ்ச நேரம் நின்றாள்.

பட்டறை பக்கம் வேலையாக வந்த ஊர்க்காரர் ஒருவர், "அட, நாய்க்கர் வூட்டுப் பொண்ணு. இங்கே எங்கம்மா வந்தே...?" என யதார்த்தமாகக் கேட்டார். திடுக்கிட்டுப் பார்த்த மல்லி, பதிலேதும் சொல்லாமல் பதறியடித்து ஓட்டம் பிடித்தாள். கடை வீதி, கமலா பவன் ஓட்டல், பஸ் ஸ்டாண்ட் தாண்டியும் மல்லியின் ஓட்டம் நிற்கவே இல்லை.

2

மல்லியைக் காணோம்

கிடைக்கவிருக்கும் தண்டனைகளிலிருந்து தப்பிப்பதற்காக மல்லி ஊரை விட்டு ஓடிக் கொண்டு இருந்த அதே நேரத்தில், தலையில் காயம்பட்ட இலட்சுமணன் வீட்டுக்குச் செய்தி பறந்தது. இலட்சுமணனின் அம்மாவிடம் நடந்த கொடுமையை ஆளுக்கொரு விதமாகச் சொன்னதும், தன் மகனைக் காப்பாற்றச் சொல்லி, தெரிந்த கடவுள்களின் பெயர்களையெல்லாம் உரத்தக் குரலில் இறைஞ்சிக் கொண்டே பள்ளிக்கு ஓடி வந்தாள் அவன் அம்மா. அதற்குள் ஒரு சிறு கூட்டம் பள்ளிக்கு முன்னே கூடிவிட்டது.

போண்டாக்காரார் வீட்டிலிருந்து கொஞ்சம் சுண்ணாம்பும் மஞ்சள் தூளும் வாங்கி, அடிபட்ட இலட்சுமணனின் தலைக் காயத்தின் மேல் தடவி, ஈரத் துணியால் தலையைச் சுற்றிக் கட்டுப்போட்டு உட்கார வைத்திருந்தனர்.

கூடியிருந்த கூட்டத்தை விலக்கித் தள்ளிக் கொண்டு பள்ளிக் கூடத்தின் உள்ளே பாய்ந்த இலட்சுமணனின் அம்மா, மகனைக் கட்டிப் பிடித்துக் கொண்டு ஓவென்று அழுதாள். சில நிமிடங்கள் கழித்து, அழுகையோடு மூக்கைச் சிந்தியவளாய் பெரிய வாத்தியார் பக்கம் திரும்பி, “நீங்க புள்ளைங்களுக்குப் படிப்புச் சொல்லிக் கொடுத்துப் பாத்துக்குற லெச்சணம் இதானா ? என் புள்ளைக்கு ஒண்ணுகெடக்க ஒண்ணு ஆச்சுன்னா நான் கொலைகாரியா ஆயிடுவேன்” என்று சீறிவிட்டு, மகனைத் தூக்கி இடுப்பில் வைத்துக் கொண்டு பள்ளியை விட்டு வெளியே வந்தாள். காயம் பெரிதில்லைதான் என்றாலும், பிரச்சினையை அப்படியே விட்டுவிடக் கூடாதல்லவா !

கூடி நின்ற பெரியவர்களிடம் நியாயம் கேட்டாள். “நீங்களே பாருங்க... இந்தக் கொடுமை எங்காவது உண்டா ? ஒரு பொட்டக் குட்டி, ஆம்பளைப் பையனை அடிச்சுப் போட்டுட்டு ஓடியிருக்கா. வாத்தியாருங்க வேடிக்கைப் பாத்துக்கிட்டு நின்னுருக்காங்க. இந்த அநியாயத்தைக் கேப்பாரில்லையா” என்று புலம்பியபடி, இடுப்பிலிருந்து இறக்கிவிட்ட இலட்சுமணனின் கையைப் பிடித்து தரதரவென்று இழுத்துக் கொண்டு மல்லியின் வீட்டெதிரே போய் நின்றாள்.

அவளைப் பின் தொடர்ந்து, கூடவே சில பெரியவர்களும் பள்ளிப் பிள்ளைகளும் சென்றனர்.

“ஏ, நாய்க்கரூட்டம்மா, செத்த வெளில வா ! வந்து ஓம் மவ எம் புள்ளையப் பண்ணியிருக்க கோலத்தைப் பாரு” என்று கூச்சலிட்டாள். வாசலில் சத்தம் கேட்க, சமையல்கட்டில் வேலையாக இருந்த கோவிந்தம்மா வெரசாக வெளியே வந்தார். அவளைக் கண்ட மாத்திரத்தில், இலட்சுமணனின் அம்மா, “ஓம் மவளுக்கு எம்மாம் தெனாவெட்டிருந்தா, எம் புள்ளைய இப்படிப் போட்டு அடிச்சிருப்பா. பாரு, இரத்தம் எப்படியாக் கொட்டுதுன்னு. இப்ப, வூட்டுக்கு வந்து ஒளிஞ்சிக் கிட்டாளா, கூப்புடு அவளை !” என்று ஆக்ரோஷமாகக் கத்தினாள்.

வீட்டுக்குள்ளே மல்லியைத் தேடினார் கோவிந்தம்மா. இரண்டு அறைகளிலும் அவளைக் காணோம். வெளியே வந்து சமாதானம் பேசும் குரலில், “இங்க இல்லியேம்மா, அவளை வீட்டுக்குள்ளே காணமே !” என்றார். இதற்குள் வாசலில் சத்தத்தைக் கேட்ட தாத்தாவும் முழங்காலில் கையை ஊன்றி, மெள்ள எழுந்து தன் கடை வீட்டிலிருந்து வெளியே வந்தார்.

இலட்சுமணனின் அம்மா, கைகளை வேகமாக வீசி வீசி, மீண்டு மொரு முறை தன் குற்றச்சாட்டுகளை அரங்கேற்றினாள். தாத்தாவுக்கு ஜிவு ஜிவு என்று ஆத்திரம் தலைக்கேறியது. காலையில் தனக்கு ஏற்பட்ட அவமானமும் மனதிலேயே நின்றதால் மருமகளைச் சுட்டெரிப்பதபோல் முறைத்தார். “புள்ளைய வளக்கற இலட்சணம் ! ஊர்ச் சண்டையை வாங்கிட்டு வருது. ஊட்டுக்கு அடங்காதது ஊருக்குத்தான் அடங்கும். காலைல என்னடான்னா என்னையப் பழிப்புக் காட்டி நடந்து காட்றா. நீ போம்மா, அந்தச்

சனியன் புடிச்சது வரட்டும், உண்டு இல்லைன்னு ஆக்கிடறேன்" என்று உத்தரவாதம் கொடுத்தபடி உள்ளே திரும்பிச் சென்றார்.

தன் கண் முன்னாலேயே மல்லியை இழுத்துப் போட்டு நாலு மிதி மிதித்திருந்தால், இலட்சுமணனின் அம்மாவுக்குச் சமாதானம் ஏற்பட்டிருக்கும். "புள்ளைய ஒளிச்சு வெச்சுக்கிட்டு அம்மாக்காரியும் தாத்தனும் நாடக மாடறாங்க" என்று முணுமுணுத்தபடி இலட்சுமணனை இழுத்துக் கொண்டு தன் வீடு நோக்கி நடந்தாள். வேடிக்கை பார்க்கக் கூடியிருந்த கூட்டமும் கலைந்தது.

ஊராருக்கு முன்னால், தான் அசிங்கப்பட்டதாக மனம் நொந்த கோவிந்தம்மாள், மீண்டும் அடுக்களைக்குள் நுழைந்தார். அடுப்பில் வெடித்துச் சிதறி வெளியே வந்து விழுந்த சுள்ளித் துண்டுகளை அடுப்பினுள்ளே தள்ளிவிட்டு, தன்னை மீறிய துக்கம் அழுகையாக வெடிக்க, குமுறிக் குமுறி அழுதார். "ஒரு ஆழாக்கு ஜீவன் போனதால எம் பொழப்பு எப்படியெல்லாம் நாறுது! உத்தவங்கக் கிட்டயும் பேச்சு, ஊரார்கிட்டயும் அவமானம்" என்று ஐந்தாண்டுகளுக்கு முன் இறந்துவிட்ட தன் கணவனை நினைத்து துக்கித்தார். "கழுத வரட்டும், இன்னிக்கு காலை ஒடச்சு மூலையில் போட்டாதான் செரிப்பட்டு வருவா" என்று குமுறியபடியே சமையலையும் அழுகையையும் தொடர்ந்தார்.

மல்லி மதியச் சாப்பாட்டுக்கு வராததையும் கோவிந்தம்மாள் பெரிதாக எடுத்துக் கொள்ளவில்லை. "பீடை, பயந்துக்கிட்டு எங்கயாவது காடு மேடுன்னு சுத்திக்கிட்டு இருக்கும்" என்று நினைத்தார். பொழுது சாய, பள்ளிக்கூடத்திலிருந்து வீடு திரும்பிய தாரா, "மல்லி எங்கம்மா ?" என்று கேட்டாள். காலையிலிருந்து நடந்தவற்றை ஆதியோடந்தமாகச் சொன்ன கோவிந்தம்மாள், "எங்க போயிருப்பா, எப்படியும் இராத்திரிக்குக் கொட்டிக்க வந்துதானே ஆவணும். அப்ப வெச்சுக்கிறேன் !" என்றார். முன்னிரவில் வீடு திரும்பிய உலகநாதனுக்கும் இதே பதில்தான் கிடைத்தது.

இரவுச் சாப்பாட்டு நேரம் நெருங்கிய பின்னும் மல்லி வராதது அம்மாவுக்கும், அக்காவுக்கும் கிலேசத்தை ஏற்படுத்தியது. உலகநாதனைக் கூப்பிட்டு, "கொஞ்சம் நாலு தெருவிலயும் பாத்துட்டு வாப்பா" என்று அனுப்பி வைத்தார்.

அது சிறிய கிராமம். கீழத் தெரு, மேலத் தெரு, வடக்குத் தெரு என்று மூன்று அகலமான வீதிகளும், கீழத் தெருவையும், மேலத் தெருவையும் இணைக்கும் இரண்டு குறுக்குத் தெருக்களும் கொண்ட அமைப்பு. தெற்குப் பக்கத்தில் சிறிய சிவன் கோயிலும் அதை ஒட்டிய சிறிய பெருமாள் கோயிலும், வளாகத்துக்கு வெளியே ஒரு பிள்ளையார் கோயிலும் உண்டு. எதிரே மாடு விரட்டு மந்தை, கடந்து சென்றால் அடர்ந்த புளியந்தோப்பு. தெருக்களைச் சுற்றிக் கண்ணில்பட்டவர்களிட மெல்லாம் விசாரித்துவிட்டு, எதற்கும் இருக்கட்டும் என்று கோயிலுக்குள் புகுந்து புறப்பட்டு, அப்படியே புளியந்தோப்பிலும் எட்டிப் பார்த்தான். "அவ எங்கயும் தெம்புடல" என்று பதைபதைப்புடன் வந்து சொல்லவும், அம்மாவுக்கும், அக்காவுக்கும் திக்கென்று ஆகிவிட்டது. உலகநாதனுக்கும் என்ன செய்வதென்று புரியவில்லை. தலைகுனிந்த வாறு வெளியே வந்தவன், தாத்தாவிடமும் பெரியண்ணாவிடமும், மல்லி காணாமல் போய்விட்ட விவரத்தைச் சொன்னான்.

பெரியண்ணா (சித்தப்பா)வுக்கு மற்ற செய்திகளும் அப்போது தான் தெரியும். துண்டை எடுத்து தோளில் போட்டுக்கொண்டு வெளியே புறப்பட்டவர், கண்ணில்பட்டவர்களிடமெல்லாம் விசாரித்தார். யாருக்கும் தெரியவில்லை. ஊரே மல்லி காணாமல் போய்விட்டதைக் குறித்துப் பேச, சிலர் தங்கள் அங்கலாய்ப்பையும் சந்தேகத்தையும் இரகசியமாகப் பரிமாறிக் கொண்டனர்.

பயந்து ஓடியதில் எங்காவது கிணறு குட்டையில் விழுந்து செத்துப் போயிருப்பாளோ என்ற யூகம் ஒரு பக்கம். 'பொழுது விடிஞ்சாப்லதான் தொளாவ முடியும். யாராவது புள்ள புடிக்கிறவங்க புடிச்சுட்டுப் போயிருக்கலாம்' என்றும், 'வால் முளைச்ச சாமியார் தூக்கிக் கொண்டு போயிருக்கலாம் பலி கொடுக்க' என்றும் பலவாறாகக் காதோடு காதாகப் பேசப்பட்டன. இலட்சுமணனின் அம்மாகூட தன் பிள்ளையின் காயத்தை மறந்தவளாக, மல்லியைப் பற்றிய கரிசனத்தை வெளிப் படுத்தினாள்.

மல்லியின் குறும்புத்தனங்கள் ஒதுக்கப்பட்டு, நல்ல குணங்கள் மட்டுமே பேசப்பட்டன. "அது தைரியசாலிப் பொண்ணு. நடந்தா ராஜு நாயக்கர் நடக்கற மாதிரியே இருக்கும். ஆம்பிளைப்

புள்ளையா பொறந்திருக்க வேண்டியது. அஞ்சாவது பொண்ணு கெஞ்சினாலும் கெடைக்காதும்பாங்க. மல்லி அஞ்சாவதுதானே... மூத்தது ரெண்டும் தவறிடுச்சில்ல. கோவிந்தம்மாளுக்கு மூணு புள்ளைங்கதான் தங்குச்சி. இப்ப இவளும் காணாமப் போயிட்டா. ஹூம்... கோவிந்தம்மா வாங்கி வந்த வரம் அவ்வளவுதான்! புருஷனைப் பறிகொடுத்து நிக்கறவளுக்கு புள்ளையும் போனது விதியில்லாம வேறென்ன?'' என்று என்னென்னவோ பேசிக் கொண்டே ஊர் உறங்கிப் போனது.

கொல்லன் பட்டறையில் மல்லியைப் பார்த்த ஊர்க்காரர் டவுனில் தன் வேலைகளெல்லாம் முடித்துக் கொண்டு, ஊரடங்கிய பின்னரே திரும்பினார். தூக்கக் கலக்கத்தோடு, வீட்டுக் கதவைத் திறந்துவிட்ட அவரது மனைவி, இயந்திரத்தனமாகக் கணவனது வட்டிலை எடுத்து வைத்து, சோற்றைப் போட்டுவிட்டு, 'தட்டக் கொஞ்சம் கழுவி வெச்சிருங்க' என்று வேண்டியவாறு மீண்டும் படுத்துவிடவே, அவரிடமிருந்து செய்தி தெரிய வாய்பில்லாமல் போய்விட்டது.

இரவு முழுவதும், மல்லியின் வீட்டில் யாரும சாப்பிடவுமில்லை, தூங்கவுமில்லை. தாராவுக்குத் துக்கம் தொண்டையை அடைக்க, நெஞ் செல்லாம் வலித்தது. அம்மா அழுது அழுது வீங்கிய கண்களோடும், பேயறைந்த தோற்றத்தோடும் அரற்றிக் கொண்டிருந்தார். உலக நாதனுக்கு சொல்ல இயலா வேதனைதான். ஆம்பிளைப் பையன், அழக் கூடாது என்பதால், அழுகையைக் கட்டுப்படுத்தியவனாக உள்வாசலில் பாய் விரித்துப் படுத்து, வானத்தை வெறித்துக் கொண்டு இருந்தான்.

மல்லி இல்லாத இரவின் வானத்தில் நிலா, நட்சத்திரங் களையும் காணவில்லை.

கனமாக நகர்ந்த இரவு, விடியலுக்கு வழிவிட்டு மெள்ள விலகியது.

யாரும் யாரிடமும் பேசிக் கொள்ளவில்லை. பதில் தெரியாத கேள்வியுடன் எல்லோரும் கிடந்தார்கள். மல்லி எங்கே போனாள்?

●

3

ஹை! புது பலூன்

தாமதமாகப் படுக்கையைவிட்டு எழுந்த தாத்தா, தடியூன்றி ஆற்றை நோக்கி நடந்தார். ஆற்றுக்கு அந்தப் பக்கம் இருக்கும் தன் வயலுக்குச் சென்று கொண்டு இருந்த கந்தசாமி படையாச்சி, தாத்தாவைப் பார்த்ததும், "என்ன நாய்க்கரே! இவ்வளவு தாமசமா போறீங்க? உடம்புகிடம்பு சரியில்லையா" என்று கேட்க, 'ச்சூ' கொட்டிய தாத்தா, "எம் பேத்தியக் காணோமப்பா. நேத்திக்கிருந்து தேடிக்கிட்டுத் திரியுறோம்" என்றார் ஆற்றாமை தாங்காமல்.

ஒரு நொடி நின்று யோசித்த கந்தசாமி, "அந்த ஆம்பளக்குட்டியா? நாயக்கரே! நா ஒங்க பேத்திய, நேத்து மத்தியானவாக்குல, ஆத்தூர்ல கொல்லம் பட்டறைகிட்ட பாத்தனே. 'என்னம்மா இந்தப் பக்கம்?'னு கேட்டதுக்கு ஒண்ணும் பதில் பேசாத ஓடிப்போச்சே" என்றார்.

தாத்தாவுக்குப் பொறி தட்டியது. வேகவேகமாக வீட்டுக்குத் திரும்பினார். வாசலில் நுழையும்போதே, "அப்பா உலகநாதா! நீ பள்ளிக்கூடம் போறப்போ, ஒங்க பெரியப்பன் வீட்டை ஒரு பார்வை பார்த்துட்டுப் போ, ஒந்தங்கச்சி ஒரு வேளை அங்ககிங்க போயிருக்காளோ என்னவோ? கந்தசாமிப் படையாச்சி, நேத்து மத்தியானம் கொல்லம் பட்டறைகிட்ட பார்த்ததாச் சொன்னாரு" என்று சத்தம் போட, 'அடடே, நம்ம யாருக்கும் தோணலியே' என்று அத்தனை பேர் முகத்திலும் ஒரு மின்னல் வெட்டு!

விருட்டென்று எழுந்த உலகநாதன், புத்தகப் பைக்கட்டைத் தூக்கி, சைக்கிள் கேரியரில் வைத்தான். கட்டியிருந்த வேட்டியைக்

களைந்துவிட்டு, முந்தின நாள் போட்டுக் கழற்றி ஆணியில் மாட்டியிருந்த வெள்ளைச் சட்டையையும் காக்கி பேன்ட்டையும் எடுத்துப் போட்டுக் கொண்டான். "நா வாரேன்" என்று பொத்தாம் பொதுவில் குரல் கொடுத்துவிட்டு, சைக்கிளில் ஏறி அமர்ந்து, வேகவேகமாக மிதிக்கத் தொடங்கினான். உலகநாதன் போவதை ஓடி வந்து வாசலில் நின்று எட்டிப் பார்த்த தாராவுக்கு அன்று பள்ளிக்கூடம் செல்ல மனசே இல்லை.

அம்மா நெஞ்சில் அப்பியிருந்த இருளில் ஒரு மெல்லிய வெளிச்சக் கோடு, 'அவ, ரெண்டொரு தடவை அவங்க வூட்டுக்குப் போயிருக்கா. அந்த தடத்தைப் புடிச்சிக்கிட்டே அப்படியே போயிருப்பா ஆமா' என்று தனக்குத்தானே சமாதானம் சொல்லிக் கொண்டார். ஆனாலும் உலகநாதன் வந்தால்தான் உண்மை தெரியும் என்ற தவிப்பும் எல்லோருக்குள்ளும் இருந்தது.

மல்லி காணாமல் போனது, அவளுடைய சேக்காளிகளான பச்சை, செல்லம்மா, மெக்காயி, வள்ளி, அன்னம்மா, ரங்கா என எல்லோருக்கும் வருத்தத்தை உண்டாக்கியிருந்தது. தாராவின் ஃப்ரெண்டு சிவபாக்கியம் வந்து விசாரித்துவிட்டுப் போனாள். பள்ளிப் பிள்ளைகள், பள்ளி துவங்குவதற்கு முன்னும், இடைவேளைகளின் போதும் மல்லியின் வீட்டு முன் அடிக்கடி வந்து நின்று பார்த்துப் போனார்கள். அவர்களுக்குள் தலைக்கட்டுடன் இருந்த இலட்சுமணனும் உண்டு. பெரிய வாத்தியார், சின்ன வாத்தியார், பியூன் பெருமாள் சாமி மூவரும் வீட்டுக்கு வந்து தாத்தாவிடம் விசாரித்தனர். "மல்லி கெட்டிக்காரி. எப்படியும் கிடைச்சுருவா. கவலைப்படாதீங்க" என்று ஆறுதல் கூறிச் சென்றனர்.

வெறும் வயிற்றோடு, வேக வேகமாக சைக்கிளை மிதித்த உலகநாதன், ஐந்து கிலோ மீட்டர் தூரத்தையும் முக்கால் மணி நேரத்தில் கடந்தான். பெரியப்பா வேலை பார்க்கும் மில் அருகே வந்ததும், ஒரு சின்னத் தயக்கம், உள்ளே போய், பெரியப்பா இருந்தால் கேட்டு விடலாமே என்று தோன்றியது. ஒரு மிதி மிதித்தால் வீட்டுக்கே போயிடலாம் என்று எண்ணியவனாய், அடுத்த ஐந்து நிமிடங்களில் பெரியம்மா வீட்டுக்கு முன் வந்து சைக்கிளை நிறுத்தி மணியைக் கிளுக்கினான்.

வெளித் திண்ணையில் உட்கார்ந்து, முறத்து அரிசியில் கல் பார்த்துக் கொண்டு இருந்த பெரியம்மா, முறத்தைவிட்டு கண்களை நிமிர்த்தி இவனைப் பார்த்து மெள்ளச் சிரித்தார். அவர் பின்னால் ஒளிந்துகொண்டு பயமும் பாசமுமாக எட்டிப் பார்த்தாள் மல்லிகா. கையில் இருந்த மொச்சைப் பயறுத் தட்டு அண்ணனைப் பார்த்ததும் அதிர்ச்சியில் கீழே விழுந்தது.

சைக்கிளை அப்படியே வாசல் வேப்ப மரத்தடியில் போட்டு விட்டு, ஓடிப் போய் மல்லியை இழுத்து ஒரு சாத்து சாத்தி, இடது காதைப் பிடித்துத் திருகி, "மூதேவி, ஒன்னைக் காணோம்னு, அங்க ஊரே தொளாவிகிட்டுத் திரியுது. நீ இங்க வந்து ஒளிஞ்சுக் கிட்டிருக்கியா ?" என்று அவள் கைகளைப் பிடித்து திண்ணையை விட்டுக் கீழே இழுத்தான்.

தைதக்கா என்று கால்களை உதறிக் குதித்துக் கொண்டே 'பாரு பெரியம்மா' என்று மல்லி அலறி அழ ஆரம்பித்தாள். "எடுபட்ட பயலே, விடுறா அவளை... கொளந்தப் புள்ளைய, பச்ச மண்ணப் போட்டு எல்லாரும் சேர்ந்துக்கிட்டு இப்படியாடா படுத்துவீங்க ? எவ்வளவு பயந்து போயிருந்தா, இப்பிடித் தன்னந்தனியா, ஊரை விட்டு ஊர் ஓடி வந்திருப்பா.... நீ வாடி தங்கம்" என்று மல்லியை இழுத்து அணைத்தாள்.

"உங்க அம்மாவுக்குத்தான் புத்தி பேதலிச்சுப் போச்சுன்னா, உங்களுக்கெல்லாம் என்ன கேடு ? ஒருத்தராவது அனுசரணையா இருக்க மாட்டீங்களா ?"

"போ பெரியம்மா, இவ பெரிய அரிச்சந்திரின்னு இவ சொல்றதைக் கேட்டுட்டுப் பேசாதீங்க. நீங்கல்லாம் குடுக்குற செல்லம்தான், இவ இப்படி ஆடுறா" என்றவனுக்குக் குரல் கூடி இருந்தாலும், மல்லி பத்திரமாக இருக்கிறாள் என்பதைப் பார்த்ததும் மனசு குளிர்ந்துவிட்டது.

பெரியம்மாவின் சப்போர்ட் இருக்கும் தைரியத்தில் மல்லி மறுபடியும் மொச்சைப் பயறுத் தட்டை எடுத்து அழுகையும் சிரிப்புமாய் தின்னத் தொடங்க, "குந்தாணி கெணக்கா திங்குற மூஞ்சியைப் பாரு" என்றவன், "சரி பெரியம்மா, நான் சாயங்காலம் ஸ்கூல் விட்டதும் வந்து இவளைக் கூட்டிட்டுப் போறேன். நேரமாச்சு" என்று கிளம்ப யத்தனித்தான்.

“இருடா, கொஞ்சம் பழையசோறு கெடக்கு. சாப்பிட்டுப் போ. வெறும் வயித்தோடுதானே கௌம்பியிருப்பே” என்று அழைத்தவளிடம், “இல்ல பெரியம்மா, லேட்டா போனா சிட்டிசன்சிப் மாஸ்டர் கிரவுண்டைச் சுத்தி ஓடவிடுவாரு” என்றபடி சைக்கிளை எடுத்துத் தள்ளி ஏறினான்.

முதல் நாள் மதியவாக்கில் வீட்டில் இருந்து மில்லுக்குப் போய்க் கொண்டு இருந்த பெரியப்பாவின் கால்களை ஓடி வந்து கட்டிக் கொண்ட மல்லியை “ஏ புள்ள, இங்க எப்பிடிடி வந்த ?” என்று பதறித் தூக்கியவர், அவள் அழுகையைப் பார்த்ததும் மேற்கொண்டு விசாரிக்காமல், தன் மேல் துண்டால் அவள் கண்ணீரையும் முகத்தையும் துடைத்துவிட்டு, “அழாதடி என் செல்லம். வா வீட்டுக்குப் போலாம்” என்றவர், எதிரில் வந்தவரிடம், “என்னமோ தெரியலை, புள்ள தனியா ஊர்ல இருந்து நடந்தே வந்திருக்கு. ஒண்ணும் சொல்ல மாட்டேங்குது” என்றபடி வீட்டுக்குக் கூட்டிப் போனார்.

நடக்கும்போதே மல்லியிடம் என்ன நடந்தது என்று சின்னச் சின்னக் கேள்விகளாகக் கேட்டு நடந்ததையெல்லாம் தெரிந்து கொண்டார். அவருக்கு கோவிந்தம்மாவின் கோபத்தைப் பற்றி நன்றாகவே தெரியும். சொந்த அக்காள் மகள்தானே. இவர் பார்க்க வளர்ந்தவர்கள் இலட்சுமியும் கோவிந்தம்மாவும். கணவனை இழந்த அக்கா, அரும்பாடுபட்டு இவர்களை வளர்த்தார். மூத்தவள் இலட்சுமியைத் தன் தம்பிக்குத் திருமணம் செய்து வைத்தார். கோவிந்தம்மாவுக்கு இவர் பார்த்த மாப்பிள்ளைதான் ராஜு நாயக்கர். நல்ல மனுஷன். பாவி அல்பாயுசுல போய்ச் சேர்ந்துட்டான். தகப்பனில்லாத புள்ளைங்க. அம்மாகாரியாலயும் அனுசரிக்க முடியலேன்னா எங்க போவும்... ஹும்... கோவிந்தம்மாவும் பாவம்தான். இந்த வயசுல புருஷனை வாரிக் கொடுத்துவிட்டு, வெள்ளைப் புடவையும் வெறும் நெத்தியுமா... யாரைக் குத்தம் சொல்ல முடியும் ? என்று யோசித்தபடி நடந்தார்.

வாசல் கொடியில் துவைத்த துணிகளைக் காயப்போட்டுக் கொண்டு இருந்த இலட்சுமி பெரியம்மாவுக்கு மல்லியைப் பார்த்ததும் சந்தோஷம், ஆச்சர்யம். என்னங்க... புள்ள தனியாவா வந்திருக்கு ? வேற யாரும் வரலியா ? ஏம்மா, ஊர்க்காரங்க

யாரோடாச்சியும் வந்தியா ? என்று கேட்டவளாக மல்லியைத் தன் இடுப்போடு சேர்த்து அணைத்துக் கொண்டார். மல்லி மறுபடியும் அழத் தயாரானாள். "சரி, சரி, நா ஒண்ணும் கேக்க மாட்டேன். நீ அழாதே" என்றவள், எந்நேரத்துக்குச் சாப்பிட்டியோ வா, சாப்பிடு என்று சிறிய வெண்கல வட்டிலை எடுத்து வைத்து, சுடுசோற்றைப் போட்டு குழம்பு ஊற்றினாள். மாங்காய், கத்தரிக்காய் போட்ட குழம்பு. மல்லிக்கு மாங்காய் பிடிக்கும். நல்ல பசி. கை நிறைய அள்ளி ஆசையாகச் சாப்பிட்டாள். மல்லியிடம் பெரியம்மா மெள்ளப் பேச்சுக் கொடுத்து, நடந்தவற்றை வாங்கிக் கொண்டாள். தன்னுடைய தவறுகளைப் பற்றி எதுவும் சொல்லாமல் அம்மா, சும்மா சும்மா தன்னை அடிக்கிறாள் என்றும் தாத்தா எப்போதும் திட்டிக் கொண்டே இருக்கிறார் என்றும், அக்கா, நறுக் நறுக்கென்று கொட்டுகிறாளென்றும் தன்னுடைய தீரா மனக் குமுறல்களைக் கொட்டித் தீர்த்தாள். ஆதங்கப்பட்ட பெரியம்மா, 'வுடும்மா செல்லம், ஒங்க பெரியப்பாகிட்ட சொல்லி அவங்களைக் கண்டிக்கச் சொல்லுவோம்' என்று மல்லியைக் கொஞ்சிக் கொண்டு திரிந்தார்.

பாவம் உலகநாதன், முதல் நாள் இரவும் சாப்பிடவில்லை. காலை யிலும் ஒன்றும் கிடையாது. மதியத்துக்கும் ஒன்றும் எடுத்து வரவில்லை. அவன் வாழ்க்கையில் பசி பட்டினி எல்லாம் பழகிப்போன விஷயங்கள். அதில் பெரிதுபடுத்த ஒன்றுமில்லை. 'பேரு பெத்த பேரு. தாக நீலு லேது' என்பார்களே. அப்படி ஊராரின் மரியாதைக்குரிய குடும்பம்தான். ஆனால், ராஜு நாயக்கரின் சாவுக்குப்பின், நொடித்துப் போய்விட்டது. விளையும் நெல், சோற்றுக்கும் செலவுக்குமே போதாது. தாத்தாவின் பெட்டிக் கடை வருமானமும் சொல்லிக் கொள்வதுபோல் இல்லை. அது தாத்தாவுக்கு பொழுதைத் தள்ளவும், சில்லறைச் செலவுகளுக்கு மட்டுமே பயன்பட்டு வந்தது. உலகநாதன் வாயைக் கட்டி வயிற்றைக் கட்டி படிப்பு ஒன்றையே குறியாகக் கொண்டு படிக்க வேண்டிய சூழல்.

உலகநாதன்தான் அம்மாவின் ஒரே நம்பிக்கை. அவன் தலையெடுத்துத்தான் இரண்டு தங்கைகளையும் குடும்பத்தையும் கரையேத்தணும் என்று அடிக்கடி சொல்வார். வம்பு வல்லடிக்குப்

போகாத, பெரியவர்களை மதிக்கத் தெரிந்த, ஊரார் மெச்சும் குணசாலி உலகநாதன். "பையன்னா அது ராஜூ நாயக்கர் பையன் மாதிரி இருக்கணும்ப்பா" என்று மற்றவர்கள் சொல்லக் கேட்கும்போது, கோவிந்தம்மாளுக்குப் பெருமையாக இருக்கும்.

சாயங்காலம், பள்ளிக்கூடம் விட்டதும் பெரியம்மா வீட்டுக்கு வந்தான். அதற்குள் பெரியம்மா, மல்லியைப் பலவாறாகச் சமாதானப் படுத்தி, அண்ணனுடன் வீட்டுக்குச் செல்லத் தயார் நிலையில் வைத் திருந்தார். பெரியம்மா பாசத்தோடு போட்டதைச் சாப்பிட்டான் உலகநாதன்.

யாரும் அடிக்கக் கூடாது, ஒரு வார்த்தைத் திட்டக் கூடாது, அவளை அழவிடக் கூடாது என்ற உத்தரவாதங்களை, பெரியம்மா சாட்சியாக அண்ணன் வாயிலிருந்து வாங்கிக் கொண்ட பின்னரே, மல்லி புறப்பட ஒப்புக் கொண்டாள்.

சைக்கிள் கேரியரில் ஒரு பழைய துண்டை நாலாக மடித்துப் போட்டு, மல்லியைத் தூக்கி உட்கார வைத்தார் பெரியம்மா. கேரியரின் இரண்டு பக்கங்களிலும் காலைத் தொங்கவிட்டபடி, சீட்டின் அடியைக் கெட்டியாகப் பிடித்துக் கொண்டாள். "பெரியப் பாட்ட சொல்லிருங்க பெரியம்மா, இன்னொருவாட்டி வரும்போது பாக்கறேன்" என்று உலகநாதன் சீட்டில் உட்கார்ந்து பெடலை மிதித்தான்.

வீடு வந்து சேரும்போது, நன்றாக இருட்டத் தொடங்கி விட்டது. மல்லியின் குடும்பமும், அக்கம்பக்கத்திலுள்ள சிலரும் ஒரு சிறு கூட்டமாக வீட்டுக்கு முன்னால் நின்றிருந்தனர்.

உலகநாதன், ஒரு பக்கம் தரையில் காலூன்றிச் சைக்கிளை நிறுத்தியதும், மல்லி பின் ஸீட்டிலிருந்து குதித்து ஓடத் தயாரானாள். "அடிப் பாதகத்தி, ஒரு நாள்ல எங்களை உயிரோட கொன்னுட்டி யேடி" என மல்லியை அடிப்பதற்காகக் கையை ஓங்கிக் கொண்டு அம்மா வர, "அம்மா, அம்மா அவளை அடிக்காதீங்க. நா பெரியம்மா கிட்ட சத்தியம் பண்ணிக் குடுத்துக் கூட்டியாந்திருக்கேன்" என்று குறுக்கே தடுத்தான் உலகநாதன். "கழுத வந்திருச்சுல்ல விடுவிடு" தாத்தாவும், பெரியண்ணாவும் தங்கள் உணர்ச்சிகளை வெளிப் படுத்திக் கொள்ளவில்லை. ஓடி வந்த தாரா, தன் தங்கச்சியைப்

பாசத்தோடு அணைத்துக் கொண்டாள். "எல்லாம் என் தலைவிதி" என்று சலித்ததவளாக கோவிந்தம்மாவும் வீட்டுக்குள் போக கூடி நின்ற கூட்டம் மல்லியை, "அடியே ஆம்பளக்குட்டி" என்று கொமட்டில் குத்தி, அன்பு காட்டப் பெருமையாக நின்றாள் மல்லி.

'இந்தாடி' என்று மல்லியின் முதுகைச் சுரண்டினான் இலட்சுமணன். தலைக்கட்டுடன் இருந்தவனைப் பார்த்ததும் மல்லி மருண்டு விலக அவன் ஈயென்று சிரித்தபடி நீட்டினான்.

"ஹை, புது பலூன்!"

●

4

பொங்கலோ பொங்கல்

கிராமத்தில் பண்டிகை என்றால், அது பொங்கல்தான் !

“தீஞ்ச தீபாவளி வந்தா என்னா?
காஞ்ச கார்த்திகை வந்தா என்னா?
மவராச(ன்) பொங்க வரணும்
மண்டி போட்டுத் திங்கணும்”

என்று பசிப்பிணியை விரட்டும் நாளாக பொங்கல் வரவேற்கப்படும். மார்கழி மாதப் பனியிலேயே தொடங்கிவிடும் தைப்பொங்கலுக்கான தயாரிப்பு வேலைகள்.

தினமும் பொழுது விடிவதற்குள் கருக்கலிலேயே வயசுப் பெண்கள் தங்கள் வீட்டு வாசல்களைக் கூட்டி, பசுஞ்சாணம் தெளித்து, ஈரத்தைப் போக்க பெருக்குமாறால் அடித்துக் கூட்டி, கொஞ்சம் உலறவிடுவார்கள். அழகழகான கோலங்கள் போட்டு, நடுநடுவே சாணிப் பிள்ளையார்களை வைத்து அவற்றின் தலைகளில் பரங்கிப் பூக்களைச் செருகி அழகு சேர்ப்பார்கள். ஒவ்வொரு நாளும் யார் பெரிதாகக் கோலம் போடுகிறார்கள். அதிகமான எண்ணிக்கையில் பூக்களை வைக்கிறார்கள் என்பதில் போட்டியே நடக்கும்.

அக்காக்களின் கோலங்களுக்காக, தம்பிகளும் தங்கைகளும் முதல் நாள் மாலையே தோட்டம் தோட்டமாக அலைந்து அடுத்த நாள் மலரவிருக்கிற மொட்டுக்களைப் பறித்து வருவர். அவை இரவில்

அண்டா தண்ணீரில் போட்டு வைக்கப்பட்டு, அடுத்த நாள் சாணிப் பிள்ளையார்கள் தலையில் இடம் பிடிக்கும். தாராவுக்கான பூக்களைப் பறித்து வருவதில் மல்லி கில்லாடி. யார் வீட்டுத் தோட்டமானாலும் நைசாக உள்ளே நுழைந்து, பறித்துக் கொண்டு ஓடி வந்துவிடுவாள்.

பொழுது சாயும் வரை, கோலத்தின் மீது வீற்றிருக்கும் இந்த சாணிப் பிள்ளையார்கள் பொழுது சாய்ந்ததும் பூக்களோடு சேர்த்தெடுக்கப்பட்டு, ஒவ்வோர் உருண்டையும், ஒரு வரட்டியாக சுவரில் அறைந்து தட்டப்படும். இப்படி மார்கழி முப்பது நாளும் தட்டி வைக்கப்படும் வரட்டிகளைக் காய்ந்ததும், பொங்கல் நாளன்று பொங்கல் பானை அடுப்பில் விறகோடு சேர்த்து எரிப்பதற்குப் பயன்படுத்திக் கொள்வார்கள். அப்படிச் செய்வது விசேஷமானது என்பது நம்பிக்கை.

வீடுகளைச் சுத்தம் செய்வது, சுவர்களுக்குச் சுண்ணாம் படிப்பது, விசேஷ நாட்களுக்கென்றே பரண்மேல் வைக்கப்பட்டு இருக்கும் பித்தளைச் சாமான்களைக் கீழிறக்கி, புளி போட்டுப் பளபளவென்று தேய்த்து வைப்பது, பலகாரங்கள் செய்யத் தேவையான தானியங்கள், மாவு, எண்ணெய் போன்றவற்றைச் சேகரிப்பது, திருமணமாகி வெளியூர்களில் இருக்கும் தங்கள் வீட்டுப் பெண்களுக்கு ‘பொங்கச் சீர்’ அனுப்பி வைப்பது, பிள்ளைகளுக்கும் குடும்பத்தினருக்கும் துணிமணி எடுப்பது, நகை நட்டு வாங்குவது என கைகொள்ளா வேலைகளோடு பரபரப்பாக இருக்கும் கிராமம்.

நெல் அறுவடை காலமென்பதால், விவசாயக் கூலிகள் வீடுகளிலும் சொல்லிக் கொள்ளும்படி கொஞ்சம் நெல் சேர்ந்திருக்கும். வயிறாரச் சாப்பிட வீட்டில் சோறு இருக்கும். அவ்வப்போது சேர்த்த நெல்லில் கொஞ்சம் விற்றுக் காசு பார்ப்பதும் உண்டு. தங்களுக்கு, குழந்தைகளுக்கு வேண்டிய புதுத் துணிகள், பாத்திர பண்டங்கள் வாங்குவது என இல்லாதபட்டவர்கள் வீடுகளிலும் சந்தோஷம் நடமாடும்.

ஊருக்குள் சிறு வியாபாரிகள் நடமாட்டமும் இருக்கும். வளையல்காரர்கள், புடவைக்காரர்கள், வெள்ளிக்கால் கொலுசு, அரைஞாண் கொலுசு, ரிப்பன், குஞ்சம், ஹேர்பின், கண் மை, பவுடர்

டின், சாந்துப்பொட்டு, கலர் குங்குமம் விற்பவர்களால் தெருக்கள் கலகலக்கும்.

இதுதவிர, குறிப்பிட்ட குடும்பங்களுக்கு, குறிப்பிட்ட வியாபாரிகள் வருவதென்பதும் உண்டு. கிராமத்தின் நல்ல நாள், பெரிய நாள், திரு விழா, பண்டிகை எனத் தெரிந்து வைத்துக் கொண்டு, அந்த நேரத் துக்குத் தோதாக வந்து சேர்வார்கள். சில நேரங்களில் பொருள்களைக் கொடுத்துவிட்டு, பிற்பாடு காசு புழங்கும் சமயத்தில் வந்து வசூலித்துக் கொண்டு போவதும் அவர்களின் வாடிக்கையாக இருந்தது.

மல்லியின் வீட்டுக்கும் இப்படிப்பட்ட சிறு வியாபாரிகள் வந்து செல்வர். அப்படி வருபவர்களில் வளையல்கார செட்டியாரண்ணனும் ஒருவர். நெடுநெடுவென்று வளர்ந்த தோற்றத்தோடு, நெற்றியில் சிகப்பு ஒற்றைக் கோடு நாமத்தோடு, வளையல் மூட்டையைச் சுமந்து சுமந்து, சற்றே வளைந்த முதுகோடு, வாய் கொள்ளாப் பேச்சோடு செட்டியார் வருவதைப் பார்க்கும்போதே இளம் பெண்களுக்கு உற்சாகம் பொங்கும். அப்போது டவுனில் ஓடிக்கொண்டு இருக்கும் சினிமாப் படங்களின் பெயரோடு இணைத்து புது டிஸைன் வளையல்களுக்குப் பெயர் சூட்டியிருப்பார். வளையல்கள் மாட்டிக் கொள்வதற்காக, பெண்கள் போட்டி போட்டுக் கொண்டு கைகளை நீட்டுவர் - செட்டியாரின் வியாபாரம் கனஜோராக நடக்கும்.

ஊரிலிருந்து திருமணமாகாத வயசுப் பெண்களில் தாராதான் அழகானவள் என்று ஒரு பேச்சு. சற்று சிவந்த நிறத்தோடு, எடுப்பான மூக்கும், பெரிய கண்களுமாக இடுப்புக்குக் கீழ்வரை நீண்டு வளர்ந்த தலைமுடியோடு சராசரி கிராமத்துப் பெண்ணைக் காட்டிலும் கொஞ்சம் கூடுதலான நாகரிகத் தோற்றத்தோடு இருந்த தாரா, பதவிசான பெண் என்பதாலும் எல்லோருக்கும் பிடிக்கும். மூத்த மகள் குறித்து கோவிந்தம்மாவுக்கு உள்ளூரப் பெருமைதான். தாராவுக்கு தோடு, ஜிமிக்கி, வெள்ளிக் கால் கொலுசு, விதவிதமான கண்ணாடி வளையல்கள், ஜார்ஜெட் தாவணி என்று வாங்கிப் போட்டு அழகு பார்க்கும் கோவிந்தம்மா, மல்லிக்கு ஒன்றும் செய்வதில்லை. 'நீ தொலைச்சிடுவே, ஓடச்சிடுவே' என்று சமாதான விளக்கம். மல்லிக்கு எரிச்சல் எரிச்சலாய் வரும்.

பொங்கல் பண்டிகைக்கு, பத்து நாட்களுக்கு முன் வளையல்காரச் செட்டியாரண்ணன், மூட்டையைச் சுமந்த வண்ணம் தெருவுக்குள் நுழைந்தார். வழியில் கூப்பிட்டவர்களிடம், 'கடைக்கார நாயக்கர் வூட்டுக்கு வாங்க' என்று அறிவித்தவராக, நேராக கோவிந்தம்மாவின் வீட்டுக்கு வந்தார். இரு தோள்களிலும் மாட்டி முதுகில் சுமந்து வந்த மூட்டையை மெள்ளப் பத்திரமாக உள்வாசலில் இறக்கி வைத்தார். நன்கு பழகிய குடும்பம் என்பதால், செட்டியார் உரிமை எடுத்துக் கொண்டு, உள்வீடு வரை வருவார்.

'என்ன நாய்க்கரே, பொங்கல் வந்தாச்சா' என்று குரல் கொடுத்துக் கொண்டு தாத்தாவின் கடை வீட்டினுள் சென்றார். 'வாங்க செட்டியாரே, நீங்க வந்தா பொங்கல் வந்த மாதிரிதான், ஒக்காருங்க' என்று தாத்தா உபசரித்தார். செட்டியாரின் குரல் கேட்டு அங்கு வந்த தாராவிடம், 'குடிக்க கொஞ்சம் தண்ணி கொண்டாம்மா' என்றார். அவள் கொண்டு வந்து கொடுத்த தண்ணீர்ச் சொம்பை கையில் வாங்கி தன் அருகில் வைத்தவராய், ஊர் நிலவரம் குறித்தும், பயிர் பச்சை குறித்தும் தாத்தாவிடம் ஓரிரு நிமிடங்கள் பேசிவிட்டு, சொம்பை எடுத்து மடக்மடக்கென்று தண்ணீரைக் குடித்தார். காலி சொம்பை தாராவிடம் நீட்டியவராய், எழுந்து வளையல் மூட்டை இருந்த இடத்துக்கு வந்தார்.

அதற்குள் தெருப் பெண்கள் ஏழெட்டுப் பேர் கூடி விட்டார்கள். விளையாடப் போயிருந்த மல்லியும் விஷயம் தெரிந்து வந்துவிட்டு இருந்தாள்.

வளையல் மூட்டை மேல் போட்டு இருந்த சிறிய கம்பளிச் சாக்கை எடுத்து உதறிப்போட்டு அதன்மீது சப்பணங்கால் போட்டு அமர்ந்தார் செட்டியார்.

முதலில் தாராவுக்கு வளையல் போட்டுவிட எண்ணியவர், அங்கிருந்த படியே குரல் கொடுத்தார். "என்ன, பெரிய நாயக்கரே, புது டிஸைன்ல வளையலெல்லாம் வந்திருக்கு. பேத்திக்குப் போட்டு விடவா?" என்று கேட்டார். "போட்டுவிடுங்க, செலவு வைக்கத்தானே வந்திருக்கீங்க" என்று அனுமதித்தார். மூட்டையில் இருந்து வளையல் ரோல்களை ஒவ்வொன்றாக எடுத்து வைத்துக் கொண்டு இருந்த செட்டியாருக்கு எதிரில் மகிழ்ச்சியுடன்

உட்கார்ந்த தாரா தன் வலது கையை நீட்டினாள். வளையல்களை ஒவ்வொன்றாக ரோலிலிருந்து உருவி, விரிசல் இருக்கிறதா என தன் விரல்களாலேயே சோதித்துப் பார்த்த பின், மூன்று வளையல்களாக, மூன்று முறை வலது கையில் போட்டுவிட்டார். அதேபோல் இடது கையிலும்... முடிந்தது. தாரா தன் இரு கைகளையும் கூப்பி செட்டியாருக்கு ஒரு கும்பிடு போட்டாள். கும்பிட்ட கைகளைச் சேர்த்துப் பிடித்து, 'மகராசியா இரும்மா' என்று செட்டியார் வாழ்த்தினார். தாரா இடத்தை விட்டு எழுந்தாள்.

தாரா இடத்தைக் காலி செய்ததும், 'அடுத்து யாரும்மா போட்டுக் கிறீங்க ?' என்று செட்டியார் சுற்றி நின்ற பெண்களைப் பார்த்துக் கேட்டார். சந்து வீட்டு பாக்கியம், முனனே வந்து உட்காரப் போனாள். அக்காவுக்குப் போட்டுவிட்டபின் தனக்குத்தான் வளையல் போட்டுவிடுவார் என்ற எதிர்பார்ப்புடன் நின்று கொண்டு இருந்த மல்லி, தன் வலது கையை நீட்டினாள். இவளைப் பற்றிய குடும்பத்தாரின் மதிப்பீட்டைப் புரிந்து வைத்திருந்த செட்டியார், தாத்தாவுக்குக் குரல் கொடுத்தார். 'என்ன கடைக்காரரே ஒங்க சின்னப் பேத்திக்கும் வளையல் போட்டுடவா ?' என்று கேட்டார். "வேணாம்... வேணாம். நீங்க போட்டுவிட்ட அடுத்த நிமிஷமே ஒடைச்சு எறிஞ்சுட்டு வந்து நிப்பா. அந்த ராகுகாலத்துக்குப் போட வேணாம்" என்று தாத்தா தடுத்தார்.

செட்டியார் முன் கையை நீட்டி உட்கார்ந்திருந்த மல்லிக்கு அவமானமாகப் போயிற்று. அழுகையும் ஆத்திரமும் பொங்கியது. விசுக்கென்று எழுந்தவள், சீத்துபூத்தென்று அழுது கொண்டே அடுக்களை நோக்கி ஓடினாள். அம்மாவிடம் பிராது சொல்ல... தாத்தா அக்காவுக்கு மட்டும் வளையல் போட்டுவிடச் சொன்னதையும் தனக்கு இல்லை என்று மறுத்துவிட்டதையும் விம்மலும் விசும்பலுமாகச் சொல்லி முடித்தாள். அம்மா மூலம் நியாயம் கிடைக்கும்; தனக்கும் வளையல் போட்டு விடும்படி சொல்வார் என நம்பிக்கையோடு பிராதை முடித்தாள்.

"ஆமா, ஒம் மொகரக்கட்டைக்கு, அது ஒண்ணுதேன் கொறச்சல். வளையலைப் போட்டுகிட்ட அடுத்த நிமிஷமே, புளியம் பழம் உலுக்குறேன், கொய்யாக்கா பறிக்கிறேன்னு மரத்து மேலே ஏறி ஆட்டம் போடுவே. வளையல் முச்சூடும் ஒடைச்சுப்புட்டு வந்து

நிப்பே. காசுக்குக் கேடு. போ, போ, அந்த கெழவன்கிட்ட நான் வந்து ஒனக்காவ சிபாரிசு பண்ண மாட்டேன்" என்று தீர்மானமாக மறுத்துவிட்டார்.

எரிச்சலும், ஏமாற்றமும், கோபமுமாக விசிறி எறியப்பட்ட அம்பாக வெளியே வந்தாள் மல்லி. செட்டியார், பாக்கியத்தின் வலது கையை விரல்களோடு இறுகப் பிடித்து, தோதாக வளையல்களை மாட்டிக் கொண்டு இருந்தார். அங்கு வந்த மல்லி, மூட்டையிலிருந்து கீழே எடுத்து வைக்கப்பட்டிருந்த வளையல் ரோல்களில் இரண்டைத் தாவி எடுத்தாள். 'ஐயோ, என்ன செய்யப் போற? அது உடைஞ்சிரும்' என்று பதறி செட்டியார் தடுப்பதற்குள், தன் கையில் எடுத்த ரோல்களை தாத்தா கடை இருந்த திசையில் வீசி அடித்தாள். ரோல்கள் சுவரில் பட்டு, கண்ணாடி வளையல்கள் சில்லுச் சில்லாக உடைந்து சிதறின. 'ஐயையோ, என் வளையல் எல்லாம் போச்சே' என்று செட்டியார் ஓலமிட்டார். உள்ளேயிருந்து அம்மாவும் கடையிலிருந்து தாத்தாவும் வருவதற்கு முன் மல்லி, தெரு வாசலைத் தாண்டி வீதிக்குத் தாவினாள்.

"அவளைப் புடிங்க புடிங்க" என்று குரல் கொடுத்தபடியே கோவிந்தம்மா பின்னால் ஓடி வந்தாள். அம்மாவின் கையில் கிடைத்தால் இன்று சட்னிதான் என்று மல்லி மறுபடியும் ஓடத் தொடங்கினாள்.

●

5

சாமா என்றொரு...

"டே, சாமா, நாயுடாத்துப் பந்தல்லே, பொடலங்கா(ய்) நன்னா காச்சித் தொங்கறது. ஆத்லேருந்து, ஜலம் எடுத்துண்டு வரச்சே பாத்தேன். நீ, அந்தத் தெருப்பக்கம் தபால் குடுக்கப் போறச்சே கணக்கப்பிள்ள அம்மா கேட்டான்னு சொல்லி, பிஞ்சா ரெண்டு கா(ய்) அறுத்துண்டு வா. அப்படியே, செட்டியாராத்து கூரை மேல, கல்யாண பூசணி உருண்டு தெரண்டிருக்கு. அதுலே பிஞ்சா ஒண்ணு பாத்து பறிச்சி எடுத்துண்டு வா" என்று உத்தரவிட்டபடியே தண்ணீர் குடத்துடன் வீட்டிற்குள் நுழைந்தார் ஊர் கணக்குப்பிள்ளையின் அம்மா.

'சரிம்மா' என்ற சாமா, அவர் தலை மறைந்ததும், "இந்தக் கெளவிக்கு இதே பொளப்பா போச்சி. ஊர்க்காரங்ககிட்டேயிருந்து அதெ வாங்கிட்டு வா, இதை வாங்கிட்டு வா"-ன்னு என்று முணுமுணுத்தவனாய், கணக்கப் பிள்ளை ஐயரிடமிருந்து தபால் களைப் பெற்றுக் கொள்ள திண்ணையருகே ஒதுங்கி நின்றான்.

அழகான அந்த கிராமத்தின் கணக்குப்பிள்ளையான ஐயர்தான் தபால் அதிகாரியாகவும் செயல்பட்டுக் கொண்டிருந்தார். கிராமத்தில் இருந்த ஒரே பார்ப்பன குடும்பமும் அதுதான். ஆண்களின் சராசரி உயரத்திற்குச் சற்றுக் குறைவான உயரமும், வெளுத்த நிறமும் கொண்ட ஐயர். ஐந்தாம் நாள் பிறை நிலா அளவுக்கு, நெற்றிக்கு மேல், முன் தலைமுடியை மழித்துக் கொண்டிருப்பார். இடுப்பு வரை நீண்டிருந்த தலைமுடியை, பின்னோக்கி வாரி குடுமியாக்கியிருப்பார். அவருடைய மூத்த

பையன் தாந்தோணியும், மல்லியும் இரண்டாம் வகுப்பில் ஒன்றாகப் படித்துக் கொண்டிருந்தார்கள். நல்ல நண்பர்கள்.

யார் சொல்லி மனதில் பதிந்ததோ தெரியவில்லை. ஐயரைப் பார்க்க நேரும் போதெல்லாம், மல்லிக்கு 'ஆலும் வேலும் பல்லுக்குறுதி, ஐயர் குடுமி கையிக்குறுதி' என்ற வரிகள் மனதில் ஓடும். ஐயர் பக்கத்தில் இல்லை யென்றால், இந்த வரிகள் பாட்டாகவும் இழுக்கப்படும். சில சமயங்களில் மற்ற பிள்ளை களையும் சேர்த்துக் கொண்டு, சேர்ந்திசையாகப் பாடுவதுமுண்டு. அருகில் நிற்கும் பெரியவர்களில் சிலர் கண்டிப்பார்கள். சிலர் இரசிப்பார்கள்.

சாமாவுக்கு அவனது பெற்றோரிட்ட பெயர் சாமிநாதன் என்பது. அது அவர்களுக்கேகூட மறந்திருக்கும். ஊர்ப் பெரியவர் களும், குஞ்சு குளுவான்களும்கூட சாமா என்றே அழைப்பது வழமையாகிவிட்டது. என்ன, சிறுவர்கள், நேரே பேசும்போது சாமாண்ணே என்று வயதுக்கு மரியாதை கொடுத்து அழைப்பார்கள். அந்தப் பாசமே சாமாவுக்குப் போதுமானதாக இருந்தது.

சாமா கிராமத்து சிறுபிள்ளைகளுக்கு ஒரு சுவாரஸ்யமான நபர். பொதுவாக, கிராமத்தில், கல்யாணம், தேர், திருவிழா போன்ற விசேஷ நாட்களில்தான், ஆண்கள் தங்கள் மேல் உடம்பை மறைத்து ஒரு பனியனோ, சட்டையோ போடுவார்கள். ஏதேனும் வேலை, சோலி நிமித்தமாக பக்கத்து டவுனுக்கோ, வெளியூர்களுக்கோ செல்லும்போது சட்டையும், தோளில் துண்டும் அணிவார்கள். பெண்கள் ஜாக்கெட் போடுவது என்பது முழுமையாகப் பரவியிராத கலாச்சார சூழல். மல்லியின் அம்மாகூட, மல்லியின் அப்பா இறந்ததும், ஜம்பர் போடுவதை விட்டுவிட்டார். அதுவரை போட்டுக் கொண்டிருந்த ஜாக்கெட்டுகள் எல்லாம் அடுக்குப் பானைக்குள் திணிக்கப்பட்டுவிட்டன. அப்போது அம்மாவுக்கு இருபத்தாறு வயதுதான் என்றாலும், 'தாலியறுத்தவ ரவுக்(ை)க போட்டுக்கக் கூடாது' என்பது கிராமத்து நடைமுறை. அதை மீறுவதற்கு, இளம் பெண்களுக்குக்கூட, துணிவும் தெளிவும் ஏற்பட்டிருக்கவில்லை.

ஆனால், சாமா மட்டும், இரவு பகல் இருபத்து நான்கு மணி நேரமும், மேல் சட்டையோடுதான் இருப்பான். அவனைச்

சட்டையில்லாமல் யாரும் பார்த்திருக்கவே முடியாது. வெள்ளை காடா துணியில் குட்டைக் கைகளுடன் பெண்களின் ஜாக்கெட் போலவும் இல்லாது, ஆண்களின் பனியன் போலவும் இல்லாது, இடுப்பு வரை தைக்கப்பட்ட வித்தியாசமான மேல்சட்டை. சட்டையின் இரண்டு பக்கங்களிலும் 'சைட் பாக்கெட்' உண்டு. இந்த சட்டைக்கு மேலே, பெண்கள் தாவணி போட்டுக் கொள்வது போல, துண்டு படர்ந்திருக்கும். அடர்த்தியாக, கருகருவென்றிருக்கும் தலைமுடியை வகிடெடுக்காமல், பின்னோக்கிச் சீவி பெரிய கொண்டையாகப் போட்டிருப்பான். அதில், சிறு சிறு சலங்கை களுடன் கூடிய ஒரு பெரிய வெள்ளிக் கொண்டை யூசி சொருகப் பட்டிருக்கும். சமயங்களில், கொண்டையின் மீது ஒரு கிள்ளு மல்லிகைப்பூவோ, ஒத்த ரோசாவோ, மருக்கொழுந்தோ இடம் பெறுவதும் உண்டு.

கிராமத்திற்கு தபால் சேவை அறிமுகப்படுத்தப்பட்ட போது, பகுதி நேர தபால்காரனாக இருபது வயது சாமா வேலைக்கு அமர்த்தப்பட்டவன். வேலை வெட்டியில்லாமல் ஐயர் வீட்டிலும், மற்ற பெருந்தனக்காரர்கள் வீட்டிலும், கூப்பிட்ட குரலுக்கு கூடமாட ஒத்தாசைகள் செய்து கொண்டு அவர்கள் கொடுப்பதை வாங்கி பொழுதுபோக்கிக் கொண்ருந்த சாமிநாதனுக்கு ஐயர் செய்த உபகாரம்.

ஊர்க்காரர்களுக்கு வரும் கடிதங்களை, முந்தின நாள் அந்தி சாயும் நேரத்தில் டவுனிலிருந்து வரும் ரன்னர் கொண்டு வந்து, ஐயர் வீட்டில் ஒப்படைத்து விடுவார். அவைகளை அடுத்த நாள் உரியவர்களிடம் கொடுப்பது சாமாவுடைய வேலை. சாமாவுக்கு படிப்பறிவு இல்லை என்றாலும், யார், யார் வீட்டிற்கு என்று சொல்லி, ஐயர் கொடுக்கும் தபால்களை சரியாகவே பட்டுவாடா செய்து விடுவான். மிஞ்சிப் போனால், நாளொன்றுக்கு ஐந்து அல்லது ஆறு கடிதங்கள், மாதத்தில் நான்கு, ஐந்து மணியார்டர்கள் வரும். மணியார்டர் வந்திருக்கும் செய்தியைச் சொன்னால், உரியவர்கள் நேரே கணக்குப்பிள்ளை வீட்டிற்குச் சென்று கையெழுத்தோ, கைநாட்டோ போட்டுப் பணத்தைப் பெற்றுக் கொள்ளு வார்கள். அப்படியே கடிதங்களை மாற்றிக் கொடுத் தாலும், வாங்கும் பெண்கள் பார்த்துவிட்டு, 'இது எங்கவூட்டு

கடுதாசி இல்ல. அவங்க வூட்டுது' என்று திருப்பித் தந்து விடுவார்கள். எனவே சாமாவுக்கு இதில் சிரமமேதும் ஏற்படுவதில்லை.

கிராமத்தில் வயசுப் பெண்கள், அந்நிய வாலிபர்களோடு பேசுவது என்பது அபூர்வமான விஷயம். தங்கள் அண்ணனையோ தம்பியையோ தேடி வீட்டிற்கு வரும் நண்பர்களோடு ஒன்றிரண்டு நிமிடங்கள் பேச நேரிடும் போதுகூட பாதி மூடிய கதவுக்குப்பின் நின்று கொண்டு கவனமாக 'அண்ணா', 'தம்பி' போட்டுத்தான் பேசுவார்கள். தங்களுக்கு எத்தகைய தவறான எண்ணமும் கிடையாது. அவர்களும் தவறான எண்ணம் கொள்ளக் கூடாது என்பதன் வெளிப்பாடு.

ஆனால், சாமா, எல்லா வீடுகளிலும், எல்லா வயதுப் பெண்களோடும் சகஜமாகப் பேசுவான், சிரிப்பான். அவர்களும் அப்படித்தான். சக பெண்களோடு பேசுவதுபோல, எத்தகைய மனத்தடங்கலும் இல்லாமல் பேசுவார்கள். வழியில் பார்த்தாலும் இயல்பாக ஒருவரை ஒருவர் விசாரித்துக் கொள்வார்கள். வீட்டிலிருப்பவர்களோ, மற்றவர்களோ இதைத் தவறாகக் கருதுவதோ, கண்டிப்பதோ இல்லை. சாமா எல்லோருக்கும் வேண்டப்பட்டவன்.

வெறுமே கடுதாசியைக் கொடுத்துவிட்டு ஒரு பேச்சும் பேசாமல் செல்லுவது அவன் இயல்பு அல்ல. கடுதாசியை வாங்குபவர்களும் இயந்திரத்தனமாய் பெற்றுக் கொள்பவர்களல்ல. நின்று, நிதானித்து, சேம, லாபங்களையும், ஊர்ச் செய்திகளையும் பகிர்ந்து கொள்வார்கள். ஒரு வகையில் அந்தக் கிராமத்தின் வாயொ(னொ)லி சாமாதான். நல்ல நாள் பெரிய நாளன்று வீடுகளில் செய்யப்படும் பலகாரங்கள், பட்சணங்கள் அவனுக்கு என்று கொஞ்சம் வைத்திருந்து கொடுப்பது உண்டு.

கடிதங்கள் பட்டுவாடா செய்த நேரம் போக, ஒரு நாளில் மிஞ்சுகின்ற ஏராளமான நேரம் கணக்குப் பிள்ளை வீட்டு வேலைகளைச் செய்வதற்கு சரியாக இருக்கும். இடையிடையே, டவுனுக்குப் போய்வர வேண்டியிருக்கும். அப்படிப் போகும்போது, தங்களுக்குத் தேவை யானவைகளை வாங்கி வரச் சொல்லி ஊர்ப் பெண்கள் சொல்லியிருக்கின்ற பொருள்களைப் பட்டியலிட்டால்,

ஜாபிதா அனுமார் வால் போல நீளும். ஆனால், சாமாவுக்குத்தான் எழுதப் படிக்கத் தெரியாதே. அவர்கள் சொல்லும் பொருள்களையெல்லாம் தன் மூளையில் பதித்துக் கொண்டு, குத்து மதிப்பாக, விலை சொல்லி காசை வாங்கி வைத்துக் கொள்வான். டவுனில் ஐயர் சொல்லியிருந்த வேலைகளையெல்லாம் முடித்துக் கொண்டு, பெண்கள் கேட்டிருந்த பொருள்களுக்காக கடை கடையாக ஏறி இறங்கி, பேரம் பேசி வாங்கி வருவான். அளவோ, தரமோ கொஞ்சம் கூட குறைவாக இருக்காது. அதேபோல, விலைகளையும் சரியாக கவனத்தில் வைத்துக் கொண்டு, மீதிக் காசை, பைசா சுத்தமாகத் திருப்பித் தந்துவிடுவான். தனக்கு சேர வேண்டுமானால் அழுத்திக் கேட்கமாட்டான். அவர்களே பார்த்துக் கொடுத்தால் உண்டு. கொடுக்கல் வாங்கலில் சாமா கை சுத்தம், வாய் சுத்தம், நம்பி நூறு ரூவா கூட கொடுக்கலாம் என்பது ஊர்ப் பெண்களின் ஒட்டுமொத்த நம்பிக்கை.

அன்றும் அப்படித்தான், டவுனுக்குச் சென்றிருந்த சாமா, கணக்குப்புள்ளை சொல்லியிருந்த சோலிகளை முடித்துக் கொண்டு ஊர்ப் பெண்கள் வாங்கி வரச் சொல்லியிருந்த பொருள்களை - சந்தன சோப்பு, வாசனைப் பவுடர், சாந்துப் பொட்டு, கண் மை, கால் கொலுசு, எண்ணெ(ய்)ச் சட்டி - வாங்கி, காது வைத்த இரு பைகளில் நிறைத்துக் கொண்டான். கனம் அதிகமில்லை. ஒரு பையின் காதுகள் இரண்டையும் இழுத்துக் கட்டி முடி போட்டு இடுப்பில் தூக்கி வைத்துக் கொண்டு, மற்றொரு பையை வலது கையில் பிடித்துக் கொண்டு ஊர் நோக்கி, நடையைக் கட்டினான்.

மதிய சாப்பாட்டு நேரம் தாண்டியிருந்தது. பசி வயிற்றைக் கிள்ளியது. 'ஊர் போய் சேந்துட்டா எந்த வூட்டு மவராசியாவது ஒரு வா(ய்) சோறு தருவா' என்ற நம்பிக்கையோடு கால்களை எட்டிப் போட்டான்.

மெயின் ரோடு திரும்பி, ஆற்றைக் கடந்து, புளியந்தோப்பருகே வந்து கொண்டிருந்த சாமா கண்களில் மல்லி பட்டாள்.

திரும்பத் திரும்ப பார்த்தபடி ஓடிவந்து கெண்டிருந்தாள். அவளுக்கு பின்னால் சற்று தொலைவில் வளையல்காரரின் வளையல்களை உடைத்தெறிந்த மாபெரும் குற்றத்திற்காக மல்லி கட்டாயம் கடுமையாகத் தண்டிக்கப்பட்டே ஆக வேண்டும் என்ற

வெறியுடன் கோவிந்தம்மா துரத்திக் கொண்டு வந்தார். இந்த இருவரின் ஓட்டப் பந்தயத்தைப் பார்த்ததும், மல்லி சம்பந்தப்பட்ட ஏதோ நடந்திருக் கிறது. இப்போது அவள் கோவிந்தம்மாவின் கையில் கிடைத்தாள், அடித்தே கொன்று விடுவாள் எனப் புரிந்து கொண்ட சாமா, சட்டென்று தன் கையிலும், இடுப்பிலும் இருந்த பைகளை புளியுடைக்கும் கல்மேல் வைத்தான். மல்லியை பிடித்து நிறுத்தினான். அவளைத் தன் இடது கையால், இடுப்போடு சேர்த்து, பாதுகாப்பாக அணைத்துக் கொண்டவன், வலது கையை, கோவிந்தம்மாவுக்கும் தனக்கும் இடையே வைத்துக் கொண்டு, அவளின் முன்னேற்றத்தைத் தடுத்தான். அவனைத் தொட்டுத் தள்ளித் தன் மகளை, இழுத்துக் கொள்ள முடியாத கோவிந்தம்மா, "சாமா அவள வுடு, இன்னிக்கி ரெண்டுல ஒண்ணு பாத்துடணும். அவ செஞ்ச வேலக்கி, அவளச் சாகடிச்சாலும் பாவமில்ல" என்றவராய் இப்படியும் அப்படியும் நகர்ந்து, சரளாவின் கையைப் பிடித்து இழுக்க முயன்றாள்.

கோவிந்தம்மாவின் நகர்வுக்கேற்ற வண்ணம், தானும் நகர்ந்து, மல்லியை அவள் அம்மாவின் பிடியில் சிக்காமல் பார்த்துக் கொண்ட சாமா, "ஏன் நாய்க்கர்வூட்டம்மா இந்த அவேசம் - இப்ப என்னா நடந்து போச்சி புள்ளயைக் கொல்லறங்கற" என்று கேட்டான். 'நீயே நாயத்தைக் கேளு' என்று மல்லி வளையல் காரரின் வளையல்களை எடுத்துடைத்த செய்தி யைக் கூறிவிட்டு, "இப்ப அவரு, ஓடச்சிப் போட்ட வளையலுக்கும் சேத்து காசு கேப்பார். அந்தக் கௌவங்கிட்ட நான் வாங்கிக் கிட்டிருக்க பேச்சு போதாதுன்னு இதுவும் சேந்திருச்சி - நா என்னா பண்ணுவேன் எல்லா இந்த முண்டையால வர்ரது தான்" என்று அவளைப் பிடிக்க மீண்டும் தாவினார்.

சாமாவுக்கு, கோவிந்தம்மா சீற்றத்தின் நியாயம் புரிந்தது என்றாலும், மல்லியை காப்பாற்ற வேண்டியது மிக முக்கியம் என்று பட்டது. "இதுக்கா நாய்க்கரூட்டம்மா, இந்தப் பாச்சல் பாயுறீங்க. சின்னப்புள்ள, அதுக்கும் ரெண்டு வளையலை மாட்டி வுட்டிருந் தீங்கன்னா, பெரச்சனை வந்திருக்காது. நீங்க போங்க, நான் கூட்டிக்கிட்டு வாரேன்" என்று சமாதானப்படுத்தினான். வழி யெல்லாம் திட்டிக் கொண்டே கோவிந்தம்மா வீடு பார்த்து நடந்தார்.

சரசுவதி | 49

தான் இடுப்பில் சுமந்து வந்த பையை தலைமேல் வைத்துக் கொண்ட, சாமா, இடது கையில் மற்றொரு பையையும் வலது கையில் மல்லியைப் பிடித்துக் கொண்டு, கோவிந்தம்மாவைப் பின் தொடர்ந்தான்.

வளையல்கள் உடைந்துபோன சோகத்தில் பிரமை பிடித்தவராய் செட்டியார் இருந்தார். வளையல்கள் போட்டுக் கொள்ள வந்த ஊர்ப் பெண்களும் அதிர்ச்சியிலிருந்து மீளாமல் குசுகுசுவென்று பேசிக் கொண்டிருந்தார்கள். மல்லியோடு வந்த சாமா, கையிலிருந்த பையை ஒருபுறம் வைத்தான். மல்லியை விடுவித்துவிட்டு இரண்டு கைகளாலும், தலையிலிருந்த பையை இறக்கி, அதன் பக்கத்திலேயே பாங்காக வைத்தவன், 'செட்டியாரே, ஒடஞ்ச வளையலுக்கெல்லாம் எம்மாங் காசாச்சி' என்று மிக இயல்பாகக் கேட்டான். 'ஏன் நீ குடுக்கப் போறியாக்கும்' என்று கோபத்தை அவனிடம் காட்டி எரிந்து விழுந்த செட்டியார், விலையைச் சொன்னார். "இந்தா, புடி, அப்படியே தாராவுக்குப் போட்டுவுட்ட, அந்த ஒஸ்தி வளையல் மாதிரியே இந்தப் புள்ளைக்கும் போட்டு வுடு. ஒனக்கு சேர வேண்டியதை எடுத்துக்கிட்டு, மீதி காசிருந்தா தாராகிட்டய குடுத்துடு. நான் அப்புறமா வாங்கிக்கறேன்" என்றவனாய் தன்னுடைய அன்றாட சம்பளமான இருபது ரூபாயை அவரிடம் கொடுத்துவிட்டு, பைகளைத் தூக்கிக் கொண்டு வெளியேறினான்.

வாயடைத்துப்போன செட்டியார் முன், தன் வலது கையை நீட்டியவளாய் மல்லி உட்கார்ந்தாள். அவள் முகத்தில் மத்தாப்புச் சிரிப்பு. வளையல் போட்ட மல்லி அழகாகிப் போனாள்.

●

6

நாடகமாம் நாடகம்

குமாருக்கும் உலகநாதனுக்கும் மார்ச் மாதம் எஸ்.எஸ்.எல்.சி. தேர்வுகள் முடிந்துவிட்டு இருந்தன. மற்றவர்களுக்கு ஏப்ரல் மாத இறுதியில்தான் விடுமுறை தொடங்கும். தேர்வுகளுக்காக அவர்கள் மும்முரமாகப் படித்து கொண்டிருந்தார்கள். உலகநாதனாவது தாத்தாவுக்கு ஒத்தாசையாகப் பெட்டிக்கடையில் உட்காருவான். குமாருக்குப் பொழுதைத் தள்ள வழியில்லை. நீண்டநாட்களாக அவனுள் கிடந்த எழுத்தார்வம் எழுந்து உட்கார்ந்தது. நாடகம் போடும் ஆசை வந்தது.

'என் தங்கை அல்லது கமலா' என்பது நாடகத்தின் பெயர். கமலா ஓர் இளம் விதவை. ஊராரின் ஏளனத்துக்கும் பழிச் சொல்லுக்கும் ஆளானவள். அவளை ஒரு மனுஷியாக மதிக்காத ஊரையும் உறவுகளையும் தன் வசனச் சூட்டுக் கோலால் திருத்தப் போராடும் அவள் அண்ணன். அவனுக்கொரு நண்பன். அவனும் ஒரு கலகக்காரன். நாடக நிறைவுக் காட்சியில் அண்ணனின் நண்பனான சீர்திருத்தவாதி கமலாவை மறுமணம் செய்து கொள்வான். கழுத்தில் மாலைகளோடு மணமக்கள் கும்பிட்டு நிற்க, திரை விழும்.

கோடை விடுமுறை தொடங்கியதும் ஒரு நாள் பகல் பொழுதில், உலகநாதன் வீட்டில் நண்பர்கள் கூடினார்கள். அவர்களில் சிலர் பக்கத்து ஊர்களைச் சேர்ந்தவர்கள். மூன்று நான்கு நாட்கள் தொடர்ந்து கூடினார்கள், விவாதித்தார்கள்.

உள்ளூர் இளைஞர்கள் சிலர், பக்கத்து ஊர் நண்பர்கள் நான்கைந்து பேர் என 20 பேர் கொண்ட நாடகக் குழு உருவானது. யார், யார் எந்தெந்தப் பாத்திரத்தில் நடிப்பது என்பது குழு முடிவாகவே எடுக்கப்பட்டது. இதில் கமலாவாக யார் நடிப்பது என்பதைத் தீர்மானிக்கத்தான் நீண்ட நேரம் ஆகியது. கடைசியாக, சற்றே ஒடிசலாக, கொஞ்சம் பெண் சாயலில் இருக்கும் ஆறுமுகம் அந்த வேஷத்துக்குப் பொருத்தமானவன் என முடிவானது.

நாடகத்துக்கான ஒத்திகைகள், புளியந்தோப்பில் நடத்தப்பட்டன. மதியம் இரண்டு மணி அளவில் கூடினால், இருட்டத் தொடங்கிய பின்தான் கலைவார்கள். கதை வசனத்துடன் இயக்குநர் பொறுப்பும் குமாருடையது. உலகநாதனுக்குக் கமலாவின் வீட்டுச் சமையல் காரனாகக் காமெடி வேஷம்.

மதியம் புளியந்தோப்பில் கூடும் நாடகக் குழுவுடன் மல்லியும் சேர்ந்து கொண்டாள். புளியந்தோப்பு, அவள் இடம். வேடிக்கை பார்த்துக் கொண்டு இருந்த மல்லிக்கு அதில் தானும் நடிக்க வேண்டும் என்று ஆசை.

குமார் மாமாவிடம் தொணப்பத் தொடங்கினாள். மல்லியின் நச்சரிப்பு அதிகமாகவே, அவளுக்கென்று ஒரு சிறுமி பாத்திரத்தை குமார் உருவாக்கினான். பிச்சைக்காரச் சிறுமி வேஷம். அவள் பேச வேண்டிய வசனம், 'அம்மா தாயே, பசி தாங்கலையே, கொஞ்சம் பழைய சோறாவது போடுங்கம்மா' என்பதுதான். அந்த வேஷத்துக்கு வேண்டியதை மல்லியே ஏற்பாடு செய்து கொள்ள வேண்டும் என்று நிபந்தனை.

மல்லியின் நினைவாற்றலுக்கும் நடிப்பாற்றலுக்கும் இது போதாது தான். என்றாலும், பெரிய மனதுடன் ஒப்புக் கொண்ட மல்லி, தன் வேஷத்துக்குத் தேவையான ஆடை, அணிகலன்களைச் சேகரிக்கத் தொடங்கினாள். சாயம் வெளுத்து, கிழிந்துபோன பழைய கவுன், அலமாரி மூலையில் கிடந்த அக்காவின் பழைய மணிமாலை, பேரீச்சம்பழக்காரனுக்குப் போட வேண்டிய நசுங்கிய அலுமினியக் குவளை எனச் சேகரித்து ஒரு துணிப் பையில் திணித்து அடுக்குப் பானை ஓரத்தில் பத்திரப்படுத்தினாள்.

உள்ளூர் மணியக்காரர் முன்னிலை வகிக்க, டவுன் பள்ளிக்கூட உதவித் தலைமையாசிரியர் தலைமையில் நாடகத்தை நடத்துவது என முடிவாகியது. நாடக அரங்கேற்றத்துக்கான இடமும் முடிவு செய்யப்பட்டது. சீர்திருத்த நாடகமென்பதால், கோயில் திடலில் நடத்த, ஊர்ப் பெரியவர்கள் விரும்பவில்லை. எனவே, ஊருக்கு மேற்கே, சிலோன் கவுண்டரின் தோட்டம் அருகே கிடந்த காலி இடத்தில் மேடை போடுவது என நிச்சயமானது. மேடை அமைத்துத் தரும் பொறுப்பை, சிலோன் கவுண்டரே ஏற்றுக் கொண்டார்.

நாடக மேடைக்கு முன்னால் மக்கள் உட்கார்ந்து பார்ப்பதற்கான இடத்தை சுத்தம் செய்து சரிப்படுத்துவது பெரும் சவாலாக இருந்தது. ஒட்டு மொத்த நாடகக் குழுவும் கடைசி மூன்று நாட்களிலும் ஒத்திகை இல்லாத நேரங்களில், இந்த வேலை களையும் சேர்த்து செய்தார்கள். எல்லா வேலைகளிலும் மிகுந்த உற்சாகத்தோடு மல்லியும் தன்னை ஈடுபடுத்திக் கொண்டாள்.

நாடகத்தன்று, குழுவினர் அத்தனை பேரும் தேவையான உடைகளுடன் இரவு எட்டு மணிக்குள் மேடையருகே வந்துவிட வேண்டும் என்று கறாராக அறிவுறுத்தப்பட்டு இருந்தது. அன்று மாலை எல்லோரும் குளிப்பதற்காக பம்புசெட் கிணறுகளைத் தேடிச் சென்றனர். மல்லி, ஒரே ஓட்டமாக வீட்டை அடைந்தாள். அண்டா நீரை, இரு கைகளிலும் அள்ளி கை, கால், முகம் கழுவினாள். உள் வீட்டுக்குள் ஒளித்து வைத்திருந்த பையை எடுத்துக் கொண்டாள்.

அம்மாவும் அக்காவும் சமையல் கட்டில் வேலையாக இருந்தனர். மல்லிக்குப் பசியெடுத்தது. ஆனாலும், ‘சோறு வெந்திட்டிருக்கு. ஆனதும் கொட்டிக்கிட்டுப் போ’ என்று அம்மா தடுத்துவிட்டால், தன்னால் சரியான நேரத்துக்கு மேடைக்குச் செல்ல முடியாதே என்பதால் சாப்பாடு குறித்து மூச்சு விடவில்லை. யாருக்கும் சொல்லாமல், வெளியேறி விட்டாள்.

நாடக மேடைக்கு வந்த மல்லி, பையுடன் ஓரமாக உட்கார்ந்தாள். நடிப்பவர்கள் யாரும் வரவில்லை. ஊர் மக்கள் இரவுச் சாப்பாடு வேலைகளையெல்லாம் முடித்துவிட்டுதான் ஆற அமர வருவார்கள். கூட்டம் சேர்வதற்கு எப்படியும் எட்டரை, ஒன்பது

மணி ஆகும். அதன்பின்தான் நாடகம் தொடங்கும் என்பதைப் பற்றித் தெரியாத மல்லி எழுந்து இந்தப் பக்கமும் அந்தப் பக்கமும் நிலைக் கொள்ளாமல் தவித்தாள்.

இருட்டத் தொடங்கியதும், யாரோ இருவர் பெட்ரோமாக்ஸ் லைட்டைக் கொண்டுவந்து மேடையின் இருபுறமும் கட்டித் தொங்க விட்டார்கள். அவர்களின் ஒருவன், "என்ன பாப்பா நாடகம் பாக்க அதுக்குள்ள வந்துட்ட? சாப்பிட்டியா?" என்று யதார்த்தமாகக் கேட்டான். தான் நாடகத்தில் நடிப்பதையே தெரியாத இந்த ஆளுக்கு ஏன் பதில் சொல்ல வேண்டும் என்று எண்ணிய மல்லி பேசாமல் இருந்தாள்.

பெட்ரோமாக்ஸ் விளக்கின் வெளிச்சத்துக்கு, எங்கிருந்தெல்லாமோ வகை வகையான வண்டுகளும், பூச்சிகளும் வந்து சேர்ந்தன. விளக்கைச் சுற்றுவதும், பின் கீழே விழுவதுமாக இருந்த பூச்சிகளை வேடிக்கைப் பார்த்துக் கொண்டு இருந்த மல்லி, கொஞ்ச நேரத்தில் சோர்வடைந்தாள். அலுப்பினாலும் பசிக் களைப்பினாலும் தூக்கம் தூக்கமாக வந்தது. இரண்டு கைகளாலும் கண்களைக் கசக்கிக் கசக்கி தூக்கம் வராமல் தடுக்கப் போராடினாள், முடியவில்லை.

ஆட்கள் வந்ததும் தன்னை எழுப்பிவிடுவார்கள்; குமார் மாமா நிச்சயம் எழுப்புவார்; நாடகம் தொடங்கி ஐந்தாறு சீன் போனபின் தான் தன் சீன். அதற்குள் உடையை மாட்டிக் கொண்டு கனவிலும் மறக்காத தன்னுடைய வசனத்தைப் பேசி நடிப்பதில் ஒன்றும் கஷ்டமில்லை என்ற நினைப்பிலேயே பையை அணைத்துக் கொண்டு, மேடையின் ஒரு பக்கமாகப் படுத்தாள்.

யாரோ தட்டி எழுப்பினார்கள். விசுக்கென்று பையோடு எழுந்து நின்ற மல்லி, பைக்குள் கையை விட்டு, கவுனை உறுவினாள். போட்டுக் கொண்டு வசனம் பேச வேண்டும் அல்லவா?

"அடத் தூங்குமூஞ்சி வாண்டு! நாடகம் முடிஞ்சு எல்லாரும் கௌம்பியாச்சு. உன்னை நம்பியிருந்தா நாடகம் அம்போதான். எழுப்பி எழுப்பிப் பார்த்தம். நீ எந்திருக்கவே இல்லியே. ஒனக்குப் பதிலா பத்மநாபனுக்கு வேஷம் போட்டு ஒப்பேத்திட்டோம்" என்று

குமார் மாமா சிரிக்க, சுற்றி வேஷம் கலையாத தோற்றத்துடன் அண்ணனும் மற்றவர்களும் நின்றிருந்தனர் விஷமமாகச் சிரித்தபடி.

மல்லிக்கு வெட்கத்தைவிட ஏமாற்றமே அதிகமாக ஏற்பட்டது. நடிக்கக் கிடைத்த வாய்ப்பை, தூங்கிக் கோட்டைவிட்ட கழிவிரக்கம் அழுகையாக வெளிப்பட்டது.

மல்லி அழ ஆரம்பித்தாள்.

குமார் அவளைத் தேற்றியவனாய், “போவட்டும் வுடு. அடுத்த டிராமாவுல உனக்கு முக்கியமான வேசம். இப்ப வூட்டுக்குப் போ” என்று அனுப்பி வைத்தான்.

பல ஆண்டுகளுக்குப்பின் மல்லிக்கு உண்மை தெரிய வந்தது. பிச்சைக்கார சிறுமி பாத்திரமே நாடகத்தில் கிடையாது என்பதும், அவளது நச்சரிப்பிலிருந்து தப்பிக்க குமார் மாமா போட்ட நாடகம் என்பதும். அதனால்தான் முதல்நாள் தடுத்த உலகநாதன், பின் கண்டுகொள்ளா வில்லை என்பதும்.

●

7

கிளி ஏற்படுத்திய கிலி

இரண்டு ஆசிரியர்கள், ஐந்து வகுப்புகள்.... அவ்வளவுதான் மல்லியின் பள்ளிக்கூடம்!

உள்ளூர் ஆரம்பப் பள்ளி அது. பெரிய வாத்தியார், சின்ன வாத்தியார் என இரண்டே ஆசிரியர்கள். பெரிய வாத்தியாருக்கு அழகான இரண்டு மகள்கள் உண்டு. புத்தகங்கள் வாங்க, கொடுக்க என ஊர்ப் பிள்ளைகள் அடிக்கடி வந்து போவார்கள்.

சின்ன வாத்தியார் புதிதாக வேலைக்கு வந்தவர். வேலைக்குச் சேர்ந்த கையோடு வாடகைக்கு வீடு பிடித்து, மனைவியையும் அழைத்து வந்துவிட்டார். அவர், இளமைச் செழிப்புடன் ஆற்றில் துணி துவைக்க, தண்ணீர் எடுக்க என்று போகும்போதும் வரும்போதும் எதிர்ப்படும் இளவட்டங்கள் சிலிர்ப்பதும் சிரிப்பதும் அனறாடம் நடக்கும் நாடகம்.

ஓர் ஊரென்றால், அங்கே ஒரு போக்கிரிப் பயலும் இருப்பான் தானே. இங்கே சின்னச்சாமி. சின்ன வாத்தியார் வீட்டில் இல்லாத நேரமாகப் பார்த்து, அவர் வீட்டுத் திண்ணையில் உட்காருவது, சிகரெட் புகைப்பது, வீட்டுக்குள் எட்டிப் பார்ப்பது, குடிக்கத் தண்ணீர் கேட்பது, சாடைமாடையாக வார்த்தைகளைப் போட்டு வாங்குவது என்று அலம்பித் திரிந்தான்.

'அந்த நாயை வீட்டுக்கிட்ட அண்டவுடாத, பொல்லாத பய' என்று அக்கம்பக்கத்துப் பெண்களும் எச்சரித்தனர். விடாது தொடர்ந்த அவனுடைய வரவும் அத்துமீறிய ஆபாசப் பேச்சுகளும் வாத்தியாரம்மா வின் எரிச்சலை அதிகரித்தது.

வாத்தியாரிடம் பல வேளைகளில் சாடைமாடையாகச் சொல்லிப் பார்த்தாள். எல்லாவற்றுக்கும் இறுக்கமான முகத்தோடு அவர் 'உச்'சுக் கொட்டிக் கொண்டு இருந்தது அவளுக்குப் பிடிக்கவில்லை. சின்ன வாத்தியார் சம்சாரத்துக்கு அண்ணன், தம்பியென்று மூன்று பேர். ஒரு தீர்மானத்தோடு தன் பிறந்த வீட்டுக்குப் போனவள், தனக்குத் தொடர்ந்து தொல்லை கொடுத்துக் கொண்டிருக்கும் ஊர்ப் போக்கிரி சின்னச்சாமி பற்றியும் அது குறித்துக் கண்டுகொள்ளாதிருக்கும் தன் புருஷங்காரனைக் குறித்தும் அழுத கண்ணும், சிந்திய மூக்குமாக சொல்லச் சொல்ல, சகோதரர்களுக்கு இரத்தம் கொதித்தது. 'நீ மருகாத போம்மா. ஒரு ரெண்டு மூணு நாள்லே வர்றோம்'' என்று தைரியமூட்டி அனுப்பினார்கள்.

இது நடந்தது ஒரு ஞாயிற்றுக்கிழமை. புதன்கிழமை இரவு, ஊரடங்கிய நேரத்தில், மைத்துனர்கள் மூவரும் வீட்டுக்கு வந்து நிற்க, சின்ன வாத்தியாருக்குக் கொஞ்சம் ஆச்சர்யம்தான். "என்னப்பா ஞாயித்துக் கிழமைதான் வந்துட்டு வந்தா. ஒடம் பொறப்பப் பாக்காம ரெண்டு நாள்கூட இருக்க முடியலையாக்கும்'' என்று கிண்டலோடு வரவேற்றார்.

மறுநாள் வியாழக்கிழமை. வழக்கம்போல காலையில் சின்ன வாத்தியார் கிளம்பி பள்ளிக்கூடம் போய்விட்டார். பத்து மணிவாக்கில் மல்வேட்டி, மஸ்லின் ஜிப்பா, கட் ஷூ, சிகரெட் என்ற அலம்பலாக வந்த சின்னச்சாமி வாசல் திண்ணையில் அமர்ந்தான். 'குடிக்க ஒரு சொம்பு தண்ணி குடுக்கறது' என்று இராகமாய் குரல் கொடுத்தான். மூடியிருந்த கதவைப் பாதி திறந்து பிடித்துக் கொண்டு நின்ற வாத்தியார் சம்சாரம், மெள்ளச் சிரித்தாள். 'உள்ளேதான் வாங்களேன், தாரேன்' என்றாள். சின்னச்சாமிக்கு ஒரே ஆச்சர்யம். 'கிளி படிஞ்சிடுச்சு' என்று உற்சாகத் துடன், திண்ணையிலிருந்து குதித்து இறங்கி, விசுக்கென்று வீட்டுக்குள் நுழைந்தான்.

கதவு படக்கென்று மூடப்பட்டு, உள் தாழ்ப்பாள் போடப்பட்டது. 'டும்! டும்!' என்று அடிபடும் சத்தமும், தொடர்ந்து "ஐயோ வேணாம், அம்மா சாமி, என்னைய விட்டுடுங்க'' என்ற தொடர்ந்த அலறலும் கேட்டு அக்கம் பக்கம், ஊர் சனமெல்லாம் வீட்டின் முன்

கூடிவிட்டனர். என்னமோ ஏதோ என்று படபடவென கதவைத் தட்டினார்கள். "ய்யே! யாரப்பா அது? யாரா யிருந்தாலும், கதவைத் தெறந்து வெளியே வாங்க" என்று ஆளாளுக்குச் சத்தம் போட்டனர்.

பள்ளி இன்டர்வெல் நேரத்தில், எப்போதும்போல், வாத்தியாருக்குக் குடிக்கத் தண்ணீர் எடுத்துச் செல்ல மல்லி வீட்டுக்கு வந்தாள். அம்மா, பெரிய செம்பை சுத்தமாகக் கழுவி அண்டாவிலிருந்து தண்ணீர் முகந்து கொடுத்தார். சொம்புத் தண்ணீர் சிந்தக் கூடாது என்பதற்காக அடிமேல் அடி வைத்து சூதானமாக நடந்து வந்த மல்லிக்கு தெருவில் கூட்டத்தைப் பார்த்ததும், பரபரப்பும் குறுகுறுப்பும் தொற்றிக் கொள்ள வேடிக்கைப் பார்க்க அங்கேயே நின்று விட்டாள்.

சிறிது நேரத்தில் கதவு திறந்தது. சின்னச்சாமி வெளியே வந்து விழுந்தான். இடுப்பில் வேட்டி இல்லை. மஸ்லின் ஜிப்பா கிழிந்து தொங்க, உடம்பில் அங்கங்கே வெட்டுக் காயங்கள். இரத்தம் கொட்டிக் கொண்டு இருந்தது. விழுந்து எழுந்தவன், திண்ணையைத் தாண்டி இடப்புறம் திரும்பி ஓடத் தொடங்கினான். கம்புகளும் அரிவாளுமாக, "டேய்! நில்லுடா நாயே! ஒன்னையப் பொணம் பொரட்டாம விட மாட்டோம்டா..." என்று கூவிக்கொண்டு விரட்டி ஓடியவர்களையும் பார்த்து பதறிச் சிதறி விலகியது கூட்டம். இரத்தம் வழிய வழிய சின்னச்சாமியையும், அவனைத் துரத்திக் கொண்டு ஓடியவர்களையும் பார்த்து பயந்து போய், வீட்டுச் சுவரோடு சுவராக ஒடுங்கினாள் மல்லி. மனசு திக்திக்கென்று அடித்துக் கொண்ட சத்தம் அவள் காதுக்கே கேட்டது. ஒரு நிமிஷம் உறைந்து போனவள், சுதாரித்துக் கொண்டு அந்தக் கூட்டத்தின் பின்னால் தானும் சொம்பு நீரோடு ஓடத் தொடங்கினாள்.

வாத்தியாரின் மச்சினர்களிடமிருந்து தன் உயிரைக் காப்பாற்றிக் கொள்ள இரத்தம் சொட்டச் சொட்ட ஓடி வந்த சின்னச்சாமி, சட்டென்று நடுத்தெருவில் திரும்பினான். இடது பக்கத்தில் கணக்குப் பிள்ளை வீட்டு வாசலில் கிடந்த கயிற்றுக் கட்டிலில் தொப்பென்று விழுந்து மல்லாக்கச் சரிந்தான்.

'எங்கே தன் கதையை முடித்துவிடுவார்களோ?' என்ற மரண பயத்தோடு, சின்னச்சாமி கையெடுத்துக் கும்பிட்டுக் கெஞ்சினான்.

சகோதரர்களில் மூத்தவன், "ஒழுக்கமா நடந்துக்கடா வெக்கங்கெட்ட நாயே, ஒன் திமிர வேற யாருகிட்ட வேணா காட்டு, எங்க பொண்ணுகிட்ட வெச்சுக்கிட்ட...." என்று உறுமியபடியே, அவன் முகத்தில் காரி உமிழ்ந்தனர்.

அவர்கள் கட்டிலை விட்டுத் திரும்பவும், எதிரே சின்ன வாத்தியார் வரவும் சரியாக இருந்தது. அவர் முகத்தை ஒரு நிமிடம் கூர்ந்து பார்த்தனர். பின் தலையைக் குனிந்துகொண்டு அந்த இடத்தை விட்டு நீங்கினர்.

சின்னச்சாமியின் உடலில் எந்தவித அசைவுமில்லை. மயக்க மடைந்துவிட்டானா, செத்துவிட்டானா என்று மல்லிக்குத் தெரிய வில்லை.

இதற்குள் ஊரே கணக்குப்பிள்ளை வீட்டெதிரே திரண்டு விட்டிருந்தது. "இந்தப் பாவிக்கு இதுவும் வேணும், இன்னமும் வேணும். போட்ட ஆட்டம் கொஞ்சமா நஞ்சமா? பொண்டு பொடுசுக வயித் தெரிச்சலையும் ஊர்ப் பாவத்தையும் கொட்டிக் கிட்டா இப்படித் தான் என்று சபித்துக் கைகளை நெறித்தனர்.

கட்டிலில் கிடந்த சின்னச்சாமியின் வாயிலிருந்து மெல்லிய முனகல். 'தண்ணீர்... தண்ணீர்...'.

அப்படியே அவனை முதுகில் கைகொடுத்துத் தூக்கி, தன் இடது தோள் மேல் சாய்த்துக் கொண்ட பெரியவர், "பாப்பா, இவன் வாயில் தண்ணிய ஊத்து" என்று சின்னச்சாமியின் வாயருகே தன் வலது கையை ஒரு கோப்பையைப்போல் குவித்துக் கொண்டார். சொம்பை இரண்டு கைகளாலும் பிடித்துக் கொண்ட மல்லி, அவர் கையில் மெள்ள தண்ணீரை ஊற்றினாள்.

தலைகுனிந்து தண்ணீரை ஊற்றிக் கொண்டு இருந்து மல்லி, தற்செயலாக நிமிர, எதிரே கோவிந்தம்மாள். அம்மா, தன்னைத் தேடித்தான் அங்கு வந்திருக்கிறாள் என்பது மல்லிக்கா புரியாது? சொம்பை டமாரென்று கீழே போட்டுவிட்டு, பள்ளிக்கூடம் நோக்கி ஓட்டம் பிடித்தாள்.

அடுத்த நாள் முச்சூடும், பள்ளிப் பிள்ளைகளிடமும் இதே பேச்சுதான். சின்ன வாத்தியார் பள்ளிக்கு வரவில்லை. வீடு உள்பக்கம் தாளிடப்பட்டு இருந்தது. பாவம் வாத்தியார்.

அசிங்கப்பட்டுக்கொண்டு வீட்டுக்குள்ளேயே அடைந்து கிடக்கிறார் என்று பேசிக் கொண்டார்கள். சனி, ஞாயிறு லீவுக்குப் பின், திங்கள்கிழமை பள்ளிக்குச் சென்ற பிள்ளைகளுக்கு ஆச்சர்யம். சின்ன வாத்தியாருக்குப் பதிலாக, ஒரு புது வாத்தியார் வந்திருந்தார். இன்டர்வெல் சமயத்தில் மல்லி ஓடிப் போய் சின்ன வாத்தியார் வீட்டைப் பார்த்தாள். வீடு பூட்டிக் கிடந்தது!

8

எடுத்து வா திரவியத்தை

ஆண்டுக்கொரு முறை சித்திரை மாதத்தில் நடக்கும் ஊர்த் திருவிழா தொடங்கியது. பத்து நாள் திருவிழாவில், பத்தாவது நாள் பகலில் சிவனடியார்களுக்கு விருந்தும் இரவில் சிறுதொண்டநாயனார் புராண தெருக் கூத்தும் நடைபெறும். கூத்தில், மல்லியின் பக்கத்து வீட்டு கோபால் செட்டியார்தான் சிவனடியாராக வேஷம் கட்டுவார். பிள்ளைக் கறி கேட்டு, சிறுதொண்ட நாயனாரின் பக்தியைச் சோதித்துப் பின் கறி சமைக்கப்பட்ட பிள்ளை சீராளனை உயிர்ப்பித்து, பக்தனுக்கு சிவன் காட்சி அருளும் முக்கியமான வேஷம்.

செட்டியார் தன் வீட்டோடு ஒரு சிறிய பலசரக்குக் கடை நடத்தி வந்தார். வியாபாரம் பெரும்பாலும் வீட்டுக்குப் பின்புறமாக அமைந்திருக்கும் சேரிக் குடியிருப்பு மக்களோடுதான். செட்டியார் கூத்தாடுவது அவர் மனைவிக்குச் சுத்தமாகப் பிடிக்காத விஷயம். "எங்கயாவது, ஒரு கோமுட்டிச் செட்டி கூத்தாடுறதை நீ பார்த்திருக்கியாக்கா?" என்று கோவிந்தம்மாவிடம் தான் மூக்கைச் சிந்துவார். "என்ன செய்யறது, நீ வாங்கி வந்த வரம் அப்பிடி. அழுவுறதாலே மாறப் போவுதா வுடு" என்று கோவிந்தம்மா ஆறுதல் சொல்வார்.

நடுத்தெரு ஐயாப்புள்ளை, சிறு தொண்டர் மனைவியான திருவெண்காட்டு நங்கையாக வேஷம் கட்டுவார்.

இந்த தெருக்கூத்துக்கான தயாரிப்புப் பணிகளில், மல்லிக்கும் செட்டியாரின் மகள் ரங்காவுக்கும் முக்கியமான பொறுப்பு உண்டு. சிவனடியாராக வேஷம் கட்டும் செட்டியாருக்கு ஜடாமுடியைத்

சரசுவதி | 61

தயாரித்துக் கொடுக்கும் வேலை. செட்டியார் கொண்டுவந்து போடும் வெள்ளை சணப்பை நாரை ஒழுங்குப்படுத்தி, மெல்லிய, நீண்ட நீண்ட சடைகளாகப் பின்ன வேண்டும். நிறைய சடைகளைப் பின்னி முடித்த பிறகு, நிறைய அடுப்புக் கரியை சேகரித்து மை போல் அரைக்க வேண்டும். அரைத்த கரி விழுதை சடைமுடிகளின்மீது இரண்டு, மூன்று முறை நன்றாகப் பூசி, கருமையாக்கி பாறை வெயிலில் காய வைக்க வேண்டும். இந்த வேலை, இரண்டு மூன்று நாட்கள் எடுத்துக் கொள்ளும். ஜடா முடிக்கு கரி பூசுகிறேன் என உடம்பு, முகம், கை கால், டவுசர் என்று கரி பூசிக்கொண்டு வந்து நிற்கும் மல்லியைப் பார்த்தால் கோவிந்தம்மாளுக்குக கோபம் சண்டாளமாக வரும். "போவியாடி, செய்வியாடி" என்று மொத்திவிடுவார். என்றாலும் அம்மாவின் கண்ணில் படாமல் ஒளிந்து, மறைந்து பொறுப்பை நிறைவேற்று வதில் மல்லி குறியாக இருப்பாள்.

சிறுதொண்ட நாயனார் புராணக் கதையின் முக்கியமான சீன்களில் ஒன்று, சிறுதொண்டர் சிவனடியாரை வணங்கி வருந்தி அழைத்து வருவது. ஊருக்கு மேற்கே ஓடும் வசிஷ்ட நதியின் அக்கரையில் இருக்கும் மாந்தோப்பில் இருந்து சிவனடியாரை அழைத்து வரவேண்டும். தாரை தப்பட்டையுடன் சிறுவர், சிறுமிகள், பெரியவர்கள் என ஒரு பெருங் கூட்டமே பின்தொடர, ஆட்டம் பாட்டம் அமர்க்களத்துடன் ஊர்வலம் வரும்.

ஜடாமுடி, பளபளக்கும் குண்டலங்கள், கழுத்தில் ருத்ராட்ச மாலைகள், நெற்றி, கைகள் மற்றும் உடல் முழுதும் திருநீற்றைப் பட்டை பட்டையாக பூசிக் கொண்டு, கையில் கமண்டலமேந்தி காவி உடையில், சிவனடியாராக செட்டியார் நடந்து வருவார். பின்னால் துள்ளல், கூச்சலுடன் சிறுவர் பட்டாளம் தொடரும்.

அன்றும் அப்படியே!

மேளச் சத்தத்துக்கு ஏற்றபடி ரண்டக்க... ரண்டக்கவென குதித்து ஆடி வந்த மல்லி, வாசக் கதவோரமாக நின்றிருந்த தாராவின் கண்களில் பட்டு விட்டாள். "அம்மோவ், அங்கபாருங்க, நம்ம வூட்டுக் கொரங்க!" என்று அவள் கை காட்டிய திசையில் கோவிந்தம்மாள் தேடிப் பார்க்க, கூட்டத்துக்குள் ஒளிந்து மறைந்த வந்த மல்லியைப் பார்த்தே விட்டாள்.

“அடியேய்!” என்று குரல் கொடுக்க, அசால்ட்டாக திரும்பிப் பார்த்தாள் மல்லி. ஒரே விநாடிதான். கூட்டத்துள் இருக்கிற தைரியத்தால், தன்னை யாரும் பிடித்துவிட முடியாது என்ற தைரியம். நைஸாக இடுப்பை வளைத்து, வாயைக் குவித்து விரலைக் கொக்கியாக்கி, கொக்கணா காட்டிக் கிண்டலடித்து ஆடியபடியே போனாள் நம்ம மல்லி!

ஊர்த் திடலை அடைந்ததும் சிவனடியார் அங்குள்ள பந்தலின் கீழே, ஏற்கெனவே ஏராளமாக அமர்ந்திருக்கும் பரதேசிகளுடன் முதல் வரிசையில் முதலாவது நபராக உட்கார்ந்ததும் உணவு பரிமாறப்பட்டது.

“அரஹர மஹாதேவா!” - சிவனடியார் முழக்கமிட, மற்றவர்கள் அதைத் திருப்பிச் சொல்ல, முழக்கம் ஊர் முச்சூடும் கேட்கும். மல்லியும் தன் பங்குக்கு சந்தோஷமாகக் கத்தினாள்... “அரஹர மஹாதேவா!”.

சிவனடியாரும் பரதேசிகளும் சாப்பிடுவதைப் பார்த்தபோது காலையிலிருந்து தான் சாப்பிடவே இல்லை என்பது மல்லிக்கு உறைத்தது. ஆனால், சாப்பிட வீட்டுக்குப் போனால் அம்மாவிடம் நிச்சயம் அடி கிடைக்கும். மறுபடி இங்கே திரும்பி வரவும் முடியாதே.

‘பிள்ளைக்கறி படைத்தால்தான் உண்பேன்’ என்று நிபந்தனை போடும் சிவனடியார்க்கு சிறுதொண்டர் தன் ஒரே மகனை வெட்டி, கறி சமைத்துப் படைப்பது புராணக் கதை. இப்போது மகனுக்குப் பதில், பச்சரிசியோடு வெல்லம் சேர்த்து இடித்து மாவாக்கி, பிள்ளை போல உருவம் கூட்டி வைத்திருப்பார்கள். விருந்தின்போது, அந்த மாவுப் பொம்மை கத்தியால் வெட்டப்பட்டு, முதல் துண்டு சிவனடியாருக்கு முதலில் படைக்கப்படும். அவர் ருசித்ததும் சிறு சிறு துண்டுகளாக்கி, கூடியிருக்கும் பொது மக்களுக்கு, குறிப்பாகப் பெண்களுக்கு விநியோகிப்பார்கள். அதைச் சாப்பிட்டால், குழந்தைப் பேறு இல்லாதவர் களுக்கு பிள்ளைப் பாக்கியம் ஏற்படும் என்பது நம்பிக்கை. போட்டி போட்டு முண்டியடித்த கூட்டத்துக்குள் தானும் நுழைந்து, ஒளிந்து வலது கையை மட்டும் திரும்பத் திரும்ப நீட்டிய மல்லி, நான்கைந்து துண்டுகளை வாங்கித் தின்றுவிட்டாள். ஆனாலும் பசி அடங்க வில்லை.

இன்று பெரியண்ணா சீக்கிரமே வீட்டுக்கு வந்திருப்பார். அவரோடு போய் ஒட்டிக்கொண்டால், அம்மாவின் அடியிலிருந்து தப்பித்து விடலாம் என்ற நப்பாசையுடன் வீட்டுப் பக்கம் போனாள். எதிர்பார்த்தபடியே, பெரியண்ணா என்றழைக்கப்படும் சித்தப்பா, மாட்டுக் கொட்டகையில் போடப்பட்டு இருந்த பெஞ்சின் மீது உட்கார்ந்திருந்தார்.

மல்லியைப் பார்த்ததுமே, "அம்மா, ஊர் சுத்திப் பன்னி வந்துட்டா!" என்று சத்தம் போட்டாள் தாரா.

"ச்சீ, சும்மா இரு. உனக்கு ஏந்தான் இந்த போட்டுக் குடுக்கிற புத்தியோ? பாவம்! அது சின்னப் புள்ளை!" என்று தாராவை ஒரு அதட்டல் போட்ட பெரியண்ணா, "நீ வாம்மா கண்ணு, சாப்பிட்டியாடா?" என்று அன்போடு கேட்க, மல்லிக்கு கண்ணீர் முட்டிக் கொண்டு வந்தது. "காலையி லேந்து ஒண்ணுமே சாப்புடல பெரியண்ணா" என்றாள் அழுகையோடு. அவ்வளவுதான், பதறிப்போன பெரியண்ணா, "சரிடா சரிப்பா, அழுவாதடா" என்றவர், தாராவின் பக்கம் கோபப் பார்வையை வீசி, "போ, போயி புள்ளைக்குச் சாப்பாட்டுத் தட்டெடுத்து வை" என்று அதட்டினார்.

தாராவின் குரல் கேட்டு, சமையல் அறையிலிருந்து வெளியே வந்த அம்மா, சித்தப்பாவின் அதட்டலைக் கேட்டு, அப்படியே திரும்பினாள். சாப்பாடு தயாராக இன்னும் கொஞ்சம் நேரமாகும் என்பது மல்லிக்குப் புரிந்துபோக, மனதுக்குள் ஒரு நெருடல். சோறு சாப்பிட நேரமாகி விட்டால், கூத்து நடக்கும் இடத்தில், முன் வரிசையில் இடம் கிடைக்காதே என்ற கவலை அவளுக்கு.

மல்லிக்கு ஒரு யோசனை தோன்றியது. "இதோ, வாரேண்ணா" என்று பெரியண்ணாவின் பிடியிலிருந்து நழுவினாள். ஏதோ அவசரமாக ஒண்ணுக்குப் போகும்போல என்று எண்ணிய பெரியண்ணா, "சீக்கிரம் வந்துரும்மா, சாப்பிடலாம்" என்றார். தலையாட்டிவிட்டு ஓடிய மல்லி, வீட்டுக்குள் மூலையில் கிடந்த பழைய நைந்துபோன கோணியை எடுத்துக் கொண்டு யாருக்கும் தெரியாமல் ஓடினாள்.

தேர்முட்டித் திடலில், கூத்தாடுவதற்கென்று தெரு மண்ணை ஒதுக்கித் தள்ளி, சற்றுப் பெரிய சதுரமான தரை அரங்கு

உருவாக்கப்பட்டு இருந்தது. தேர் நிற்கும் அறை வாசலில் பச்சை நிறப் படுதா. கிழிந்த சாக்கை, படுதாவுக்கு எதிர்புறமாகத் தெரு மணலில் விரித்த மல்லி, காற்றில் பறந்துவிடாமல் இருக்க, நான்கு கற்களை வைத்தாள். இடம் பிடித்துவிட்ட உற்சாகத்தில், எதுவும் தெரியாதவள் போல வீடு திரும்பினாள். அப்போதுதான் தாரா வட்டில்களை எடுத்து வைத்து சோறு போடத் தொடங்கியிருந்தாள். பெரியண்ணாவுக்கு தாராதான் எப்போதும் பரிமாறுவாள். அம்மா பெரியண்ணா முன்பு வரமாட்டார்.

“எங்கே இந்த மல்லிக் கொரங்கு, அப்பவே பசிக்கு துன்னாளே” என்று தாரா கேட்பதற்கும் மல்லி வருவதற்கும் சரியாக இருந்தது. மூச்சுவிடாமல் தன் வட்டிலுக்கு முன் உட்கார்ந்து, மளமளவென்று சாப்பிட்டு முடித்தாள். பெரியண்ணா சாப்பிட்டு முடிக்கும் முன்பே எழுந்து விட்டாள். “அடியேய் அதுக்குள்ளே எங்கடி போற?” என்று தாரா கேட்கக் கேட்க, காதில் விழாதது போல வீட்டைவிட்டு வெளியே ஓடி வந்தாள். கூட்டம் சேர்ந்து விட்டது. கோமாளி எனப்படும் கட்டியங்காரன் வருவதற்கான பாடல் தொடங்கிவிட்டது.

உட்கார்ந்திருந்தவர்களிடையே புகுந்த, அவர்களை இடித்துக் கொண்டும் மிதித்துக் கொண்டும் முன்னேறினாள். தான் போட்டு வைத்திருந்த கோணிச் சாக்கின் மீது உட்கார்ந்திருந்தவனை நெட்டித் தள்ளிவிட்டு, உரிமையை வென்றெடுத்து மல்லி உட்காரவும் ஆடிப் பாடிக் கொண்டு கோமாளி வரவும் சரியாக இருநதது.

கண்கள் விரிய, தெருப் புழுதி மூக்கில் நுழைய, பரவசமாகப் பார்த்துக் கொண்டு இருந்தாள் மல்லி. காலையிலிருந்து செட்டியாரோடும் சிவனடியார்களோடும் அலைந்தது, நாள் முழுக்கச் சாப்பிடாததால், வழக்கத்துக்கு மாறாக இரவுச் சாப்பாட்டை கொஞ்சம் அதிகமாகச் சாப்பிட்டது என்று இரண்டும் சேர்ந்துகொள்ள, ‘எடுத்து வா, திரவியத்தை, நான் வாங்கி வர்றேன் பிள்ளையினை’ என்று சிறுதொண்டர் பாடி அடவு பிடிக்கும்போதே தூக்கம் மல்லியின் இமைகளை மூடச் செய்தது.

சுளீரென்று தொடையில் வலி. அலறிக் கண் விழித்துப் பார்த்தால், அம்மா. அவர்தான் கிள்ளிக்கொண்டு இருந்தார். சுற்றிலும் யாருமே இல்லை. கூத்தில் வேஷம் கட்டியிருந்தவர்கள்

வேஷத்தைக் கலைத்து விட்டு, ஊர்ப் பெரியவர்களோடு ஏதோ பேசிக்கொண்டு இருந்தார்கள். கூத்து பார்க்கக் கூடிய மொத்தக் கூட்டமும் கலைந்துவிட்டு இருந்தது. தான் மட்டும் பொழுது விடிந்த பின்னும் தெருவிலேயே தூங்கிக் கிடப்பதை உணர்ந்ததும் மல்லிக்கு வெட்கம் பிடுங்கியது. அதையும் மீறி அம்மாவின் நகக் கிள்ளு வலித்தது. "அம்மோவ் கிள்ளாதம்மா, அம்மோவ் வுடும்மா" என்று விசுக்கென்று எழுந்தவள், கோணியைக் கூட எடுத்துக் கொள்ளாமல் வீட்டை நோக்கி ஓட்டம் பிடித்தாள்.

9

போர்வை ஈந்த பாரி

ஐப்பசி, கார்த்திகை, அடை மழைக்குப் பெயர் பெற்ற மாதங்கள். இராப்போதுகள் நீண்டும், பகல் குறைந்தும் இருப்பதாகக் கூறப்படும் காலம். இரவு, பகல் எந்நேரமும் மழை தூறிக் கொண்டோ கொட்டிக் கொண்டோ இருக்கும். ஊருக்குள் வீதிகளில் ஜனநடமாட்டம் குறைவு. விசுவிசுவென்று அடிக்கும் ஊதக் காத்து, பொண்டு பிள்ளைகளை வீட்டுக்குள்ளேயே முடக்கி வைத்திருக்கும். பகல் நேரத்தில் வானம் கொஞ்சம் வெளி வாங்கும்போது, ஆண்கள் கோணிச்சாக்குகளைக் கொங்காணி களாகப் போட்டுக் கொண்டு வயக்காட்டுப் பக்கம் போய் வாய்க்கால், வரப்பு, பயிர் பச்சை நிலவரத்தைப் பார்த்து வருவார்கள்.

இப்படிப்பட்ட மழைக் காலத்தில் ஒருநாள், எங்கேயோ இருந்து, ஊருக்கு வந்தான் ஒரு பிச்சைக்காரன். தலைமயிரெல்லாம் சிக்குப் பிடித்து, சடைசடையாகத் திரண்டு முகத்தின் முன்னும் பின்னும் ஊசலாடின. உடல் முழுக்க அழுக்கும்பிசுக்குமாக வீச்சம். கந்தலாகக் கிழிந்த வேட்டித் துண்டொன்று இடுப்பில் சுற்றப்பட்டு முழங்கால் வரை மறைந்திருந்தது. சற்றே புடைத்த ஒட்டுப்போட்ட கறுப்புப் பை ஒன்று தோளில் தொங்கியது.

பூஞ்சாரலாக மழை பெய்து கொண்டு இருந்த ஒரு ஞாயிற்றுக் கிழமை முன்னிரவு நேரத்தில், ஊருக்குள் நுழைந்த அவனை யாரும் பார்த்திருக்க வாய்ப்பில்லை. தட்டுத் தடுமாறி பள்ளியருகே வந்தவன், பையைக் கழற்றி கீழே சுவரருகே வைத்துவிட்டு, தானும்

சுவரில் சாய்ந்தபடியே அமர்ந்தான். அப்படியே சுவரோடு சுவராக ஒடுங்கினான்.

திங்கள் கிழமை, பள்ளியைத் திறக்க வந்த பியூன் பெருமாள்சாமி கண்ணில் இவன் படவும் அருகே வந்து பார்த்தான். கந்தையும், அழுக்கும், வீச்சமுமான அவனைத் தொட பெருமாளுக்கு மனம் ஒப்பவில்லை. இரண்டு, மூன்று முறை குரல் கொடுத்து எழுப்ப முயன்றான். எழுந்திருப்பதாகத் தெரியவில்லை.

பள்ளிக்கூட நேரம் நெருங்க நெருங்க, பிள்ளைகள் ஒருவர் பின் ஒருவராக வரத் தொடங்கினர். சுவரோரத்தில் வதங்கிய வாழை மட்டையாகக் கிடந்த பிச்சைக்காரன், அவர்கள் கவனத்தை ஈர்க்கவே, வியப்போடு அவனைச் சூழ்ந்து நின்றனர். மணியடிக்க கொஞ்ச நேரம் இருக்கும்போது பைக் கட்டை தோளில் மாட்டிக் கொண்டு ஓடி வந்த மல்லி, பிள்ளைகள் கூட்டமாக நிற்பதைப் பார்த்ததும் பக்கத்தில் வந்து எட்டிப் பார்த்தாள். முகம் தெரியவில்லை என்றாலும் ஒரு பிச்சைக்காரன் என்பது புரிந்தது. அவன் உடம்பு கிடுகிடுவென நடுங்கிக் கொண்டு இருந்தது. ‘குளிர் காய்ச்சலா இருக்குமோ, ஐயோ பாவம்! ஒரு போர்வையைப் போர்த்திவிட்டா சரியாகிரும்ல!’ என்று நினைத்தாள் மல்லி.

கூட்டத்தைவிட்டு வெளியே வந்தவள், ஒரு நிமிடம் யோசித்தாள். குடுகுடுவென மீண்டும் வீட்டுக்கு ஓடினாள். பெரியவர்கள் யாரும் கண்ணில் படவில்லை. அம்மா சமையல்கட்டில் வேலையாக இருந்தார். ஆற்றுக்குப் போன தாத்தா இன்னும் வீடு திரும்பியிருக்கவில்லை. அண்ணனும் அக்காவும் பள்ளிக்கூடம் போயாச்சு. சித்தப்பாவும் தோட்டத்துக்குப் போயிருப்பார்.

வீட்டுக்குள் நுழைந்த மல்லி, நேரே அம்மா, அக்காவுடன் தான் படுத்துக் கொள்ளும் அறைக்குப் போனாள். வடக்கு மூலையில் ‘தொந்தி’ என அழைக்கப்படும் தானியங்கள் சேர்த்து வைக்கும் பானைகள் அடுக்கு. அதற்கு சற்று தள்ளி, சுவரோடு ஒட்டிப் போடப்பட்டிருந்த பழைய கயிற்றுக் கட்டில் மீதுதான் இவர்களது போர்வையும் தலையணைகளும் சுருட்டி வைக்கப்பட்டு இருக்கும்.

தான் மழை நேரத்தில் போர்த்திக்கொள்ளும் பச்சைப் போர்வையை உருவி எடுத்தாள். அது அவளுக்கு பெரியண்ணா

வாங்கித் தந்தது. போர்வையை இடது கையால் நெஞ்சோடு சுருட்டிக் கொண்டு பையை எடுத்து மாட்டிக் கொண்டாள். கதவருகே ஒரு விநாடி நின்று, யாரும் தன்னைப் பார்க்கவில்லை என்பதை உறுதி செய்து கொண்டாள். ஒரே பாய்ச்சலாக பள்ளிக்கூடம் நோக்கி ஓடினாள். அதற்குள் பள்ளி துவங்கு வதற்கான மணி அடித்தாகிவிட்டது. பிச்சைக்காரனைச் சூழ்ந்திருந்த பிள்ளைகள் கூட்டம் பள்ளிக்குள் சென்றுவிட்டு இருந்தது.

பிச்சைக்காரன் அருகில் சென்ற மல்லி, போர்வையை விரித்து அவன்மீது போர்த்திவிட்டு உள்ளே ஓடிப் போனாள். இரண்டு பீரியட் முடிந்து இடைவேளை. வெளியே ஓடி வந்த பிள்ளைகள், பிச்சைக்காரன் படுத்திருந்த இடத்துக்கு ஓடினார்கள்.

கொஞ்சம் வெயில் அடிக்கத் தொடங்கியிருந்தது. பிச்சைக் காரன் எழுந்து உட்கார்ந்திருந்தான். பியூன் வாங்கிக் கொடுத்த டீயும் பன்னும் கொஞ்சம் தெம்பைக் கொடுத்திருக்க வேண்டும். மல்லியின் போர்வையை இப்போது உடலைச் சுற்றி நன்றாக போர்த்தி இருந்தான். போர்வை எங்கிருந்து வந்தது என்று வேடிக்கைப் பார்த்த பிள்ளை களுக்கு ஒரே ஆச்சர்யம்.

தான் செய்தது யாருக்கும் தெரியவில்லை என்ற உண்மை மல்லியின் நெஞ்சில் மகிழ்ச்சிக் குறுகுறுப்பை ஏற்படுத்தியது. தன்னைக் குறித்து ஒரு பெருமை ஏற்பட்டாலும் அதை வெளிப் படுத்திக் கொள்ளவில்லை.

இரவு வந்தது. சாப்பிட்டுவிட்டு, அம்மாவும், அக்காவும் வருவதற்கு முன்பே, பாயை விரித்து மல்லி படுத்துத் தூங்கி விட்டாள். அடுப்படி வேலை களை முடித்துக்கொண்டு படுக்க வந்த அம்மா, போர்த்திக்கொள்ளாமல் மல்லி தூங்குவதைப் பார்த்து, போர்வையை எடுக்கக் கட்டிலைப் பார்த்தாள்... காணோம். தாராவைக் கேட்டார். தனக்கொன்றும் தெரியாது என்றவளாக, தாரா, தன் போர்வையை போர்த்திக் கொண்டு படுத்துவிட்டாள். “என்னடி மாயம் இது, குறளிப் பிசாசு கொண்டு போயிருச்சா ?” என்றவராக, தாராவின் பழைய தாவணி ஒன்றை எடுத்து, மல்லிக்குப் போர்த்தி விட்டு, சிமினி விளக்கின் திரியை அடக்கிவிட்டு படுத்துவிட்டார்.

பொழுது விடிந்தது...

“அம்மா தாயே, பசிக்குதம்மா. பழைய கஞ்சி ஏதாச்சுமிருந்தா ஊத்துங்கம்மா” என்ற குரல் கேட்டதும், கோவிந்தம்மா, “இது யாரு புதுசா ?” என்று யோசித்தாள். நீர் ஊற்றி வைக்கப்பட்டு இருந்த இரவுச் சோற்றில் கொஞ்சம் எடுத்து நீச்சத் தண்ணீரோடு ஒரு கிண்ணத்தில் போட்டுக்கொண்டு, ‘இருப்பா, வாரேன்’ என்றபடி வெளியே வந்தார். நீராகாரத்தை பிச்சைக்காரன் குவளையில் போடப் போகும்போதுதான் கவனித்தார், அவன் தோளில் கிடந்த போர்வையை.

“ஏம்ப்பா ! இந்தப் போர்வையை ஒனக்கு யார் குடுத்தா ?” என்று வெகு இயல்பாக கேட்பதைப்போலக் கேட்டார். “தெரியா தும்மா. காய்சசலும் குளிருமாக் கெடந்தேன். கண்ணு முழிச்சா, இது எம்மேலே கெடக்குது. எந்த மவராசனோ போர்த்திட்டுப் போயிருக் காங்க. அவங்க நல்லா இருக்கணும்” என்று தலைக்குமேல் கையுயர்த்திக் கும்பிட்ட வனாக அடுத்த வீடு நோக்கி நகர்ந்தான்.

கோவிந்தம்மாள் மனதில் சந்தேகம். “இது, நிச்சயம் நம்ம வீட்டுப் போர்வைதான். அப்பனுக்கே ஒட்டுக் கோமணமாம், மகனுக்கு இழுத்துப் போர்த்துங்கற கதையால்ல இருக்கு” என்று எண்ணியவளாக உள்ளே வந்தார்.

“ஏந் தாரா ! நீ மல்லி போர்வையைப் பிச்சைக்காரனுக்குக் குடுத்தியா ?” என்று கேட்டார். தாராவுக்கு இந்த கேள்வியைக் கேட்டதும் எரிச்சல், கோபம். “இந்தா, இன்னும் தூங்கிக்கிட்டு கெடக்குதே, இந்தச் சனியன்தான் செஞ்சிருக்கும். பெரிய பாரின்னு நினைப்பு” (தாரா அப்போது எட்டாம் வகுப்பு படித்துக் கொண்டு இருந்தாள்) என்றபடி பவுடரைக் கொட்டி முகத்தில் பூசத் தொடங்கினாள்.

தாராவின் பதிலை காதில் வாங்கிக் கொண்டே அம்மா அடுக்களை நோக்கி நடந்தார். தூக்கம் கலைந்தும் கண்ணைத் திறக்காமல் படுத்திருந்த மல்லி, விசுக்கென்று எழுந்தாள். எழுந்த வேகத்தில் தாராவின் முதுகில் ஓங்கி ஒரு குத்து. “கொரங்கே, ஏன் கோள் வெக்கிற ?” என்றவள், அக்காளின் கையில் சிக்கிவிடக் கூடாதென்று தெருவை நோக்கிப் பாய்ந்தாள் !

●

10

அம்மாகிட்ட சொல்லாதே

மாதத்தின் இரண்டாம் சனிக்கிழமை மட்டும் எப்போதும் முழு நாள் லீவு. மற்ற சனிக்கிழமைகளில் அரை நாள்தான் லீவு. ஞாயிற்றுக்கிழமை எப்போதும் லீவுதான். இரண்டு நாள் விடுப்பு கிடைப்பது, பள்ளிப் பிள்ளைகளுக்கு உற்சாகம் தரும் விஷயம்.

மல்லி, தாரா, உலகநாதன் மூவரும் அன்று வீட்டில் இருந்தார்கள். உலகநாதன், தன் நண்பர்களைப் பார்க்கக் கிளம்பினான். அம்மாவுக்கு ஒத்தாசையாக வீட்டு வேலைகளைச் செய்து முடித்த தாரா, அழுக்குத் துணிகளை ஒரு பெரிய வாளியில் திணித்துக் கொண்டு தோட்டத்துக்குக் கிளம்பினாள். தோட்டத்துக் கிணற்றில் துணிகளைத் துவைத்துவிட்டு, அங்கேயே தலை குளித்துவிட்டு வரலாம் எனத் திட்டம்.

தாராவுக்கு அடர்த்தியான நீண்ட கூந்தல். பின்னிப்போட்ட சடையே இடுப்புக்குக் கீழ் தொங்கும். முடி அலச அதிகம் தண்ணீர் பிடிக்கும். தலை குளிப்பதென்றால், உசிலம்பொடி அரப்புதான். உடம்புக்குக் குளிர்ச்சியானது. வீட்டில் தலை குளிப்பதென்றால் மற்ற நாட்களைவிட நாலைந்து குடங்கள் அதிகமாக ஆற்றுத் தண்ணீரைச் சுமந்து வரவேண்டும். வீட்டுச் செலவுக்குச் சுமப்பதே பெரும்பாடு என்பதோடு கிணற்றில் இறங்கிக் குதித்துக் குளிக்கும் சுகமே அலாதி என்பதால், சமயம் வாய்க்கும்போது, தோட்டக் கிணறுக்குக் கிளம்பி விடுவாள் தாரா. நீச்சல் தெரியும் என்பதால், அம்மாவும் தடுப்பதில்லை.

அக்கா, தோட்டத்துக்குக் கிளம்புகிறாள் என்றதும், 'நானும் வருவேன்' என்று தானும் கிளம்பினாள் மல்லி. "என்னோட வராதே. அங்க வந்து ஏதாவது நச்சு பண்ணிக்கிட்டு இருப்ப" என்று தாரா தடுத்தாள். "என்னையும் கூட்டிட்டுப் போகச் சொல்லும்மா" என்று அடுப்படியிலிருந்த அம்மாவிடம் போய் பிராது கொடுக்க, "ஏ தாரா, தொணக்கி அவளையும் கூட்டிட்டுப்போ. ஒங்க பெரியண்ணனுக்குச் சாப்பாட்டையும் எடுத்துக் கிட்டுப் போங்க. இல்லன்னா, அதுக்குன்னு தனியா நான் ஒரு ஆளத் தேடணும்" என்றார்.

விருட்டென்று உள்ளே சென்ற தாரா, சத்தம் வராமல், முணுமுணுத்துக் கொண்டு சாப்பாட்டுத் தூக்கை எடுத்துக் கொண்டாள். மற்றொரு கையில் அழுக்குத் துணி வாளி.

"தாரா, போற வழியில வேப்பமரத்துல ஒரு கொம்பை ஒடச்சிக் கையில் வெச்சுக்குங்க. காத்துக் கருப்பு அண்டாது" என்று அம்மா பாதுகாப்பு ஆலோசனை வழங்கினாள்.

கோயிலைத் தாண்டி, குப்பைமேடு தாண்டி, ஓடையில் இறங்கினார்கள். தாழக் கிளை பரப்பியிருந்த வேப்ப மரத்தின் கிளையைக் குதித்து எட்டிப் பிடித்த மல்லி, சில இணுக்குகளை உடைத்தாள். ரொம்ப அக்கறையுடன் அதில் இரண்டை அக்காவிடம் நீட்ட, "போடி போ, அம்மாவையும் உன்னையும்தான் பேய் பிடிக்கும். என்னை ஒண்ணும் செய்யாது" என்று தட்டிவிட்டாள்.

சிலோன்காரர் தோட்டத்தருகே வந்ததும், மல்லியின் மனதில் பயம் அதிகமானது. அங்கு ஏழெட்டுப் பனை மரங்கள் உண்டு. "இந்த மூணாவது பன மரத்துலதான் ஒரு முனீசுவரன் குடியிருக்குது. ஏழாவது பனையில ஒரு மோகினிப் பேய் இருக்குது. முனி சின்னப் புள்ளைகளை ஒரு அறை வுட்டுச்சுன்னா, வாயில மூக்குலன்னு இரத்தம் கொடம் கொடமாக் கொட்டும்னு அன்னைக்கு பச்சையம்மா சொன்னாளே. அக்காவுக்கு இதெல்லாம் தெரியாதுபோல. அதான் பயமில்லாம நடக்குது" என்று மனசுக்குள் நினைத்த மல்லி, முகம் தெரியா முனியிடமிருந்தும் மோகினி யிடமிருந்தும் காப்பாற்றிக் கொள்ள தன் தோழி சொல்லிக்கொடுத்த மந்திரத்தை உதட்டுக்குள்ளேயே முனகிக் கொண்டு வேப்ப இலைகளை கையிலே இறுகப் பிடித்துக் கொண்டு

அக்காவின் பின்னே நடந்தாள். "சீச்சீ! செருப்பால அடிப்பேன். சீச்சீ! ஜோட்டாலடிப்பேன்!" என்பதே எப்பேற்பட்ட முனிகளையும் அஞ்சி ஓட வைக்கும் சக்தி வாய்ந்த மந்திரம்.

தோட்டத்தில் உழவு வேலை. மாடுகள் பூட்டப்பட்டு ஏர்களால் உழுதுகொண்டு இருந்தனர். பெரியண்ணாதான் முன்னேர் ஓட்டிக் கொண்டு இருந்தார். அவருக்குப் பின்னே மூன்று பேர். இடுப்பில் கோவணமும் தலையில் முண்டாசுமாக கையில் மெல்லிய சாட்டை வாரோடு மாடுகளை "ஹேய்... ஹேய்..." என்று அதட்டியபடி வேலை. சேறும் சகதியுமாக வயல் மணமணத்தது.

"வாங்க புள்ளைகளா, தூக்குப் போசியை அந்தக் கொய்யா மரக்கெளையில மாட்டும்மா" என்று குரல் கொடுத்தார். எப்போதோ ஒடிக்கப்பட்ட கிளையின் காய்ந்த அடிமுண்டில் தூக்குப் போசியை மாட்டிய தாரா, கொய்யா மரத்தில் பழம் இருக்கிறதா என்று நோட்டம் விட்டாள். மல்லி அதற்குள் மரத்தில் ஏறி விட்டாள். "ஏய் ஏய் பாத்துடி. கெள ஒடிஞ்சிடப் போவுது. கீழ விழுந்துடுவ" என்று தாரா கத்தக் கத்த, குரங்காய்த்தாவி பழம் இருந்த கிளையை எட்டிப் பிடித்து பழத்தைப் பறித்தாள். பறித்த வேகத்தில் பழம் அவளின் சிறிய கையின் பிடியில் அடங்காது நழுவிக் கீழே விழ, குனிந்து பழத்தை எடுத்த தாரா, வாய்க்கால் தண்ணீரில் கழுவி, கடித்துத் தின்னத் துவங்கினாள்.

மல்லிக்குக் கோபம் பழியாக வந்தது. தான் பாடுபட்டுப் பறித்த பழத்தை தாரா தின்பதா என்ற ஆத்திரத்தில் அவளைப் பிடித்து ஒரு தள்ளு தள்ளினாள். தாரா நிலைகுலைந்து வரப்பின்மீது விழ கையிலிருந்த கொய்யாப் பழம் வாய்க்காலில் விழுந்தது. அதைப் பாய்ந்தெடுத்தாள் மல்லி. வெள்ளைக் கொய்யா பழுத்தும் பழுக்காத செங்காய் பதத்தில் கொள்ளை ருசி.

விழுந்த தாரா சுதாரித்து எழுந்தாள். வெட்கமும் ஆத்திரமும் ஒரு சேர, மல்லியை எட்டி அடிக்க முயன்றாள். மல்லி விலகி ஓட, "சனியனே, இரு இரு. அம்மாட்ட சொல்லி அடி வாங்கித் தர்றேன்" என்று கறுவியவளாய், அழுக்குத் துணிகளோடு கிணற்றுக்குச் சென்றாள்.

எல்லாத் தோட்டக் கிணறுகளையும் போன்று அவர்களது கிணறும் பெரிய கிணறுதான். பளிங்குச் சுத்தமான நீர். நிறைய மீன்கள் நெளியும். சீராக வெட்டப்பட்டுக் கட்டப்பட்ட படிகள், மொத்தம் எட்டுப் படிகள். கிணற்று நீர் ஐந்து படிகள் வரை இருந்தது. ஐந்தாவது படியில் நின்று கொண்டு நான்காவது படிக்கல்லில் துவைக்கலாம். துணிகளை ஒவ்வொன்றாக எடுத்து நனைத்த தாரா, சோப்பு போட்டு சற்று ஊறுவதற்காக மேல் படியில் வைத்தாள். கடைசித் துணிக்கு சோப்புப் போட்டு முடித்துவிட்டு, முதலில் போட்டு வைத்த பாவாடையை எடுத்து அடித்து துவைக்கத் தொடங்கினாள்.

பழத்தைத் தின்று முடித்த மல்லி, படிகளில் இறங்கி வந்தாள். எப்படியாவது அக்காவிடம் நல்ல பெயர் வாங்க வேண்டும் என்ற கட்டாயம் அவளுக்கு. தாரா அம்மாவிடம் போட்டுக் கொடுத்துவிடக் கூடாது என்ற எச்சரிக்கை உணர்வு. "அக்கா, நீ அலசிக் குடு. நான் மேலே போய் வெச்சிட்டு வாரேன்" என்று ரொம்ப அன்பாகக் கேட்டாள். கோபம் மாறாத தாரா, "ச்சீ நாயே, இங்க வராத. ஒன் வேலயைப் பார்த்துகிட்டுப் போ" என்று விரட்டினாள். என்ன செய்வது என்று புரியாத மல்லி, சிறு சிறு கற்களை பொறுக்கி, கிணற்று நீரில் விட்டெறிந்து விளையாடிக் கொண்டு இருந்தாள். சில சமயங்களில் கல்லை உணவென்ற விழுங்க வரும் மீன்கள் ஏமாந்து போவதைப் பார்த்துச் சிரித்துக் கொண்டு இருந்தாள்.

திடீரெனத் துணி துவைக்கும் சத்தம் நின்றுவிட்டதை உணர்ந்து திரும்பிப் பார்த்தவள், பயந்து போனாள். படியில் துணிகள் மட்டும் இருக்க, அக்காவைக் காணோம். "அக்கா... அக்கா" என்று கத்திக் கதறித் தேடினாள். நடுக் கிணற்றில் தண்ணீருக்குள் இருந்து ஒரு துணி மூட்டை மேலே எழும்புவது தெரிந்தது. கட்டியிருந்த கனமான சீட்டிப் பாவாடை குடை போல் விரிந்து மேலே எழும்பி, தலையோடு மூடிக் கொள்ளகைகளை அசைக்க முடியாமல் தாரா போராடிக் கொண்டு இருந்தாள்.

அக்காவுக்கு என்னவோ ஆகப் போவுது என்று பயந்த மல்லி, மேடேறி, "காப்பாத்துங்க... காப்பாத்துங்க" என்று கூப்பாடு போட, ஏர்களை அப்படியே விட்டுவிட்டு, அத்தனை பேரும் பதறி ஓடி வந்தனர். கிணற்றை எட்டிப் பார்த்த பெரியண்ணாவுக்கு தாராவின்

போராட்டம் புரிய, சட்டெனக் கிணற்றுக்குள் குதித்தார். நீச்சல் அடித்து தாராவை நெருங்கி, அள்ளி அப்படியே படிக்கு இழுத்து வந்தார். நாலாம் படியில் தாராவைக் குப்புறப் போட்டு முதுகை மூன்று நான்கு தரம் அழுத்தினார். குடித்த தண்ணீர் மொத்தமும் வெளியேறி, கொஞ்ச நேரத்தில் நிதானத்துக்கு வந்த தாரா பயந்து போயிருந்தாள். அரக்கப் பரக்க ஆடைகளைச் சரிசெய்து கொணடாள்.

“தாவணி அலசத் திரும்பினேனா... அப்படியே கால் வழுக்கிடிச்சு. தண்ணிக்குள்ள விழுந்ததும் பாவாடை மேலே வந்து தலையை மூடிக்கிச்சு. கையை அசைக்க முடியலை. எந்த பக்கம் நீந்துறோம்னும் தெரியாம காலை அடிச்சுக்கிட்டே நடுக்கிணத் துக்குப் போயிட்டேன். செத்துப் போயிடுவேன்னு பயந்துட்டேன் பெரியண்ணா” என்று கண்ணைக் கசக்கிக் கொண்டு கேவினாள்.

“மல்லி மட்டும் இல்லேன்னா, நீ இன்னைக்கு அவ்வளவு தான். அவதான் ஒன்னைக் காப்பாத்துனா” என்று ஆளாளுக்குக் கூற, பெருமையால் மல்லிக்குத் தலை கழுத்தில் நிற்கவில்லை. பெரியண்ணா துணிகளை அலசிப் பிழிந்து கொடுத்துவிட்டு, “சரி, சரி மேலே ஏறுங்க” என்றவராய் மீண்டும் ஏர் பிடிக்கச் சென்று விட்டார். அக்கா தன்னை மெச்சுவாள் என்று எதிர்பார்ப்பில் முகத்தை ஒரு மாதிரியாக வைத்துக் கொண்டு அவளையே பார்த்தாள் மல்லி. தாராவோ, “ஏய் மல்லி... அம்மாகிட்ட மட்டும் சொல்லிராத. தெரிஞ்சா என்னைக் கொன்னே போட்ரும். இனிமே தோட்டத்துப் பக்கமே அனுப்ப மாட்டாங்க” என்று கெஞ்சினாள். மல்லி தலையை ஆட்டினாலும் தாராவுக்கு நம்பிக்கை இல்லை. சத்தியம் பண்ணிக் கொடு என்று தன் கையை நீட்ட, அவள் உள்ளங்கையில் மல்லி தனது வலது கையால் ஒரு அடி போட்டு, மெள்ளக் கிள்ளினாள். ஒப்பந்தம், சத்தியமாக வலுப்பெற்றது. காய்ந்த துணிகளை அள்ளிக் கொண்டு வீடு திரும்பினார்கள்.

மல்லிக்கு, அம்மாவிடம் எல்லாம் சொல்லிவிட வேண்டும் என்ற குறுகுறுப்பு இருந்தாலும் செய்து கொடுத்த சத்தியம் அவள் வாயைக் கட்டிப்போட்டது. ஆனால், தோட்டத்தில் வேலை செய்து கொண்டு இருந்தவர்கள் வாயிலாக அன்றிரவே கோவிந்தம்மா ளுக்குச் செய்தி தெரிய வந்தது. “கூட்டுக் களவாணிகளா,

பெத்தவகிட்டயே மறைக்கிறீகளா, இந்தப் புத்தி நல்லதுக்கில்ல" என்றவராய், இனி தாராவை தோட்டத்துப் பக்கம் அனுப்புவதில்லை என்று முடிவு செய்தார்.

11

நாங்க புதுசா கட்டிகிட்ட

"மூங்க மொழியத்து
முத்தமிடப் புள்ளையத்து
காராம் பசுவை
கழுத்தறுத்து
நாசமாப் போவெ"

- தெரு முச்சூடும் கேட்கும் குரலில் சாபமிட்டவாறு செல்லியம்மா பாட்டி வீட்டுக்குள்ளிருந்து வாசலைத் தாண்டித் தெருவுக்கு ஓடி வருவதும், சின்னப் பிள்ளைகள் கும்பலாக வேடிக்கை பார்க்க தயாராவதும் ஒரே நேரத்தில் நடக்கும்.

ஒவ்வொரு மாதமும் அமாவாசை, பௌர்ணமி நெருங்கி விட்டது எனத் தெரிந்து கொள்ள, கீழத் தெருக்காரர்களுக்கு பஞ்சாங்கமே தேவைப் படுவதில்லை. செல்லியம்மா பாட்டிக்குள் எத்தகைய பௌதிக, இரசாயன மாற்றங்கள் ஏற்படுமோ தெரியாது. இரண்டு மூன்று நாட்களுக்கு முன்பிருந்தே சம்பந்தா சம்பந்தமில்லா பேச்சுக்கள், வசவுகள், நடவடிக்கைகள் எனச் சின்னச் சின்ன ரகளைகளாகத் தொடங்கி அமாவாசையன்று முழு வீச்சோடு ஆர்ப்பாட்டமாக வெளிப்படும். இதில் குறிப்பிடத்தக்க அம்சம், அவரது வசவுகள் அனைத்தும் மருமகள் தாயம்மாளை மட்டுமே குறிவைத்துத் தாக்கும்.

மற்ற நாட்களிலெல்லாம் செல்லியம்மா பாட்டி இருக்கும் இடமே தெரியாது. வெள்ளைப் புடவை, வெளுத்த தலை, நெற்றியில்

தீட்டப்பட்ட ஒற்றைக்கோடு திருமண், ஆண்டாள் பாசுரத்தை முணுமுணுக்கும் உதடுகள், பூமிக்கும் வலிக்கக் கூடாது என்று பூப்போல நடப்பது என அப்படிப்பட்ட செல்லியம்மா பாட்டி அமாவாசைக்கும் பௌர்ணமிக்கும் இந்த ஆட்டம் ஆடுகிறார் என்பது இயற்கையின் விசித்திரங்களில் ஒன்று.

செல்லியம்மா பாட்டி நிலை கொள்ளாமல் பிதற்ற ஆரம்பித்தால், மருமகள் தாயம்மாளுக்கு எரிச்சல் கிளம்பும். அடுப்படியிலிருந்தபடியே, "ஏ! கிறுக்குச் சனியனே, செத்த வாயை மூடிகிட்டு ஒரு பக்கமா ஒக்கார மாட்டியா?" என்று கத்துவார். காத்திருந்ததுபோல், செல்லியம்மா பாட்டி உச்சபட்ச வசவுகளை தாயம்மாளை நோக்கி சரமாரியாக வீசுவார். "வாயெ மூடுடி கிறுக்குச் சிறுக்கி" என்றபடி பாட்டியை அடிக்கக் கையை ஓங்கிக்கொண்டு வருவார் தாயம்மா. "என்னய அடிக்கிற அளவுக்கு வந்திட்டியா! இருடி... எம் புள்ளகிட்ட சொல்லி ஓங்குன கைய ஒடைச்சி அடுப்பில வெச்சு எரிக்கிறேன்" என்று வீட்டை விட்டு வெளியே ஓடி வந்து வாசலில் நின்று தெருப் புழுதியை கை நிறைய வாரித் தூற்றுவார். "ஒரு அப்பனுக்குப் பொறந்திருந்தா, என்னய புடிச்சிருடி பாக்கலாம்" என்று சவால்விட்டபடியே பாட்டி ஓட, பின்னாடியே தாயம்மாள் துரத்த, ஊரே வேடிக்கைப் பார்க்கும்.

பாட்டி நல்ல உயரம். ஒடிசலான உடம்பு. தாயம்மாள் கொஞ்சம் தாட்டியான உருவம். மல்லிக்கு முயலும் ஆமையும் கதைதான் ஞாபகத்துக்கு வரும். தாயம்மாள் கையில் செல்லியம்மா பாட்டி ஒரு நாளும் சிக்கியதில்லை. ஓடுகிற போக்கில் ஆங்காங்கே நின்று நிதானித்து, "வாடி! எங்குந்தாணி, புடிடி பாக்கலாம்" என்று போக்குக் காட்டித் துள்ளித் துள்ளி ஓடுவார். இவர்களின் ஓட்டப் பந்தயத்தில், மல்லி உள்ளிட்ட சில பிள்ளைகளும் பங்கேற்பர்.

அன்று ஞாயிற்றுக்கிழமை பௌர்ணமியும்கூட. கிழக்குத் தெருவின் மாதாந்திரக் காட்சி ஆரம்பித்தது. வடக்குத் தெரு நெருங்கும்போது, தாயம்மாள் தஸ்ஸு புஸ்ஸுவென மூச்சு வாங்க நின்று விட்டார். மற்ற பிள்ளைகளும் நின்று விட, மல்லி மட்டும் செல்லியம்மா பாட்டியை ஒட்டி ஓடிக் கொண்டே இருந்தாள். எதிராளி தன்னைத் துரத்துவதை நிறுத்திக் கொண்டு, பின் வாங்கியதில் செல்லியம்மா பாட்டிக்கு மகிழ்ச்சியும் பெருமையும் தலைகால்

கொள்ளவில்லை. "குண்டச்சி என்னயப் புடிச்சிடுவாளா...?" என்று கொக்கரித்தபடியே, தன்னுடன் வந்த மல்லியின் கையைப் பிடித்துக் கொண்டார்.

"அடியே சின்னப்புள்ள, நாம காட்டுக்குப் போவம், ஒனக்கு நெறய கொய்யாப்பழம், மாம்பழம், எலந்தப் பழம் எல்லாம் பறிச்சுத் தாரேன்" என்றார். மாம்பழம், கொய்யாப்பழம் என்றதும் மல்லியின் மனதில் ஒட்டிக் கொண்டிருந்த அம்மா, தாத்தா பயமெல்லாம் போய்விட்டது. சந்தோஷமாக, செல்லியம்மா பாட்டியின் கையைப் பிடித்துக்கொண்டு எட்டி நடை போட்டாள்.

பாடப் புத்தகங்களில் "கல்வராயன் மலை" என்ற பெயர் கொண்ட காடு அருகில் இருப்பதுபோலத் தெரிந்தாலும் ஊரைவிட்டு ரொம்பத் தொலைவு. வைணவப் பாசுரங்களைப் பாடியபடியே நடந்து கொண்டிருந்த பாட்டியின் விறுவிறு நடையில் தொய்வே இல்லை. ஆனால், மல்லி களைத்துப் போனாள்.

"என்னம்மா பசிக்குதா? கால் வலிக்குதா? இன்னுங் கொஞ்ச தூரந்தான். பொழுது உச்சிக்குப் போறதுக்குள்ளே மலங்காட்டுக்குப் போயிடலாம்" என்று உற்சாகமூட்டினார் பாட்டி. மல்லிக்குத் தாகத் தினால் நாக்கு வரளத் தொடங்கியது. தண்ணி குடிக்க வேண்டும் என்ற ஏக்கம் அதிகரித்தபோது, கூப்பிடு தூரத்தில் சில குடிசைகள் கண்ணில் பட்டன. மல்லி அந்தக் குடிசைகள் நோக்கி நடக்கத் தொடங்கினாள்.

"என்ன, எங்க போறவ?" என்று அதட்டிய பாட்டியிடம் வலது கை பெருவிரலால் தண்ணீர் என்று சைகை மொழியில் பதில் சொன்னாள்.

"ஐயையோ! அது நரிக்கொறவங்க குடிசை! அவங்ககிட்டயா தண்ணி வாங்கிக் குடிக்கப் போற?" என்று முகத்தைச் சுழித்த பாட்டி, "சரி! சரி! நீ சின்னப்புள்ளைதான! வாங்கி குடிச்சுட்டு சீக்கிரம் ஓடியா. நான் மெள்ளப் போயிட்டிருக்கேன்" என்றவராகத் தன் நடையைத் தொடர்ந்தார்.

குடிசைகளை நோக்கித் தொய்வாக மல்லி நடக்க, தெளிவாகக் கேட்டது பாட்டுச் சத்தம்.

'நாங்க புதுசா கட்டிகிட்ட ஜோடி தானுங்க...
நல்லப் பாட்டுப் படிக்கும் வானம்பாடி தானுங்க...
ஏ டமுக்கடிப்பான் டிய்யாலோ டமுக்கடிப்பான்
ஆயாலோ...
ஏய்ய் சிங்கா... ஏய்ய் சிங்கி...!"

பத்து, பன்னிரெண்டு குடிசைகள். கதவுகள் இல்லாத குடிசைகளுக்குள் சட்டிப் பானைகள், தகரக் குவளைகள், நசுங்கிய பெட்டிகள்தான் சொத்து.

நான்கைந்து சிறு பிள்ளைகள் விளையாடிக் கொண்டு இருந்தனர். யாரோ ஒரு குடியானவப் பெண் வருவதைப் பார்த்ததும் ஓடிப் போய் ஒரு குடிசைக்குள் நுழைந்தனர். வெளியே வரும்போது வயசாளி ஒருவரும் அவர்களோடு இருந்தார். சூரிய வெளிச்சத்தைத் தன் வலது கையால் மறைத்தவராய் மல்லியை உற்றுப் பார்த்தார்.

அருகே வந்த மல்லி, அவர்களிடம் கை சாடையால், தண்ணீர் கேட்டாள். உள்ளே ஓடிய சிறுமி ஒருத்தி அலுமினியக் குவளையில் தண்ணீர் கொண்டுவந்து கொடுத்தாள். ஆவலாக வாங்கிய மல்லி, தங்கள் வீட்டு வழக்கப்படி, தூக்கிக் குடிக்கும்போது மேலெல்லாம் தண்ணீரைக் கொட்டிக் கொள்ள, "பரவாயில்ல பாப்பா, கடிச்சிக் குடி, ஒண்ணுந் தப்பில்ல. நாங்கெல்லாம் அப்படித்தான் குடிப்பம்!" என்றார்.

குவளைத் தண்ணீரைக் குடித்த பின்னும் தாகம் தணியாமல் இருக்க, இன்னும் ஒரு குவளை நீரைக் கேட்டு வாங்கினாள். அதில் பாதியைக் குடித்துவிட்டு, தனக்குத் தண்ணீர் கொடுத்த சிறுமியிடம் குவளையை நீட்டினாள்.

"நீ யார் வீட்டுப் பொண்ணும்மா, இந்தப் பக்கம் எங்க வந்தே? யாரோட வந்தே?" என்று வயசாளி கேட்க, நன்றியுணர்வோடு தன் தாத்தா பற்றியும், செல்லியம்மா பாட்டியுடன் மாம்பழம், கொய்யாப்பழம் பறிக்க மலங்காட்டுக்குப் போகும் செய்தியையும் கண்களில் மகிழ்ச்சி மின்னச் சொன்னாள்.

அந்த வயசாளிக்கு மல்லியின் தாத்தாவைத் தெரிந்திருந்தது. புத்தி சுவாதீனமற்ற செல்லியம்மா பாட்டியையும் தெரிந்திருந்தது.

கண்ணுக் கெட்டிய தொலைவு வரைப் பார்வையைச் செலுத்தினார். பாட்டி தென்படவே இல்லை. என்ன செய்வதென சில நொடிகள் யோசித்தார். பாட்டியைத் தேடிச் செல்வதைவிட, இந்தச் சிறுமியை அவள் வீட்டில் ஒப்படைக்க வேண்டும் என்ற முடிவுக்கு வந்தார்.

மல்லியிடம், “பாட்டி, கண்ணுக்கே தெம்புடலையேம்மா. சரி, இரு, நா ஒன்னோட வாரேன். மாம்பழம், கொய்யாப்பழமெல்லாம் மலங் காட்டுல எங்க நெறயக் கெடைக்குமுன்னு எனக்கு நல்லாத் தெரியும். பறிச்சுத் தாரேன். நீ இவங்களோடு செத்த நேரம் வெளையாடிட்டிரு” என்றவராய் தன் குடிசைக்குள் நுழைந்தார். மல்லியைத் தங்களோடு சேர்த்துக்கொண்டு, சிறுமிகள் விளையாட்டைத் தொடர்ந்தனர்.

மல்லியை கொண்டு விட ஊருக்குள் செல்லும்போது அப்படியே, தங்கள் குடும்பத்தினர் சேர்த்து வைத்திருக்கும் சில பொருள்களையும் விற்றுவிட்டு, தேவையான அரிசி, மளிகை சாமான்களை வாங்கி வந்து விடலாம் என, குடிசைக்குள் பத்திரப்படுத்தி வைக்கப்பட்டிருந்த பொருள்களில் சிலவற்றைத் தேடி எடுக்கத் தொடங்கினார்.

அதிகாலையிலேயே மலையில் ஏறிப்போய், காய்ந்த மரங்களை வெட்டியெடுத்து விறகுக்கு உடைத்துக் கட்டி, பெரிய பெரிய தலைச் சுமைகளாகத் தூக்கிக்கொண்டு, ஓட்டமும் நடையுமாகத் திரும்பிக் கொண்டிருந்த ஊர்க்காரர்கள் சிலர், குறவர் சிறுமிகளோடு விளையாடிக் கொண்டு இருந்த மல்லியைப் பார்த்தார்கள்.

“அட, இது கடைக்கார நாயக்கர் வீட்டுப் புள்ள மாதிரி இருக்கே ? இங்கே எதுக்காவ வந்திருக்கும் ? இந்தக் கொறக் கும்பல், ஏதாச்சும் மயக்க மருந்துகிருந்து கொடுத்து தூக்கிட்டு வந்திருக்குமோ ?” என்ற சந்தேகம். “ஏ நாய்க்கர் வூட்டுப் பாப்பா, இங்கே என்ன பண்றே ? வா, வூட்டுக்குப் போலாம்” என்று குரல் எழுப்பிக் கூப்பிட்டனர். இவர்களைத் திரும்பிப் பார்த்த மல்லி, தலையை ஆட்டித் தான் வருவதாக இல்லை என்று மறுத்தாள். மாம்பழக் கனவில் இருந்தவள், இவர்களிடம் சிக்கிவிடாமல் இருக்க, ஓட்டமாக ஓடிப் போய் குடிசையினுள் பதுங்கிக் கொண்டாள்.

விறகுக்காரர்களின் சந்தேகம் உறுதிபட்டுவிட்டது. குறவர்கள், மல்லியை வசியம் செய்து கடத்தி வந்திருக்கிறார்கள். எங்கேயோ கொண்டு போய் யாருக்கோ விற்றுவிடப் போகிறார்கள் என்று முடிவு கட்டினார்கள். தலைச் சுமையோடு இருக்கும் அவர்களால் உடனடியாக மல்லியின் வீட்டிற்குப்போய் தகவல் சொல்லவும் முடியாது. விறகு கட்டை, பக்கத்து டவுனுக்குச் சுமந்து சென்று விற்று, அதை அரிசி பருப்பாக்கி வீடு திரும்பினால்தான் அவர்களின் வீட்டில் ஒருவேளைச் சோறு பொங்க முடியும். கொஞ்சம் தாமதமானாலும் விறகும் விலை போகாது. குழந்தை குட்டிகளும் பட்டினி கிடக்க வேண்டியதுதான். வழியில் யாராவது கண்ணில் பட்டால், விஷயத்தைச் சொல்லி நாய்க்கர் காதில் தகவலைப் போடச் செய்துவிடலாம் என்று தங்கள் பயணத்தைத் தொடர்ந்தார்கள்.

நரிப் பல், மான் கொம்பு, மலைத் தேன், புனுகு மயிலெண்ணெய் என்று சேகரித்து வைத்ததையெல்லாம் சின்ன சின்ன முடிச்சுகளாகவும் குப்பிகளிலும் குடுவைகளிலும் எடுத்து, வாயகன்ற ஒரு தோல் பையில் ஆடாது அசங்காது திணித்து, பையைத் தன் தோளில் மாட்டிக் கொண்டு வெளியேவர வயசாளிக்கு கொஞ்ச நேரமாகியது.

குடிசையை விட்டு வெளியே வந்தவர், மல்லியின் இடது கையைப் பற்றியவராய் “வாம்மா, போலாம்!” என்று மலங்காட்டுப் பாதைக்கு வந்தவர், ஊர் நோக்கி நடக்கத் தொடங்கினார்.

மல்லிக்குத் திடீரெனச் சந்தேகம் பொறி தட்டியது. மலைக்குப் போய் மாம்பழம், கொய்யாப் பழம் பறித்துத் தருகிறேன் என்று சொல்லிவிட்டு, ஊருக்குப் போகும் பாதையில் நடக்கிறாரே என்று கோபம். “ஏன் தாத்தா, அந்தப் பக்கம் போகாம, இந்தப் பக்கம் போறீங்க?” என்று கேட்டாள். மல்லியின் கையை இறுக்கமாகப் பற்றிக் கொண்ட வயசாளி, “ஆமாம் பாப்பா, ஒங்க வூட்டுக்குத்தான் போறம். அந்தக் கிறுக்குப் பாட்டியோட, மலங்காட்டுக்குப் போனீன்னா, நீ காணாமப் போயிடுவ. ஒன்னை புலி சிங்கம் அடிச்சிப் போட்டுடும். அதான் நிறுத்திவெச்சேன். இப்ப ஊருக்குப் போறம்!” என்றார். “புலி, சிங்கம் பாட்டியை மட்டும் அடிச்சிப் போடாதா?” என்ற மல்லியின் கேள்விக்குப் பதிலேதும் சொல்லாமல், அவளை சற்றே இழுத்தவாறு நடந்தார்.

மல்லிக்குக் கோபமும் எரிச்சலும் அதிகமானது. தன் இடது கையை வலுவாகப் பற்றியிருந்த வயசாளியின் வலது கையை நறுக்கென்று பலமாகக் கடித்தாள். இதைக் கொஞ்சமும் எதிர்பார்த்திராத வயசாளி அலறிக் கையைவிட, விடுவித்துக் கொண்டு மலங்காட்டை நோக்கி மான் குட்டியாக ஓடத் தொடங்கினாள் மல்லி.

விக்கித்த வயசாளி சில விநாடிகளில் சுதாரித்துக் கொண்டு, “ஏ ! சின்னப் பாப்பா, ஓடாத... நில்லு... நாஞ்சொல்றதைக் கேளு” என்று அவர் கத்தக் கத்த, ஓடியே போனாள் மல்லி.

திரும்பத் தன் குடிசை நோக்கி வந்த வயசாளி, பையைக் கழற்றிக் கீழே வைத்தார். கொஞ்ச நேரம், வெறித்த பார்வையுடன் உட்கார்ந்தவர், பெருமூச்சுவிட்டபடி இன்னொரு பையைத் திறந்து கம்பி, குரடு, பல வண்ண பாசிமணிகளை வெளியே அள்ளிப் போட்டு, பாசி மாலை கட்ட ஆரம்பித்தார்.

வயசாளியிடமிருந்து, தன்னை விடுவித்துக் கொண்டு, மலங்காட்டுப் பாதையில் எவ்வளவு வேகமாக ஓடியும் பாட்டியோ வேறு யாருமோ மல்லியின் கண்ணுக்குத் தென்படவில்லை. ஓட்டத்தைப் பெருநடையாக மாற்றிப் பின் சிறுநடையாக்கிய மல்லியின் கால்கள் பாதையருகே கிளை பரப்பி நின்ற ஆலமர நிழலுக்கு அவளை இட்டுச் சென்றன.

மரத்தடி ஓரளவு சமதளமாக இருந்தது, பல வழிப் போக்கர்களைக் கண்ட மரம். வருபவர்கள் சிறிது நேரம் ஆசுவாசப்படுத்திக் கொள்ளத் தோதாகச் சில பலகைக் கற்கள் கிடந்தன. எந்த வழிப்போக்கரின் உபயமோ ! சாய்ந்து சரிந்து அமர்ந்த மல்லி, இரண்டு கைகளையும் முழங்கை வரை இணைத்து தலைக்கு ஆதரவாக்கி கல்லின் மேல் படுத்தாள். கண்கள் தாமாக மூடிக் கொண்டன.

காலை நேர வீட்டு வேலைகளையெல்லாம் முடித்துக் கொண்டு, மதிய நேரத்துக்கான கஞ்சியை தூக்கு போசியில் ஊற்றிக் கொண்டு மலையடிவாரத்துக்கு புல்லறுக்கச் செல்லும் காலனிப் பெண்கள், அறுத்த புல் கட்டுகளை சுமந்துவரும் பொழுது. கழுத்து வலிக்க வலிக்கச் சுமந்து வரும் கனமான புல்கட்டுகளை,

சம்சாரிகளிடம் பேரம் பேசி விற்கும் காசு, ராச்சோறாக மாறி குடும்பத்தினரின் பசிப் போக்கும்.

தலையில் புல்கட்டுகளோடு ஊர் நோக்கி எட்டி நடை போட்டு வந்த பெண்களுக்கு, மரத்தடியில் ஒருக்களித்துப் படுத்துக் கிடந்த மல்லியின் இருப்பு, விபரீத எண்ணங்களை ஏற்படுத்தியது. "யார் வூட்டுப் புள்ளையோ தெரியலியே? சுத்துப்பத்துலே யாரையுங் காணம்? பூச்சி, பொட்டு, எதனாச்சும் தீண்டிடிச்சா? இப்பிடிக் கெடக்குதே?" என்று பதற்றத்தோடு மரத்தடிக்கு வந்தார்கள். "மாரியாத்தா புள்ளைக்கு ஒண்ணும் ஆயிருக்கக் கூடாது" என்ற விண்ணப்பத்தோடு, மல்லியின் அருகே வந்து மெதுவாக முகத்தை நிமிர்த்தினார் ஒருவர். யாரென்று அடையாளம் தெரிந்தது. ஒரு பெண் மல்லியின் மூக்கருகே கை வைத்துப் பார்த்தாள். மூச்சு சீராக வந்து போய்க் கொண்டிருந்தது. "ஏய், இந்தா, இந்தா பாரு புள்ள... ஏய்" என மல்லியின் கன்னங்களில் தட்டியும் கண் இமைகளைப் பிரித்துவிட்டும் அவள் தூக்கத்தைக் கலைத்தார்கள்.

கண் விழித்த மல்லிக்கு தான் எங்கிருக்கிறோம் என்று தெரிய வில்லை. "எப்படி இம்மாந் தொலவு வந்த?" என்ற அவர் களின் கேள்விக்கு உடனடியாகப் பதில் சொல்ல முடியவில்லை. "புள்ள, மலங்க மலங்க முழிக்குது. பயந்து போய் கெடக்குது" என்றவர்களாய் தங்கள் கேள்வி களைத் தொடரவில்லை. "நட தாயி! நம்ம வூட்டுக்குப் போகலாம்" என்று அவர்கள் சொல்ல, எவ்வித மறுப்பும் இல்லாமல் எழுந்த மல்லி, அவர்களைப் பின் தொடர்ந்தாள்.

விளக்கு வைக்கும் நேரத்தில் ஊர் திரும்பிய புல்லுக்கார பெண்கள், "நீ ஒங்க வூட்டுக்குப் போம்மா" என்று மல்லியை அனுப்பி வைத்தனர். மல்லி ஊரை விட்டுப் போனதோ, திரும்ப வந்ததோ யாருக்கும் தெரியாது. மத்தியானம் மல்லி சாப்பிட வில்லை என்பதால் அம்மா அவளுக்குச் சீக்கிரமே சோறு போட்டுத்தர சாப்பிட்டுக் கொண்டிருந்தாள்.

புல்கட்டுகளை விற்ற காசுடன் தாத்தாவின் கடைக்கு வந்த பெண்கள், "நாய்க்கரே, நாங்க இல்லேன்னா ஒம் பேத்தியை இன்னிக்கு எந்த நாய், நரியாச்சும் கொண்டுபோயிருக்கும். அப்புறம் அம்மான்னாலும் கெடச்சிருக்க மாட்டா, ஆத்தான்னாலும்

கெடச்சிருக்க மாட்டா. வூட்டுப் புள்ள எங்க போவுது, எப்ப வருதுன்னு எதுவும் கெவனிக்க மாட்டீங்களா?" என்று கேட்க, வழக்கம்போல, மல்லி எங்கேயோ சுற்றிக் கொண்டு திரிந்திருப்பாள். அவளைக் கூட்டி வந்திருப்பார்கள் என்று எண்ணியவர், "அம்மாக்காரி வளக்கற லெச்சணம்! எங்கிட்ட ஏன் கேக்குறீங்க? அதுகிட்ட கேளுங்க! சரி! சரி உங்களுக்கு என்னா வேணும்?" என்று சிடுசிடுத்தார்.

"என்ன நாய்க்கரே இப்படிச் சொல்லிபுட்டே. ஒம் பேத்தியை பத்திரமாக் கொண்டாந்து சேத்ததுக்கு ஒரு வா வெத்தலை தர மாட்டியா?" என்று வாயாடிக் கொண்டு இருக்கும்போதே, டவுனில் விறகுக் கட்டுகளை விற்றுவிட்டு வந்தவர்கள், "கடக்காரரே! ஒங்க பேத்தி நரிக்கொறவக் காலனியில் இருக்கா. இன்னிக்கு மதியம் நாங்க கண்டோம். கூப்புட்டுப் பாத்தா, வரமாட்டேங்குது. தலமேல வெறகுச் சுமை இருந்ததால ஒண்ணுஞ் செய்ய முடியல" என்றனர்.

தாத்தா, வீட்டு பக்கம் பார்த்து சவுண்டுவிட்டார். "ஏ புள்ள கோவிந்தம்மா, இங்க கொஞ்சம் வந்துட்டு போ".

"கெழவன் எதுக்குக் கூப்பிடுதோ தெரியலையே" என்று எண்ணிய வராய், வாய் திறக்காமல் கடைப் பக்கம் போய் நின்ற கோவிந்தம்மாவைக் கண்ணெடுத்துப் பார்க்காமலேயே, "ஒஞ் சின்னமவ எங்க?" என்று கேட்டார். "அவ சாப்புட்டுக்கிட்டு இருக்கா" என்று அம்மா சொன்னதை நம்பாத தாத்தா, "அவளைக் கூப்புடு" என்றார். "என்னடீ இது எளவு" என்று முணுமுணுத்தவாறு, "மல்லீ, மல்லீ இங்க செத்த வாடி" என்று அழைக்கவும், சாப்பிட்ட கையோடு ஓடி வந்து எட்டிப் பார்த்த மல்லிக்கு, விறகுக்காரர் களையும், புல்லுக்கட்டுப் பெண்களையும் பார்த்ததும் விஷயம் விளங்கிப் போயிற்று.

"பாத்துக்க! இது காடுமேடெல்லாம் சுத்தி, கண்டவங்களோடு திரியுது. இவங்க பாத்து அழைச்சுக்கிட்டு வந்திருக்காங்க. பொட்டப் புள்ளையைக் கண்டிச்சு வளக்கணும். இல்லேண்ணா ஊர் சிரிச்சுப் போவும்" என்று வார்த்தைகளால் சுட்டார். தாராவின் பின்னால் ஒளியப் பார்த்த மல்லியை இழுத்து மடார் மடாரெனச் சாத்தினாள் கோவிந்தம்மா.

ரா மூச்சூடும், வயசாளி நரிக்குறவருக்குத் தூக்கம் கொள்ள வில்லை. மலங்காட்டுப் பக்கம் ஓடிய புள்ளைக்கு என்ன ஆனதோ என்ற தவிப்பு. சொல்லிச் சொல்லி அரற்றிக் கொண்டு இருந்தார். விடியும் முன்பே, வீட்டை விட்டுப் புறப்பட்டு, ஊர் நோக்கி நடந்தார்.

கடைக்கார நாயக்கர் வீட்டருகே வந்ததும் அவர் கண்ணில்பட்ட முதல் ஆள், மல்லிதான்.

"இதப் பார்றா, என்ன பாப்பா... எப்பிடி வந்தே? யாரோட வந்தே? பாட்டியைப் பார்த்தியா?" என்று பரவசமான வயசாளியைப் பார்த்து, "போ தாத்தா, ஒங்கூட டூக்கா. மாம்பழம் பறிச்சுத் தாரேன்னு சொல்லி ஏமாத்திட்டல்ல!" என்று முன்பற்களுக்கிடையே வலது கை பெருவிரலை நுழைத்தெடுத்து 'டூ' காட்டியவளாக பள்ளிக்கூடம் நோக்கி ஓடினாள் மல்லி.

12

மாணிக்கம் சார்!

ஊரைவிட்டுப் போய்விட்ட சின்ன வாத்தியாருக்குப் பதிலாகப் புதிதாக வந்த வாத்தியாரின் பெயர் மாணிக்கம்.

கொஞ்சம் தொலைவிலிருந்து சைக்கிளில் வந்து போவார். நாப்பது, நாப்பத்தஞ்சு வயசிருக்கும். ஒட்ட வெட்டிய தலைமுடி, அகன்ற நெற்றியில் மூன்று விரற்கடை விபூதிப் பட்டை, சிவப்பு ஒற்றைக் கல் கடுக்கன். கழுத்தில், தங்கப்பூண் கட்டி கயிற்றில் கோத்த ருத்ராட்சம், காலர் வைத்த அரைக் கை வெள்ளை ஜிப்பா, கரை போட்ட கதர் வேட்டி, பார்த்த மாத்திரத்திலேயே மாணிக்கம் வாத்தியார் மீது ஒருவிதமான பக்தி கலந்த மரியாதை வரும்.

தங்கள் பிள்ளைகளைப் படிக்க வைக்க வேண்டியதன் அவசியத்தை உணர்ந்திருந்த கிராமத்துப் பெற்றோர்கள், “நீங்க, கண்ணு ரெண்ட வுட்டுட்டு, தோல உரிச்சாலும் எனக்கு சம்மதந்தே வாத்தியாரே. புள்ளக்கி, நாலெழுத்து நல்லபடியா படிச்சிக்குடுங்க” என்ற வேண்டுகோளோடு, பிள்ளைகளை சரசுவதி பூசையன்று, பள்ளியில் முதல் வகுப்பில் சேர்ப்பார்கள். என்றாலும் இப்படிப்பட்ட பெற்றோர்களின் எண்ணிக்கை குறைவுதான். ‘ஆமாங்... கழுதை... இவென் படிச்சி, கிழிச்சி ஜில்லா கலெக்டரு உத்தியோகத்துக்கு போவப் போறானாக்கும்! கன்னு, காலியைப் பத்திகிட்டுப் போய், மேச்சலுக்கு வுட்டு, சாணி பொறுக்கிட்டு வந்தான்னா, வர்ர ஒழவுக்கு எருவாவது சேரும்’ என்று குறுக்குசால் ஓட்டும் குடியானவர்களும், பிள்ளைகளை பள்ளிக் கூடத்தில் சேர்த்து

படிக்க வைப்பது என்ற ஒன்று உண்டு என்பதையே உணராதிருக்கும் பெற்றோர் களும்தான் எண்ணிக்கையில் அதிகமானவர்கள்.

கல்வியாண்டு தொடங்கும் ஜூன் மாதத்திற்கு முன்பே, கோடை விடுமுறையின் போதே, பள்ளியில் சேரும் வயதுடைய பிள்ளைகள் இருக்கும் வீடுகளைத் தேடிச் செல்லும் ஆசிரியர்கள், பெற்றோர்களை குறிப்பாக அப்பாக்களைச் சந்தித்து பிள்ளை களைப் படிக்க வைக்க வேண்டியதன் அவசியத்தை நைச்சிய மாகவும், வற்புறுத்தலாகவும் எடுத்துச் சொல்வார்கள். பெண் பிள்ளைகள் விஷயத்தில் சில பெற்றோர்களிடம் வாக்குவாதமே நடத்த வேண்டியிருக்கும். சிலரின் வீடுகளுக்கு இரண்டு மூன்று முறைகூட நடக்க வேண்டியிருக்கும். முடிவில் ஆசிரியர்களின் தொணதொணப்பையும் தொந்தரவையும் தாங்கிக் கொள்ள முடியாதவர்களாய், 'ஆளெ வுடுங்க வாத்தியாரே, நீங்களே புள்ளைய கூட்டிக்கிட்டு போய்ச் சேத்துக்குங்க!... ஏன்டி... ஒம்புள்ளய வாத்தியார்கூட அனுப்பி வை' என்று அனுமதிப்பார்கள். அது போதும் என்ற மகிழ்ச்சியோடு, வாத்தியாரே பிள்ளையை பள்ளிக் கூடத்திற்கு அழைத்துக் கொண்டு வந்து சேர்ப்பார். இந்த விஷயத்தில் பெரிய வாத்தியாரைவிட, மாணிக்கம் வாத்தியார் அதிக அக்கறை எடுத்துக் கொண்டு கரிசனையோடு செயல்படுவார்.

பள்ளிக்கூடத்தில் சேர்க்கப்பட்ட ஒரு வாரத்திற்குள்ளாகவே, பிள்ளைகள், மாணிக்கம் சாரைத் தங்களுக்கு நெருக்க மானவராக, ரொம்பவும் வேண்டப்பட்டவராக சுவீகரித்துக் கொள்வார்கள். தன்னுடைய கனிவான பார்வையாலும், அன்பான பேச்சுக்களாலும், புதுப்பிள்ளைகளின் மனதில் பள்ளி குறித்து இருந்த பயம் வெறுப்பு சந்தேகம் ஆகிய எதிர்மறை உணர்வுகளை முற்றிலும் துடைத்தெடுத்து விடுவார். பள்ளியில் சேர்ந்து ஒரு மாதம் ஆவதற்குள்ளேயே தாய்க் கோழியை சுற்றி வரும் குஞ்சுகள் போல பழைய மாணவர்களோடு புது மாணவர்களும் மாணிக்கம் சாரை சுற்றி வரத் தொடங்கி விடுவார்கள்.

ஒவ்வொரு நாளும் காலையில் வகுப்புகள் துவங்குமுன் பியூன் பெருமாள்சாமி, ஆசிரியர்கள் மேசை மீது, மாணவர்கள் வருகைப் பதிவேடு, சாக்பீஸ், போர்டு துடைக்கும் கெட்டியான நீலத் துணி, இவற்றோடு ஒரு மெல்லிய மூங்கில் பிரம்பையும்

வைத்துவிட்டு செல்வார். ஆனால் மாணிக்கம் வாத்தியார் அந்தப் பிரம்பை ஒரு நாள், ஒரு தடவைகூட கையிலெடுத்து யாரும் பார்த்ததில்லை. இத்தனைக்கும் 'அடிக்காத பிள்ளை படிக்காது' என்பது பெரிய வாத்தியார் அடிக்கடி சொல்லும் உபதேசம். அப்பொழுதெல்லாம் மாணிக்கம் வாத்தியார் தன் பதிலாக ஒரு சின்ன சிரிப்பை உதிர்ப்பார். பேர்ப் பொருத்தம் மாணிக்கம் வாத்தியாருக்கு அமஞ்சது மாதிரி, வேற யாருக்கும் அமஞ் சிருக்காது என்பது ஊர் மக்களின் தீர்ப்பு.

உழவு நேரங்களில் வயலடி வேலைக்கென்றும், அறுவடை காலங்களில், கதிரறுப்பு களத்துமேடு ஒத்தாசைக் கென்றும் தங்கள் குடும்ப சிறுவர்களையும் சிறுமிகளையும் வேலையில் ஈடுபடுத்துவது குறித்து யாரும் அலட்டிக் கொள்வதில்லை. 'நம்ப வூட்டு வேலய, நாம்ப செய்யாம, வேற ஆரு செய்வா ?' என்ற நியாயப்படுத்தலால், அத்தகைய நேரங்களில், பள்ளி வருகைப் பதிவேட்டில், மாணவர்களின் எண்ணிக்கை குறைந்திருக்கும். குறிப்பாக, ஐந்து மற்றும் நான்காம் வகுப்புகளில் ஒரு மாணவர்கூட பள்ளிக்கு வராத நாட்களெல்லாம் உண்டு.

ஆனால், மாணிக்கம் வாத்தியார் பள்ளிக்கு வந்ததிலிருந்து இந்தப் போக்கில் சொல்லிக் கொள்ளும்படியான மாறுதல் ஏற்பட்டது. ஒண்டி, சண்டி சம்சாரிகள்கூட, மாணிக்கம் வாத்தியாரின் அறிவுரைகளை நினைவில் கொண்டவர்களாய், 'நீ பாட்டுக்கும் ஒம் மவன எழுப்பி, எம் பொறவாலயே அனுப்பிச்சி வச்சிடாத! அப்பறம் மாணிக்கம் வாத்தியார் மொகம் பாத்து என்னால பேச முடியாது' என்று தங்கள் மனைவிகளிடம் கண்டிஷனாகச் சொல்லிவிட்டே விடியற் காலையில், தொழுவத்திலிருக்கும் உழவு மாடுகளை அவிழ்க்கச் செல்வார்கள்.

ஐந்தாம் வகுப்பு முடித்த மாணவர்கள் மேற்கொண்டு படிப்பைத் தொடர வேண்டும் என்பதில் மாணிக்கம் வாத்தியார் மிகுந்த ஆர்வம் காட்டுவார். குடும்பச் சூழல், பணக் கஷ்டம் என்று தயங்கும் பெற்றோர் களிடம் பேசிப் பேசி அவர்களை ஒப்புக் கொள்ளச் செய்வதற்கு ரொம்பவும் மெனக்கெடுவார்.

சுற்றுப்பட்டு கிராமங்களின் ஆரம்பப் பள்ளிகளில் ஐந்தாம் வகுப்பு முடித்த அத்தனை பேருக்கும் ஆத்தூர் டவுனில் இருக்கும்

ஹைஸ்கூல்தான் புகலிடம். ஆறாம் வகுப்பு முதல் 12 வரை மாணவ-மாணவிகள் சேர்ந்து படிக்கிற பெரிய பள்ளிக்கூடம் அது.

அங்கே சேர வேண்டுமானால், ஒரு நுழைவுத் தேர்வும் உண்டு. நான்கு பையன்களுடன் மல்லியும் அந்த வருடம் நுழைவுத் தேர்வு எழுதவிருந்தாள்.

தேர்வுக்கு இரண்டு நாட்களே இருந்த நிலையில் வசிஷ்ட நதியில் வெள்ளம். இரு கரைகளையும் தொட்டவாறு தண்ணீர், நுங்கும் நுரையுமாக அடித்துப் புரண்டு ரகளையாகப் பாயும் புதுவெள்ளம் அல்ல. தெளிந்த நீர். ஆறு அமைதியாக நடை பயில்வது போலிருந்தது. எங்கோ ஏரியில் தேக்கி வைக்கப்பட்டு இருந்த நீர் திறந்து விடப்பட்டு இருப்பதாக இரவு தண்டோரா போட்டு அறிவித்திருந்தார்கள். பெரியாட்களுக்கு இடுப்பளவு வரும். ஆற்றின் அக்கரையில் சோலி இருக்கும் ஆண்கள், தங்கள் இடுப்பு வேட்டியை அவிழ்த்துச் சுருட்டிக் கையில் பிடித்துக் கொண்டு, தலைக்கு மேல் தூக்கியவர்களாக, கோவணத்துடன் ஆற்றைக் கடப்பார்கள். பெண்கள் ஆற்றைக் கடப்பது என்ற பேச்சுக்கே இடமில்லை.

தேர்வுக்குச் செல்ல வேண்டிய நாளன்றும் ஆற்றில் நீர்வரத்து குறையவில்லை. ஆற்றைக் கடந்துதான் டவுன் ஹைஸ்கூலுக்குப் போயாக வேண்டும். மாற்றுப்பாதை கிடையாது. பொழுது விடிந்த சிறிது நேரத்தில், தேர்வு எழுத வேண்டிய பிள்ளைகள் தங்கள் பெற்றோருடன் ஆற்றங்கரையை அடைந்தனர். பரீட்சை எழுதும் பிள்ளைகளை அழைத்துச் செல்ல வாத்தியார் இன்னும் வரவில்லை.

மல்லியோடு அம்மா மட்டுமே வந்திருந்தார். பெரியண்ணா ஊரில் இல்லை. ஏதோ கேதம் விசாரிக்கப் போனவர் இன்னும் திரும்பவில்லை. சென்னையில் பட்டப்படிப்பு படித்துக் கொண்டு இருந்த அண்ணன் லோகநாதன், இரண்டு வாரங்களுக்கு முன்பாகவே பட்டணம் சென்று விட்டார். வயசான தாத்தாவோ, வயசுப் பெண் தாராவோ எதுவும் செய்வதற்கில்லை.

பிள்ளைகளைத் தூக்கி தோள் மீது வைத்துக்கொண்டு அப்பாக்கள் ஆற்றில் இறங்கினர். ஆற்றங்கரையில் மல்லியைக்

கையில் பிடித்துக் கொண்டு, வெள்ளத்தை வெறித்தவாறிருந்த கோவிந்தம்மா வின் கண்களிலிருந்து வழிந்த நீர் கன்னங்களில் அகலக் கோடுகளாக இறங்கியது. தன் மகளை அக்கரைக்குக் கொண்டு சேர்க்க ஆளில்லாத தனிமரமாகத் தன்னை ஆக்கிய விதியை நொந்துகொண்டார். பிள்ளையின் படிப்பு தடைபடுவதை எண்ணி நெஞ்சு கனத்து வலித்தது. கழிவிரக்கம் மல்லியின் மீது கோபமாக வெளிப்பட்டது. 'வெளங்காமாரி மூதேவி! நீ பரீச்சை எழுதிக் கிழிக்க வேணாம். வா வூட்டுக்குப் போலாம்' என்று மல்லியை இழுத்துக் கொண்டு நடக்க முயன்றார். "அம்மா, நானும் பரீட்சை எழுதப் போகணும்மா' பரிதாபக் குரலில் அழுது முரண்டு பிடித்த மல்லியின் முதுகில் கோவிந்தம்மா ரெண்டு சாத்து சாத்தினார். 'சனியம் புடிச்சவளே! வரல்லேன்னா, அப்படியே தூக்கி ஆத்துல போட்டுட்டு, பீடை ஒழிஞ்சதுன்னு தலை முழுகிட்டுப் போயிடு வேன்' என்றவராக தன் தலையில் அடித்துக்கொண்டு அழுதார்.

வியர்க்க விறுவிறுக்க வேகுவேகென்று சைக்கிள் மிதித்து வந்த மாணிக்கம் வாத்தியார், 'எல்லாரும் மன்னிச்சிக்கிடணும். வர்ற வழியில் சைக்கிள் பஞ்சராயிட்டு, அதான் கொஞ்சம் தாமதமாயிடுச்சு' என்றவாறு சைக்கிளை ஆற்றங்கரை மர நிழலில் நிறுத்திவிட்டு, கோவிந்தம்மா அருகில் சென்றார். "புள்ளைய வுடுங்கம்மா" என்று மல்லியை விடுவித்தார். வேட்டியை மடித்துக் கட்டியவராக, மல்லியைத் தூக்கித் தன் தோள் மீது வைத்துக் கொண்டு ஆற்றில் இறங்கி நடக்கத் தொடங்கினார். 'ஏழேழு ஜென்மத்துக்கும் நீங்களும் ஒங்க புள்ளக் குட்டிகளும் நல்லா இருக்கணும் வாத்தியாரய்யா' என்று கோவிந்தம்மா நீர் நிறைந்த கண்களோடு கைகள் இரண்டையும் தலைக்கு மேல் தூக்கி அவரை நோக்கிக் கும்பிட்டார்.

"கஷ்டப்பட்டுச் சொமந்துகிட்டு வந்திருக்கோம். நல்லா பரீச்சை எழுதி பாஸ் பண்ணிரணும். இல்லாங்காட்டி அடுத்து வர்ற வெள்ளத்துல அமுக்கிக் கொன்னுப்புடுவோம், ஆமா!' என்ற விளையாட்டு எச்சரிப்போடு சண்முகத்தின் அப்பா, தன் மகனை இறக்கிவிட்டார். பிள்ளைகளைக் கரையில் இறக்கிவிட்டு விட்டு, அப்பாக்கள் திரும்பி ஆற்றைப் பார்க்கையில், மல்லியைச்

சுமந்தபடி மாணிக்கம் வாத்தியார் வந்து கொண்டு இருந்தார். "அடடே, வாத்தியார் ஐயா வேட்டி சட்டையெல்லாம் நனைஞ் சிடுச்சே" என்று பதறியவர்கள், "அட என்னங்கய்யா நாங்க இன்னொருக்க மறுக்க போய், இந்தப் புள்ளயத் தூக்கிட்டு வந்திருப்பமே" என்று ஆதங்கப்பட்டனர். "பரவால்ல! நடக்க நடக்கக் காஞ்சிடுமில்ல" என்றவாறு மடித்துக் கட்டிய வேட்டியை இறக்கித் தண்ணீரைப் பிழிந்துவிட்டவர், "என்ன பிள்ளைங் களா, போலாமா ?" என்றபடி மாணவர்களைத் தொடர்ந்து நடந்தார்.

ஆறு கிலோ மீட்டர் தொலைவை, மாணிக்கம் வாத்தியாரின் வேக நடையோடு மாணவர்கள் ஓட்டமும் நடையுமாகக் கடந்து, பள்ளிக் கூடம் வந்து சேரும்போது மணி எட்டரை. வரும் வழியில் புதுப்பேட்டைக் கடையில் வாங்கி வந்த ரெண்டு பிஸ்கட் பாக்கெட்டுகளைப் பிரித்து ஆளுக்கு நாலு பிஸ்கட்டுகளைக் கொடுத்தார்.

நுழைவுத் தேர்வு எழுத, சுத்துப்பட்டு கிராமங்களில் இருந்தும் நிறைய பிள்ளைகள் வந்திருந்தனர். 9.25 க்கு தேர்வுக்கான முதல் மணி அடிக்க, மாணவர்கள் அறைகளுக்குள் அனுமதிக்கப்பட்டனர். வகுப்பறையின் கரும்பலகை நீள வாக்கில் மூன்றாகப் பிரிக்கப்பட்டு, ஒவ்வொரு பிரிவிலும் ஒரு பாடத்துக்கான கேள்விகள் எழுதிப் போடப்பட்டு இருந்தன. பேப்பரில் ஓரக்கோடு போட்டு தங்கள் பெயர் எழுதி, கொண்டு சென்றிருந்த வெள்ளைத் தாள்களில் இந்த கேள்விகளுக்கான விடைகளை, பாட வாரியாக தனித்தனித் தாள்களில் எழுத வேண்டும் என்று சொன்னார்கள். 9.30 மணிக்கு இரண்டாவது மணியடிக்க... மாணவர்கள் எழுதத் தொடங்கினர்.

கேள்விகள் மல்லிக்கு ரொம்ப ரொம்பச் சுலபமாக இருந்தன. மொத்தக் கேள்விகளுக்கும் விடை எழுதி முடிக்க மல்லிக்கு ஒரு மணி நேரம்கூட ஆகவில்லை, எழுதி முடித்த வேகத்தில், விடைத்தாள்களைக் கொடுக்க எழுந்தாள். "திரும்ப ஒரு தடவை பாரும்மா. பரீட்சை நேரம் முடிஞ்சதும்தான் எல்லார்கிட்டயும் ஒண்ணா வாங்குவேன்" என்று மேற்பார்வை பார்த்துக் கொண்டி ருந்த ஆசிரியர் கூறியதும், மல்லி மறுபடியும் உட்கார்ந்தாள். வகுப்புக்கு வெளியே இருந்த மரங்களையும், மக்களையும், காக்காக்களையும் வேடிக்கை பார்த்துக் கொண்டு இருந்தாள்.

சரியாக 11 மணிக்கு, தேர்வு முடிந்ததற்கான மணி அடித்ததும், தன் விடைத்தாள்களைக் கொடுத்துவிட்டு, முதலாவது ஆளாக மல்லி ஓடி வந்தாள். "எல்லாக் கேள்வியும் ரொம்ப ஈசியா இருந்துச்சி சார். நல்லா எழுதிட்டேன்" என்றாள் வாயெல்லாம் பல்லாக. சில நிமிடங்களில் மற்ற நால்வரும் வந்து சேர்ந்தனர். ஒவ்வொரு வரிடமும் எந்தப் பாடம் சுலபமாக இருந்தது, எந்தக் கேள்வி கஷ்டம் என்று கேட்டுத் தெரிந்து கொண்ட மாணிக்கம் வாத்தியாருக்கு, மல்லியும், சண்முகமும் நன்றாக எழுதி யிருப்பதாக மனதில் பட்டது. "சரி, பொறப்படலாமா ?" என்றவாறு எழுந்து நடந்தவரின் பின்னால், பிள்ளைகள் நடக்கத் தொடங்கினர்.

காலையில் வீட்டில் சாப்பிட்ட பழைய சோறு, வயிற்றுக்குள் காணாமல் போய்விட்டது. பசிக் களைப்பும் சோர்வும் பிள்ளைகளின் முகத்திலும் நடையிலும் வெளிப்பட்டன. பேருந்து நிலையத்தைத் தாண்டும்போது, "எதுனாச்சும் சாப்புடுறீங்களா ?" என்று கேட்டார். சண்முகத்திடமும், செங்கோடனிடத்திலும் தலா இரண்டு ரூபாய் இருந்தது. தங்கவேல் கையில் ஒரு ரூபாய். மணியிடத்திலும், மல்லியிடத்திலும் நயா பைசா கிடையாது. வாத்தியார் கேள்விக்கு மற்ற மூவரும் தலையாட்ட, மணியும் மல்லியும், "வேணாம் சார் ! பசிக்கவே இல்ல ! வூட்டுக்குப் போயிடலாம்" என்று ஒரே குரலில் கூறினார்கள். காரணத்தைப் புரிந்துகொண்ட வாத்தியார், "சரி, சரி வாங்க" என்று அவர்கள் முதுகில் கை வைத்து கமலாபவன் ஓட்டலுக்குள் நுழைந்தார். ஆளுக்கொரு தக்காளி சாதமும் வடையும் வாங்கிக் கொடுத்தார்.

கல்லாவில் அனைவருக்குமான காசைக் கொடுத்தவரிடம், காசு வைத்திருந்த மூவரும், "இந்தாங்க சார் எங்க வூட்ல குடுத்துவிட்டாங்க" என்று நீட்டினர். "காசை பத்திரமாக் கொண்டு போய் உங்க வீட்ல கொடுங்க" என்றார்.

நடக்க நடக்கப் பாதை நீண்டு கொண்டே செல்வதாக மல்லிக்கு தோன்றியது. பரீட்சை எழுவதற்கென்று ஊரிலிருந்து வேகுவேகென்று நடந்தபோது தெரியாத கால்வலி, இப்போது தெரியத் தொடங்கியது. காலைத் தூக்கம் கெட்டதால் ஏற்பட்ட அசதி யும் சேர்ந்துகொள்ள, புதாத்துப் பாலம் வந்ததும், ரோட்டோரத்தில் இருந்த பாலச் சுவர் மீது குதித்து ஏறி உட்கார்ந்தாள்.

அவர்களைப் பார்க்க மாணிக்கம் சாருக்குப் பாவமாக இருந்தது. ஏதாவது வண்டி வந்தால் இவர்களை ஏற்றிவிட்டு ஊர்ப் பிரிவில் இறக்கிவிடக் கேட்கலாம் என்று எண்ணினார். அவரின் எண்ணத்தை அறிந்து கொண்டதுபோல உர மூட்டைகளை ஏற்றியபடி ஒரு ரெட்டை மாட்டு மொட்டை வண்டி வந்தது. வண்டியருகே சென்ற சார், "சின்னப் புள்ளைங்க! பெரிய பள்ளிக்கூடத்துல பரீட்சை எழுதிட்டு திரும்ப நடந்தே வந்து கிட்டிருக்குங்க! கால் வலிக்குது போல. அதான் சோர்ந்து ஒக்காந்துட்டாங்க. நீங்க வண்டில ஏத்திக்கிட்டுப் போய், ஊர்ப் பிரிவிலே எறக்கி வுட்டீங்கன்னா, உபகாரமா இருக்கும்" என்று கேட்க, "ஆவட்டுங்கய்யா, ஏத்திவுடுங்க. இதுக்குன்னு மாடுங்க தனியாவா நடக்கப்போவுது. ஒரே நடைதானே!" என்று அனுமதித்தார். ஊர்ப் பிரிவு வந்ததும், வண்டி நிற்க, எல்லோரையும் வாத்தியார் இறக்கிவிட்டார். வண்டிக்காரருக்கு நன்றி சொல்லி, பிள்ளைகளை அழைத்துக்கொண்டு ஊர்ப் பக்கம் திரும்பினார்.

ஆற்றங்கரைக்கு வரும்போது, மதியம் மூன்றரையாகிவிட்டது. வெள்ளம் ஓரளவு வடியத் தொடங்கியிருந்தது. ஊர்க்காரர்கள் ஆற்றைக் கடந்து, வருவதும் போவதுமாக இருந்தார்கள். மாணவர்கள் தாங்களாகவே ஆற்றைக் கடந்துவிட முடியும் என்று நம்பிக்கையோடு தண்ணீரில் இறங்கப் போனார்கள். "டே டே, நில்லுங்கப்பா! யாராவது பெரியவங்க கையைப் புடிச்சிக்கிட்டு இறங்குங்க!" என்று மாணிக்கம் சார் சொல்ல, ஆற்றைக் கடக்க வந்த இருவர், தங்கள் கைகளுக்கு ஒருவராக, நான்கு மாணவர்களையும் இறுகப் பற்றிக்கொண்டு ஆற்றில் இறங்கினர்.

மல்லியைத் தோள் மீது வைத்துக் கொள்ள மாணிக்கம் சார் தயாராக, "நீங்க எம் பைய மட்டும் பிடிச்சுக்குங்க சார்! நானும் அவங்கள மாரி, ஒங்க கைய புடிச்சிகிட்டு தண்ணியில நடந்தே வாரேன்" என்றாள். "அடியேய் சின்னப்புள்ள, எம் பொண்ணுன்னா சொமக்க மாட்டேனா?" என்றார் வாத்தியார் வாஞ்சையுடன். மல்லிக்குப் புரிபடாத உணர்வினால் குபுக்கென்று கண்களில் நீர் சுரந்தது.

"அதுக்கில்ல சார்..." என்று வார்த்தைகளை இழுத்த மல்லியின் கண்களில், பழனிமுத்து தென்படவே, "தோ!

பழனிமுத்து அண்ணன்" என்று குதித்துக்கொண்டு ஓடினாள். பழனிமுத்து, லோகநாதனின் நெருங்கிய நண்பன். ப்ளஸ் டூ முடித்தப் பிறகு அப்பாவுக்கு ஒத்தாசையாக நிலம் நீச்சைக் கவனித்துக் கொண்டு இருந்தான். விடுமுறைக்கு லோகநாதன் வரும்போது, வீட்டுப் பக்கம் வருவான். மணிக்கணக்கில் பேசுவார்கள். சில வேளைகளில், ஒன்றாக வெளியே சென்று வருவதும் உண்டு. லோகநாதன், ஊரில் இல்லாதபோதும், வாரம் ஒரு முறையாவது வீட்டிற்கு வந்து போவான். மல்லியின் மீது பழனி முத்துக்கு கொள்ளைப் பிரியம். அது நண்பனின் தங்கை என்பதால் மட்டுமல்ல, தந்தையற்ற சிறுபெண் என்ற கரிசனையாலும் தான். "வா வாண்டு!" என்று மல்லியைத் தோள் மேல் ஏற்றிக் கொண்டான்.

கரை சேர்ந்ததும் ஒவ்வொரு மாணவனையும் அவரவர் வீட்டில் ஒப்படைத்துவிட்டு, "இன்னும் ரெண்டு நாள்ல ரிசல்ட் தெரிஞ்சுடும். பள்ளிக்கூட சம்பளம், அப்புறம் ரெண்டு செட் யூனிபார்ஃம் டிரஸ், புத்தகம், பேனா, நோட்டுன்னு உத்தேசமா இவ்வளவு ரூபாய் செலவு இருக்கும். பணத்தை பொரட்டித் தயாரா வெச்சிக்கிடுங்க" என்றவராக கடைசியாக மல்லி வீட்டுக்கு வந்தார்.

"உள்ள வாங்க சார்" என்று கூறியபடி, மல்லி வீட்டிக்குள் ஓடினாள். சார், வெளித் திண்ணையில் மௌனமாக சாய்ந்தபடி நின்றிருந்தார். "ரொம்ப நன்றிங்க வாத்தியார் ஐயா! தெய்வம் மாதிரி நீங்க வந்தீங்க! இல்லன்னா முண்டச்சி நான் என்னா செஞ்சிருக்க முடியும்? இவளைப் பெரிய பள்ளிக்கூடத்தில் சேத்துவுடற பொறுப்பு ஒங்களதுதான். மல்லி எல்லாஞ் சொன்னா. இப்போதைக்கு என்கிட்டே காசு பணமா ஒண்ணும் இல்ல. பெரிய மனசு பண்ணி இதை வித்து அவளுக்குண்டான செலவுக்கு...' என்று ஒரு சிறிய துணி முடிச்சை மாணிக்கம் சாரிடம் நீட்டினாள்.

தயங்கியபடியே, முடிச்சை வாங்கிப் பிரித்தார் வாத்தியார். எண்ணெய் இறங்கிய இரண்டு வெள்ளைக் கல் கம்மல்கள், அவர்கள் மூவரையும் தங்கள் பதினான்கு கண்களால் அரை குறையாகத் திறந்து பார்த்தன!

இது போன்ற நிகழ்வுகளைத் தன் ஆசிரிய வாழ்க்கையில் சில முறை சந்தித்திருக்கிறார் மாணிக்கம் வாத்தியார். என்றாலும் கோவிந்தம்மாவின் வெறுமையான காதுகள் அவருக்குச் சங்கடத்தை உண்டு பண்ணின. "வேண்டாங்கம்மா, நீங்க இதப் புடிங்க. நான் மல்லியோட தாத்தாகிட்ட பேசிக்கறேன்!" என்றார். "வேணாங்க வாத்தியாரய்யா! நல்ல நாளுலேயே இவளக் கண்டா அவருக்குப் புடிக்காது. இந்த வருசம் வெள்ளாமையுஞ் சரியில்ல. யாவாரமும் சொல்லிக்கிறாப்பல இல்ல. நீங்க போய் கேட்டாலும் இல்லன்னுதான் கைய விரிக்கப் போறாரு. நான் வூட்ட வுட்டு எங்க போறேன், வாரேன்? கம்மல் இல்லன்ன ஒண்ணுங் கொறஞ்சு போவாது!" என்று வியாக்யானம் தந்து வற்புறுத்தினார். மாணிக்கம் சாரால் பதிலேதும் சொல்ல முடியவில்லை.

நுழைவுத் தேர்வில் மல்லியும் சண்முகமும் நல்ல மார்க்குகள் வாங்கி இருந்தார்கள். ஒரு மாணவன் தேர்ச்சி பெறவில்லை. மற்ற இருவரும் சுமாரான மதிப்பெண்கள்.

பள்ளியில் சேர்க்க வேண்டிய நாளன்று, மல்லியை மாணிக்கம் வாத்தியார் அழைத்துச் சென்றார். மாணவர் சேர்க்கைக்கான மல்லியின் விண்ணப்பப் படிவத்தில் பாதுகாவலர் என்ற இடத்தில் கையெழுத்துப் போட்டார்.

கடைத்தெருவுக்குப் போய், ஆறாம் வகுப்புக்கான புத்தகங்கள், நோட்டுகள், பேனா பென்சில் வகையறாக்கள், ஜாமென்ட்ரி பாக்ஸ், அட்லஸ், இங்கிலீஷ்-தமிழ் டிக்ஷனரி என எல்லாம் வாங்கிக்கொண்டு, ஸ்கூல் யூனிஃபார்முக்கான இரண்டு செட் துணி எடுத்துத் தைக்கக் கொடுத்தார்கள். எல்லாவற்றுக்கும் மாணிக்கம் சாரே பணம் கொடுத்தார். ஊர் திரும்பியபோது, பொழுது சாய்ந்து கைரேகை மறையத் தொடங்கி யிருந்தது.

புத்தகங்கள் அடங்கிய பையை மல்லியிடம் கொடுத்த சார், "இதைப் பத்திரமா அம்மாகிட்ட குடுத்துரு" என்று தனியாக ஒரு சிறிய கவரையும் கொடுத்தார்.

புத்தகப் பையைத் தூக்க முடியாமல் தூக்கிக்கொண்டு, வீட்டுக்குள் நுழைந்த மல்லி, "அக்கா நான் ஐஸ்கூலில் சேந்தாச்சே!" என்று கத்திக் கொண்டே அடுக்களைக்கு ஓடினாள்.

சோற்றடுப்பில் சுள்ளிகளைத் தள்ளிவிட்டுக் கொண்டு இருந்த தாரா, திரும்பிப் பார்த்து சிரித்தாள். "இனிமே வூட்டுல ஒபத்திரவம் கொறயும்" என்று கோவிந்தம்மாவும் சிரிக்க, "இந்தாங்கம்மா, மாணிக்கம் சார் இதை பத்திரமா ஒங்க கையில குடுக்கச் சொன்னாரு" என்று கவரை அம்மாவிடம் ஒப்படைத்தாள். கம்மல் விற்ற காசில், பள்ளிக்கூட சம்பளம், புத்தகம், யூனிஃபார்ம் வாங்கியது போக மீதிக் காசாக இருக்கும் என்று எண்ணியபடி கோவிந்தம்மா, கெட்டியான அந்த பிரௌன் கவரைக் கிழித்தார். உள்ளே கோவிந்தம்மாளின் எண்ணெய் இறங்கிய வெள்ளைக் கல் கம்மல்கள், தங்களால் மல்லியின் படிப்புக்கு உதவ முடியவில்லை என்ற வெட்கத்தோடு முகத்தைத் திருப்பிக் கொண்டு கிடந்தன.

●

13
பாரத மாதாவுக்கு ஜே!

மல்லியின் புதிய பள்ளி, பெஞ்சுகளோடு கூடிய காற்றோட்டமான வகுப்பறைகளும், பெரிய பெரிய விளையாட்டுத் திடல்களும், மரங்கள் அடர்ந்த பிரமாண்டமான வளாகமும், ஒவ்வொரு பாடத்துக்கும் ஒரு ஆசிரியர் என்ற முறையுமாக மல்லிக்கு மிகவும் பிடித்தமானதாக இருந்தது.

புதுச் சீருடை, பக்கங்களைப் புரட்டும் போதே புதுமணம் பரப்பும் புத்தகங்கள், நிறைய வகுப்புத் தோழிகள் என்று உற்சாகமாக இருந்தது. வீட்டுக்கும், பள்ளிக்கும் ஆறு கிலோ மீட்டர் தொலைவு. காலையும் மாலையுமாக பன்னிரெண்டு கிலோ மீட்டர் நடக்க வேண்டும். வருடத் துவக்கத்தில், மல்லியின் ஆரம்ப சூரத்தனத்தில் தூரம் பெரிதாகப் படவில்லை.

புத்தகச் சுமையோடு மதிய உணவையும் எடுத்துச் செல்ல வேண்டும். தூக்குப் போசி மல்லிக்கு ஏனோ சுமையாகத் தோன்றியது. அம்மா போட்டுத் தருகிற பழைய சோற்றை மற்ற மாணவிகளோடு பகிர்ந்து கொள்ள முடியாது. எனவே அவர்களோடு சேர்ந்து சாப்பிடத் தயக்கம். தனியாகச் சாப்பிடவும் ஒரு மாதிரி இருந்தது. இரண்டு வாரங்கள் கழிந்ததும், தூக்குப் போசியை நைசாக வீட்டிலேயே விட்டு விட்டு செல்லத் தொடங்கினாள். மல்லியின் எண்ணத்தைத் தெரிந்து கொள்ளாத கோவிந்தம்மா, அவள் மறந்து விடுகிறாள் என நினைத்து, 'போய்ட்டு வரேம்மா' என்று மல்லி குரல் கொடுக்கும்போது "தூக்குப் போசியை எடுத்துக்கோ" என்று கவன மூட்டுவார்.

எடுத்துக் கொண்டாளா என்று பார்ப்பார். சில நாட்களில், தூக்குப் போசியுடன் பின்னாலேயே துரத்திக் கொண்டு சென்று கையில் திணிப்பார்.

அன்றும் அப்படித்தான்... தூக்குப் போசியுடன் அம்மா துரத்தினார். அம்மாவின் கையில் பிடிபடாமல் இருக்க, மல்லி சடாரென்று ஊர் எல்லையில் நிற்கும் குட்டைப் புளிய மரத்தின் மீது மடமடவென்று ஏறி உச்சாணிக் கிளையில் உட்கார்ந்து கொண்டாள். எட்டி, ஒரு புளிய மிளாரை ஒடித்துகொண்டு, "கீழ வாடி" என்று அம்மா அதட்ட, "முடியாது! நீங்க இங்கிருந்து போனாதான் எறங்குவேன்" என்று மல்லி மறுப்பதைச் சிலர் வேடிக்கை பார்க்க, கோவிந்தம்மாவுக்கு சீ! என்றாகி விட்டது. 'எக்கேடோ கெட்டு எருக்கு மொளச்சுப் போ' என்று விரக்தியோடு மரத்தடியைவிட்டு அகன்றார். கீழே இறங்கிய மல்லி, பள்ளிக்கு நேரமாகிவிட்டதே என்ற பதைப்புடன் ஓடத் தொடங்கினாள்.

அதற்கப்புறம் மல்லி சாப்பாடு எடுத்துப் போகாததைப் பெரிதுபடுத்துவதை நிறுத்திக் கொண்டார் கோவிந்தம்மா. அது மட்டுமல்ல, அம்மாவின் போக்கிலும் மாற்றம் ஏற்பட்டிருப்பதாக எட்டாம் வகுப்போடு படிப்பை நிறுத்திவிட்டு வீட்டிலிருந்த தாராவுக்குப்பட்டது. முன்பெல்லாம் எதற்கெடுத்தாலும் மல்லியை அடித்துக் கொண்டும், திட்டிக் கொண்டும் இருந்தவர், இப்பொழுது அடிப்பதில்லை. வாய் மிரட்டலும், கை ஓங்கலும் என்ற அளவில் நிறுத்திக் கொண்டார். மல்லிக்கு அம்மா பயம் குறையத் தொடங்கியது. பள்ளியில், வகுப்பில் நடப்பவைகளை அக்காவுடன் மட்டுமே பகிர்ந்து கொண்டு இருந்த மல்லி, இப்போது அம்மாவிடமும் சொல்லுகின்ற அளவுக்கு நெருக்கம்.

மல்லி உயர்நிலைப் பள்ளியில் சேர்ந்த ஆண்டு, இந்திய சுதந்திரத்தின் வெள்ளி விழா ஆண்டு. "சுதந்திர தின விழா, ஒவ்வொரு பள்ளியிலும் சிறப்பாகக் கொண்டாடப்பட வேண்டும்" என்ற சுற்றிக்கையை பள்ளி கல்வித் துறை அனுப்பியிருந்தது. பள்ளித் தலைமை ஆசிரியரும், ஏனைய ஆசிரியர்களும், மாணவத் தலைவரும் கூடி ஆலோசித்தனர்.

நாடகம், பேச்சு, பாட்டு, மாறுவேடப் போட்டிகளை முன் கூட்டியே நடத்தி வெற்றி பெற்றவர்களுக்கான பரிசுகளை, சுதந்திர

தின விழாவன்று வழங்குவது என்றும், கலை நிகழ்ச்சிகளை மட்டும் அன்று நடத்துவ தென்றும் தீர்மானிக்கப்பட்டது. கலை நிகழ்ச்சிகள், பாரத மாதா முன்னிலையில் நடப்பதுபோல் இருந்தால், அதன் சிறப்பு கூடும் என்ற என்.சி.சி. மாஸ்டரின் யோசனை எல்லா ஆசிரியர்களுக்கும் பிடித்திருந்தது. பாரத மாதா வேஷம் போடுவதற்கு பொருத்தமான மாணவியைத் தேர்ந்தெடுக்கும்படி தமிழம்மா கேட்டுக் கொள்ளப்பட்டார்.

அடர்ந்து நீண்ட தலை முடியும், ஒல்லியான உடல்வாகும் கொண்டவளாக பாரத மாதாவை, தன் மனதில் உருவகித்த தமிழம்மா, பொருத்தமான மாணவியை தேடினார். ஆசிரியைகள் ஓய்வறைக்குத் தன்னுடன் வரும்படி தமிழம்மா, மல்லியை அழைத்தபோது, என்னவோ ஏதோ என்று மல்லியினுள் எழுந்த சந்தேகமும், மெல்லிய பயவுணர்வும், வகுப்பில் மற்ற மாணவர் களுக்குள்ளும் எழுந்தது.

வாயெல்லாம் பல்லாகத் திரும்பி வந்த மல்லி, தான் சுதந்திர தினத் தன்று, பாரத மாதாவாக மேடையில் தோற்றமளிக்க இருப்பதாகக் கூறிய செய்தி, ஒட்டுமொத்த வகுப்பையே உற்சாகத்தில் துள்ள வைத்தது.

முன்னிரவு தொடங்க, பள்ளியிலிருந்து வீடு திரும்பிய மல்லி, இந்த சந்தோஷமான விஷயத்தை அக்காவிடமும், அம்மாவிடமும் பகிர்ந்து கொண்டாள். சுதந்திர தினத்தன்று, காலையில் தலைகுளித்து விட்டு, வெள்ளைப் புடவை, வெள்ளை ஜாக்கெட்டை எடுத்துக் கொண்டு சீக்கிரமாக வந்துவிட வேண்டுமென்று தமிழம்மா சொல்லியிருந்தார். புடவை ஜாக்கெட் என்று புதிதாகக் கேட்டால், "நீ வேசமே கட்ட வேணாம்" என்று அம்மா சொல்லக் கூடுமென்பதால், தாராவோடு ஆலோசனை செய்தாள் மல்லி. "என் வெள்ளை தாவணி, உன் புடவைக்குச் சரியாக இருக்கும்டி. என் வெள்ளை ஜாக்கெட்டை ஒட்டுத் தையல் போட்டு, சின்னதாக்கித் தர்றேன் என்ன ?" என்று தாரா சொல்ல, அக்காவைக் கட்டிக் கொண்டாள் மல்லி. நிலை கொள்ளாத மகிழ்ச்சியில் நீச்சலடித்த மல்லி, தன்னுடைய சேக்காளிகளைத் தேடிப் போய் செய்தியைச் சொல்லிக் குதித்துத் திரிந்தாள்.... "ய்யே நான் பாரத மாதா வேஷம் போடப் போறேனே !"

100 | மல்லி

ஆகஸ்டு 15-ம் வந்தது. விடியற்காலையிலேயே மல்லியைத் தலைக்குக் குளிக்க வைத்து துவட்டிவிட்டாள் தாரா. முடி காய்வதற்காக, சடை பின்னாமல், உச்சியில் மட்டும் கொஞ்சம் முடியை எடுத்து சிறிய பின்னல் போட்டுவிட்டாள். துவைத்து வைத்திருந்த தாவணியையும், ஜாக்கெட்டையும் சுருக்கங்கள் இல்லாமல் மடித்து, ஒரு துணிப் பையில் வைத்துக் கொடுத்தாள்.

ஏழரை மணிக்குள் பள்ளிக்கூடத்தில் இருக்க வேண்டும். லேட்டாகி விடுமோ என்ற படபடப்போடு, ஆறு தாண்டியதும் மல்லி ஓடத் தொடங்கினாள். பிரதான சாலை வந்தது. மல்லியின் பள்ளியில் படிக்கும் பெரிய வகுப்பு மாணவன் ஒருவனிடம், "அண்ணே, அண்ணே" என்று கெஞ்சி சைக்கிளில் ஏறிவிட்டாள். சீக்கிரம் போய் விடலாமென்ற உற்சாகத்தில், "இன்னிக்கு நம்ப ஸ்கூல்ல நாந்தாண்ணே பாரத மாதா. தமிழம்மா என்னைய சீக்கிரமா வரச் சொல்லியிருக்காங்க. அதான், ஓடியாந்து கிட்டிருந்தேன்' என்றாள். "பார்றா, இன்னும் இருபது நிமிஷத்துல போயிடலாம், கவலப்படாத!" என்றான் அவன் சிரித்தபடி.

பள்ளி வந்ததும், பதற்றமாக இறங்கி ஓடினாள். மேடையின் பக்கவாட்டில் ஒப்பனை அறைகள். மாணவர்களுக்கும், மாணவி களுக்கும் தனித்தனியாக இருந்தன. தமிழம்மாவிடம் ஓடிச் சென்ற மல்லி, 'டீச்சர், நான் வந்துட்டேன்' என்று கையில் பிடித்திருந்த பெரிய பையை நீட்டினாள்.

மல்லியைக் கண்டதும், சங்கடத்தில் நெளிந்தார் தமிழம்மா. மல்லியிடம் பேச வார்த்தைகளைத் தேடுவதுபோல இருந்தது. "அதில்ல மல்லி, கிராமத்துலயிருந்து, நீ வர்றதுக்கு எங்கே லேட்டாயிடுமோன்னு, சுந்தராம்பாளுக்கு வேசம் போடச் சொல்லிட்டாரு ஹெட் மாஸ்டர். அதான் அவளுக்குப் போட்டுக் கிட்டு இருக்கேன். நீ அடுத்தவாட்டி பாரத மாதா வேஷம் கட்டிக்கலாம். சரியா... போ... போய், ஒங் கிளாஸ் புள்ளங்களோட வரிசையில் நில்லு" என்றார்.

மல்லிக்கு அதிர்ச்சியும், துக்கமும் ஒரு சேர ஏற்பட்டன. கண்களில் நீர் குபுக் என்று வெளியே வந்தது. "அதான், நான் வந்துட்டன்ல டீச்சர். பாரத மாதா டிரெஸ்கூட கொண்டாந் திருக்கேன் பாருங்க" என்று பையைத் திறந்து காட்டினாள்.

“சொன்னா புரிஞ்சுக்கணும் மல்லி. நீ பாரத மாதா இல்ல. சுந்தராம்பாதான் பாரத மாதா. அவங்க அப்பா எம்.எல்.ஏ. தெரியுமில்ல. அவர்தான் இன்னிக்குச் சிறப்பு விருந்தினரா கொடியேத்த வர்றாரு. சுந்தராம்பாளை பாரத மாதா வேஷத்துல பார்த்தா சந்தோசப்பட்டு, பள்ளி வளர்ச்சிக்கு ஏதாவது செய்வாருன்னு எச்.எம். நெனக்கிறாரு” என்று தமிழம்மா விளக்கினார். மல்லிக்குப் புரிந்தது போலவும் இருந்தது; புரியாதது போலவும் இருந்தது. தன் மகள் பாரதமாதா வேசம் கட்டினால்தான் பள்ளிக்கு உதவுவாரா ! எல்லா அப்பாக்களும் எம்.எல்.ஏ. ஆக முடியுமா ? அப்பா இல்லாத தன்னைப் போன்ற பிள்ளைகள் என்ன செய்வது என்ற கேள்வி பிள்ளைப் பூச்சியாக அவள் மனதைக் குடையத் தொடங்கியது.

வருத்தத்தோடு, முகத்தைத் தொங்கப் போட்டுக் கொண்டு மல்லி வெளியேறினாள். தன் வகுப்பு மாணவிகள் நின்றிருந்த இடத்துக்கு வந்தாள். அவர்களுக்கு ஆச்சர்யம். “என்னடி மல்லி, இங்க வர்ற ? நீ பாரத மாதா வேசங் கட்டலியா ?” எனக் கேட்க, மல்லிக்கு இன்னும் வேதனை.

கஞ்சி போட்ட கொக்கு வெள்ளை வேட்டி, சட்டை, விசிறி மடிப்புத் துண்டு என வந்த எம்.எல்.ஏ. கொடியேற்ற, கலை நிகழ்ச்சிகள் துவங்கின. பாரத மாதாவாக சுந்தராம்பாள் மேடையில் நிறுத்தப்பட்டாள். எம்.எல்.ஏ. வாய் இரு காதுகளையும் தொடுமளவுக்கு புன்னகையால் நீண்டிருந்தது. மல்லிக்கு எரிச்சலாக வந்தது. தன் வேஷத்தை சுந்தராம்பாள் பிடுங்கிக் கொண்டாள் என்ற வெறுப்பும் சேர, நிகழ்ச்சி முடியும் வரை, மேடையை அவள் பார்க்கவே இல்லை.

பரிசுகள் வழங்கப்பட்டு ஜன கன மன பாடப்பட்டது. ஆரஞ்சு மிட்டாயைப் பெற்றுக் கொண்ட மாணவிகளோடு பள்ளியை விட்டு வெளியேறிய மல்லிக்கு நெஞ்சு கனத்தது. அக்கா, அம்மாவிடம் என்ன சொல்லுவது, சேக்காளிகளின் முகத்தை எப்படிப் பார்ப்பது என்ற சோகத்துடன் நடந்தாள்.

பேருந்து நிலையத்துக்கருகில், எதிரே “சுதந்திர நாள் துக்க நாள் ! அர்த்தமில்லை ! அர்த்தமில்லை ! அரசியல் சுதந்திரத்தில் அர்த்தமில்லை ! வேண்டும் வேண்டும் சமத்துவம் வேண்டும் !

ஒழிப்போம் ஒழிப்போம் சாதியை ஒழிப்போம்!" என்று கைகளை உயர்த்தி முழக்கமிட்டவாறு ஊர்வலம் கடந்தது. அவர்களில் பெரும்பாலானோர் கருப்புச் சட்டை போட்டிருந்தனர்.

மல்லிக்கு இது வித்தியாசமாக விநோதமாக இருந்தது. ரோட்டோரமாக ஒதுங்கி நின்று, அவர்கள் செல்வதை வேடிக்கைப் பார்த்து நின்றவளுக்கு, ஊர்வலத்தினர் எழுப்பிய முழக்கங்கள் திரும்பத் திரும்பக் காதில் விழவே, மனதிலும் பதிந்துவிட்டன. ஊர்வலம் அவளைக் கடந்து சென்றதும், தன்னையறியாமலே, 'சுதந்திர நாள் துக்க நாள்!' என்று அவள் வாய் முணுமுணுத்தது. தனக்கும் அது பொருத்தமாக அமைந்துவிட்டதை எண்ணி 'களுக்' கென்று சிரித்தாள்.

14

சுதந்திர நாள் துக்க நாள்

டவுனில் தான் பார்த்த ஊர்வலத்தில் கேட்ட முழக்கங்களை மனதிற்குள் சொல்லிக் கொண்டே மல்லி ஊரை நோக்கி நடந்தாள். ஊரில் பள்ளி திறந்திருந்தது. மல்லியைப் பார்த்ததும் உற்சாகமான மாணிக்கம் வாத்தியார், "என்னம்மா? ஒங்க பள்ளியில கொடியேற்ற நிகழ்ச்சிகள் ரொம்பத் தடபுடலா நடந்திருக்குமே, யாரெல்லாம் வந்தாங்க?" என்று வாஞ்சையுடன் விசாரித்தார்.

தான் பாரத மாதா வேஷம் கட்டுவதாக இருந்த வாய்ப்பு பறிக்கப்பட்டதைப் பற்றி மல்லி எதுவும் கூறவில்லை. தன் மனதில் பதிந்துவிட்ட, அந்த முழக்கத்தின் அர்த்தத்தைத் தெரிந்து கொள்ள விரும்பினாள். "சார், டவுன்ல கடைத் தெருவில சில பேர், கறுப்புச் சட்டை போட்டுக்கிட்டு, சுதந்திர நாள் துக்க நாள்னு கோஷம் போட்டு ஊர்வலமா போனாங்க சார். ஏன் சார்?" என்று கேட்டாள்.

"அது வந்தும்மா, அவங்கல்லாம் பெரியார் கட்சியைச் சேர்ந்தவங்க. சுதந்திரம் கெடைச்சி, இத்தனை வருஷமாகியும் இந்த தேசத்துல, சாதி ஒழியலை, தீண்டாமை இருக்கு, எல்லாப் புள்ளைகளும் படிக்க முடியலை. ஆம்பள, பொம்பள பாகுபாடு இருக்கு. அடிமைத்தனம் நீங்கலை. அதனால இந்த சுதந்திரத் துக்கு அர்த்தமில்லைன்னு அரசாங்கத்தோட கவனத்துக்குக்

கொண்டுபோக கோஷம் போட்டுக்கிட்டு போறாங்கம்மா' என்று விளக்கினார்.

"அப்ப, அரசாங்கம் கவனிச்சா இதையெல்லாம் சரி பண்ணிட முடியுமா சார்?" என்று கேட்ட மல்லியின் மின்மினி விழிகளில் மின்சாரம்.

மல்லியின் கேள்விக்கு எப்படிப் பதில் சொன்னால் அவளுக்குப் புரியும் என்று மாணிக்கம் சார் யோசித்தார்.

விநாடிகள் நிமிடங்களாவதற்கு முன், தொண்டையைச் செருமிக் கொண்டு, "முடியும் மல்லி! அரசாங்கத்தை நடத்துறவங் களுக்கு மக்களைப் பற்றிய உண்மையான அக்கறையும், அர்ப்பணிப்பு உணர்வும் இருந்தா, எல்லாமே சாத்தியம். ஆனா, நம்ம நாட்டைப் புடிச்ச சாபக்கேடு என்னன்னா, உண்மையானவங்க அரசாங்கத்திலிருந்து ஒதுங்கி யிருக்காங்க அல்லது ஒதுக்கப் பட்டுட்டாங்க. சுயநலவாதிங்க, அதிகாரத்தில் உக்காந்துட்டாங்க. காந்தி சொன்னது எதுவுமே நடக்கலை. மக்களைப் பத்தி கவலைப்படாம, தங்களைப்பத்தி மட்டுமே யோசிக்கிற கூட்டமா கிட்டாங்க. அதனால்தான் எல்லா அநீதிகளும் கொடுமைகளும் தொடர்ந்து நடந்துகிட்டே இருக்குது!" என்றவர், "ஆனா, பெரியார் அப்படி இல்லை மல்லி. அவர் அடுத்த தேர்தலை நினைக்கலை. அடுத்த தலைமுறையை நினைச்சவர். 'சமத்துவம் வேண்டும், சாதியை ஒழிப்போம்'னு கோஷம் போட்டவங்கள்லாம் பெரியாரோட இயக்கத்துக்காரங்க!" என்று முடித்தார்.

"அதுக்கு, நாம என்னதான் சார் செய்யணும்?" என்று பெரிய மனுஷிபோலக் கேட்டவளின் கன்னத்தில், செல்லமாகத் தட்டிய மாணிக்கம் சார், "பரவாயில்லயே! உனக்குன்னு ஒரு காலம் வரும், அப்ப அந்த வாய்ப்பைச் சரியாப் பயன்படுத்து, அது போதும்" என்றார்.

தனக்கு அன்று நேர்ந்த அநீதியை சாரிடம் சொல்லலாம் என்ற எண்ணம், மல்லியின் மனதில் தோன்றிய விநாடியே மறைந்தது. சுற்றி மற்ற மாணவர்கள் இருக்கிறார்கள் என்பது மட்டுமல்ல, தன்னைப் பற்றி ஆசிரியர் மனதில் தவறான மதிப்பீடு ஏற்பட்டு விடும் என்ற தயக்கமும் சேர்ந்து கொண்டது.

மல்லிக்கு ஒன்றும் புரியவில்லை. என்றாலும் புரிந்தவள் போலத் தலையாட்டிவிட்டு, "நான் வாரேன் சார், அம்மா தேடுவாங்க" என்று பையைத் தூக்கிக் கொண்டு ஓடினாள்.

தங்கையின் வருகையை எதிர்பார்த்துக் காத்திருந்ததாரா, "வாங்க பாரத மாதா, எப்பிடிடி இருந்துச்சு இன்னிக்கு விழா ?" என்று விசாரித்தாள். பதிலேதும் சொல்லாமல், பையை ஒரு பக்கமாக வைத்த மல்லியைக் கண்ட கோவிந்தம்மா, 'இவ பெராக்கு பாத்துகிட்டே பள்ளிக்கூடத்துக்கு லேட்டா போயிருப்பா. பெரிய கேட்டை மூடியிருப்பாங்க. உள்ளயே சேத்துகிட்டிருக்க மாட்டாங்க. அதான் உம்முனு பருப்புமத்து கணக்கா மூஞ்சியை வெச்சிக்கிட்டு வந்திருக்கா !" என்று சொன்னதும் அடக்கி வைத்திருந்த கோபமும், எரிச்சலும் வெடித்துக் கிளம்பின.

"சும்மா இருங்கம்மா ! அங்க என்ன நடந்துச்சுன்னு தெரியுமா உங்களுக்கு ? அந்த எம்.எல்.ஏ. மகளுக்கு வேஷம் கட்டணும்கிறதுக்காக என்னயை ஒதுக்கிட்டாங்க. அவங்க செஞ்சதுதான் தப்பு. நீங்க அதை கேக்க மாட்டீங்க. அதை விட்டுட்டு எம்மேலயே குத்தம் கண்டுபிடிப்பீங்க. ஆவட்டும், எனக்கும் ஒரு காலம் வரும்னு மாணிக்கம் சார் சொல்லியிருக்கார், அப்ப வெச்சுக்கிறேன்' எனப் பொரிந்தாள்.

'மல்லி இந்தப் பேச்சு பேசறாளே !' என்று தாராவுக்கு ஆச்சர்யமான ஆச்சர்யம். அம்மாவுக்கோ அதிர்ச்சி. "என்னை என்னடி பண்ணச் சொல்ற ? நானே தலையத்த முண்டம். ஒங்களைக் காபந்து பண்ணத்தான் தெரியும். வேறென்ன தெரியும் ?" என்றவாறு நகர்ந்தாள்.

"வுடு மல்லி. யானைக்கு ஒரு காலம் வந்தா, பூனைக்கும் ஒரு காலம் வரும்" என்ற தாரா, "வா புள்ள சாப்புடலாம். விடியக் காத்தால சாப்பிட்ட பழைய சோறு இன்னுமா வயுத்துல ஒக்காந்திருக்கும் ?" என்று பரிவோடு மல்லியின் கையைப் பிடித்து அழைத்துச் சென்றாள்.

சுதந்திர தினத்தன்று, தனக்கு இழைக்கப்பட்ட அநீதி குறித்து, தமிழம்மா ஏதாவது ஆறுதல் சொல்வார் என்று எதிர்பார்த்தபடி, அடுத்த நாள் பள்ளிக்குச் சென்றாள் மல்லி.

ஆனால், அப்படி எதுவும் நடக்கவில்லை. மாணவிகளும் அது குறித்து பேசவில்லை என்பது மல்லிக்கு ஏமாற்றமாக இருந்தது. "என்ன இது! அடுத்தவங்களுக்கு என்ன நடந்தாலும், கண்டுக்க மாட்டாங்களா? இதான் டவுன் நாகரீகமா?" என்று விசனப் பட்டாள்.

நாட்கள் ஓடின. கால அட்டவணைப்படி பாடங்கள் நடந்தன. முதன்முதலாக நடந்த வகுப்புத் தேர்வுகளில் பூகோளம் தவிர, மற்ற பாடங்களில் மல்லிதான் முதல் மதிப்பெண்கள் பெற்றாள். கணக்கில் நூற்றுக்கு நூறு. 'ரேங்க்' பட்டியல் போடும்போது வகுப்பாசிரியை லீலாவதிக்கு வியப்பு. 'பட்டிக்காட்டுப் பொண்ணு, பார்க்க ஜப்பான் கணக்கா இருக்கா, ரொம்ப சூட்டிகையா மன்த்லி டெஸ்ட்ல முதல் ரேங்க் வாங்கியிருக்கா!' என்ற தன் ஆச்சர்யத்தை பிற ஆசிரியர்களிடம் வெளிப்படுத்தி மல்லியைப் பாராட்டினார்.

"அண்ணன் மாதிரியே நீயும் படிச்சு நல்ல பேர் எடுக்கணும், என்னா!" என்று வாழ்த்தி அனுப்பினார்.

காலாண்டு தேர்விலும் மல்லியே முதல் இடம் பெற்றாள். வகுப்பில் முதல் மூன்று இடங்களைப் பெற்றவர்களின் ரேங்க் அட்டையை தலைமையாசிரியரே அந்தந்த வகுப்புகளுக்கு வந்து வாழ்த்தித் தருவது பள்ளியின் வழக்கம். அதன்படி தன் ரேங்க் அட்டையை வகுப்பு மாணவர்களின் கைதட்டல்களுக்கிடையே தலைமை ஆசிரியரிடமிருந்து பெற்றுக் கொண்டது மல்லிக்குப் பெருமையாக இருந்தது.

ரேங்க் அட்டையில் பெற்றோர் கையெழுத்தை வாங்கி, இரண்டு நாட்களுக்குள் ஒப்படைக்க வேண்டும். கோவிந்தம்மா, அந்தக் காலத்துத் திண்ணைப் பள்ளிக்கூடத்தில், மூன்றாம் வகுப்பு வரைப் படித்தவர். நிதானமாக, ஒவ்வொரு எழுத்தாக எழுதி, ரேங்க் அட்டையில் கையெழுத்துப் போட்டுத் தந்தார். அட்டையில் கோவிந்தம்மாள் என்ற கையெழுத்தைப் பார்த்ததும், லீலாவதி டீச்சர், "ஏம்மா அம்மாகிட்ட கையெழுத்து வாங்கியிருக்கே! அப்பாகிட்ட காட்டலியா?" என்று கேட்டார். "எனக்கு, அப்பாவே இல்லை டீச்சர். அவரு செத்துப் போய் ரொம்ப வருஷம் ஆச்சு. அம்மா கையெழுத்துப் போடக் கூடாதா டீச்சர்? என வெகுளியாகக்

கேட்ட மல்லியைப் பார்த்ததும் லீலாவதி டீச்சருக்கு என்னவோ போல் ஆகிவிட்டது. ஏன் கேட்டோம் என்றிருந்தது.

"ச்சேச்சே! தாராளமா கையெழுத்துப் போடலாம். நான் சும்மா கேட்டேன்" என்றார் சமாதானமாக. தந்தையை இழந்தவள் என்பதால் மல்லியின் மீது டீச்சரின் கரிசனம் கூடியது. தனிப்பட்ட முறையில் அவள் மீது அக்கறை காட்டத் தொடங்கினார்.

15

மல்லியை பிடிக்க வந்த பேய்

பள்ளியின் ஆண்டு விழா நிகழ்ச்சிக்கென முன்கூட்டியே விளையாட்டுப் போட்டிகள் நடத்தப்பட்டன. ஓட்டப் பந்தயத்தில் மல்லி, சிட்டாக ஓடி மிக எளிதாக முதல் இடத்தில் வந்தாள். நாள்தோறும் நடந்தும் ஓடியும் பள்ளிக்கு வருவது நல்ல பயிற்சியாக இருந்தது போலும்!

கல்விப் பரிசுகளும், விளையாட்டுப் பரிசுகளும் பள்ளியின் ஆண்டு விழாவில்தான் வழங்கப்படும். பிள்ளைகள் பரிசு வாங்குவதைப் பார்க்க, பெற்றோர்கள் ஆசைப்படுவார்கள் என்பதால், பரிசு பெற்ற மாணவர்கள் விழாவிற்குத் தங்களுடன் பெற்றோர்களை அழைத்து வரலாம் என்பதால், பரிசு வாங்கும் பல பிள்ளைகள் குடும்பம் குடும்பமாக வந்திருந்தனர். தன் வீட்டிலிருந்து யாருமே வராதது மல்லிக்குப் பெருங் குறையாக இருந்தது. தாத்தா, வயசானவர். அக்கா, வயசுப் பெண். அம்மா வந்திருக்கலாம். ஆனால், “நான் அங்கெல்லாம் வரக் கூடாது புள்ள” என்று மறுத்தார். “பரவால்லம்மா! இன்னிக்கு ஒரு நாள் மட்டும் என்னோட வாங்கம்மா” என்று மல்லி வற்புறுத்தினாள். “வெள்ளைப் பொடவையும், வெத்து நெத்தியும், வெறுங் கழுத்துமா நான் அங்க வரலேன்னு யார் அழுதாங்க? போ, போயி பிரைஸை வாங்கிட்டு, சுருக்கா வந்து சேரு” என்றார்.

ஆண்டு விழா, பிற்பகல் இரண்டு மணிக்கு ஆரம்பம். நிகழ்ச்சி நிரலில் கடைசியில் இருந்தது பரிசு வழங்கல். பளபளக்கும் அழகான சிறிய பித்தளைச் சொம்பு ஒன்று மல்லிக்குப் பரிசாகக் கிடைத்தது.

சந்தோஷமாக இருந்தாலும், தன் வீட்டைச் சேர்ந்தவர்கள் யாரும் தான் பரிசு பெறுவதைப் பார்க்கவில்லை என்ற குறை மல்லியின் மனதில் ஒரு மூலையில் உட்கார்ந்திருந்தது.

நிகழ்ச்சிகள் முடிய மாலை ஆறு மணியானது. சொம்பைக் கையில் எடுத்துக் கொண்டு, கொல்லன் பட்டறை அருகே மல்லி வரும் போதே, இருட்டத் தொடங்கிவிட்டது. பாயின் அரிசி மில் அருகே வரும் போது எதிரே வருபவர்கள் யாரென்று தெரிந்து கொள்ள முடியாத அடர்த்தியான இருட்டு கவிந்து விட்டது. மல்லிக்குப் பயம் மெள்ளத் தலைதூக்கியது. சில நாட்களுக்கு முன் அரிசி மில்லைத் தாண்டி, ரோட்டுக்கு உள்ளடங்கி இருந்த ஆலமரத்தில் தூக்குப் போட்டு செத்த ஒரு பெண், அந்தப் பகுதியில் ஆவியாக அலைவதாக கிராமத்தில அரசல் புரசலாகப் பேசப்பட்ட செய்தி அவள் நினைவுக்கு வந்து பயமுறுத்தியது. ஆலமரத்துக்குக் கொஞ்ச தூரம் இருக்கும்போதே, பேய் பயம் பிடித்துத் தள்ள, சொம்பையும் உயிரையும் கையில் பிடித்துக் கொண்டு, ஓட்டமாக ஓடிக் கடக்க முயன்றாள். மரத்தைத் தாண்டியும், நிற்காமல் ஓடிக் கொண்டு இருந்த மல்லிக்கு, கல்லொடைச்சான் பாறை அருகே வரும்போது, கொஞ்சம் தொலைவில் ரோட்டின் எதிர்ப் பக்கம் வெள்ளையான ஓர் உருவம் தெரிந்தது. சந்தேகமே இல்லை... அது ஆலமரத்து ஆவிதான்!

தன்னைப் பிடிக்க வரும் ஆவியிடமிருந்து தப்பிக்க, சடாரென பாறைப் பரப்பையொட்டிக் கிளைத்திருந்த முள்ளுவாடிப் பிரிவில் திரும்பி, கண்மண் தெரியாமல் ஓடத் தொடங்கினாள்.

கல்லுடைச்சான் பாறைப் பரப்புக்குக் கொஞ்சம் தள்ளி தொழி லாளர்களின் தற்காலிகத் தங்குமிடங்களாக, தாழ வேயப்பட்ட கீற்றுக் கொட்டகைகள் கிடந்தன. நாள் முச்சூடும், பாறைப் பள்ளத்தில், காந்தும் வெயிலில் கந்தல் பழந்துணி முக்காட்டோடு, கல்லுடைக்கும் தொழி லாளர்கள், இரவு உணவு முடிந்ததும் கயிற்றுக் கட்டில்களில் காற்றாட படுத்துக் கொண்டு, தூக்கம் வரும்வரை பேசிக் கொண்டு இருப்பார்கள்.

சிறுமி ஒருத்தி தலைதெறிக்க ஓடி வருவதை லாந்தர் வெளிச்சத்தில் பார்த்தான் ஈசுவரன். கட்டிலிலிருந்து விசுக்கென்று எழுந்தவன், எட்டி இரண்டடி வைத்து, மல்லியைப் பிடித்து

நிறுத்தினான். திடுக்கிட்ட மல்லி, பயத்தால் வெலவெலக்க... குப்பென்று வியர்த்தது. தன்னைப் பிடித்தது ஆவியல்ல, ஒரு அண்ணன்தான் என்று உணர்ந்த பின்னும், மல்லியின் நாக்கு புரள மறுத்தது. மண்பானையிலிருந்து, ஒரு டம்ளர் தண்ணீரைக் குடிக்கக் கொடுத்த ஈசுவரன், "ஏம் பாப்பா, எதையாச்சும் பாத்துப் பயந்துட்டியா, இந்த ஓட்டம் ஓடியாற்ற ?" எனப் பரிவாகக் கேட்டான்.

பூம்பூம் மாடாகத் தலையாட்டிய மல்லி, ஆலமரத்து ஆவிப் பற்றிச் சொல்ல, சிரிப்பை அடக்கிக் கொண்டு, "அப்படியா ! நீ அதைப் பாத்தியா ? வா பாக்கலாம்' என்றவனாக லாந்தரைக் கையில் எடுத்தான். தயங்கிய மல்லியை, "நா இருக்கேன்ல !' என்று தைரியம் சொல்லி, மெயின் ரோட்டுக்கு அழைத்து வந்தான்.

முள்ளுவாடிப் பிரிவைக் கடந்து, கூப்பிடு தூரத்தில் வெள்ளையாகச் சென்றுகொண்டு இருந்த உருவத்தை கை நீட்டிக் காட்டினாள் மல்லி. "யாருங்க அங்க ? செத்த நில்லுங்க" என்று உரக்கக் குரல் கொடுத்தான். உருவம் நின்றது. கையில் மல்லியைப் பிடித்தபடி அருகில் சென்றவன், அந்த உருவத்தின் முகத்தில் வெளிச்சம் படும்படி கையிலிருந்த லாந்தரை சற்றே உயர்த்தினான். மல்லியின் பயம் நீர்க் குமிழியாகி பட்டென்று உடைந்து காற்றில் கலந்தது. 'அம்மா'வென்று பாய்ந்து கட்டிக் கொண்டு விசும்பத் தொடங்கினாள்.

இரவு நீண்ட நேரமாகியும், மல்லி வீடு வந்து சேராததால், மகளைத் தேடி கிளம்பிய கோவிந்தம்மா, ஆற்றைத் தாண்டியும் மல்லி கண்ணுக்குத் தட்டுப்படாததால், அப்படியே மெயின்ரோடு ஏறி கொஞ்சம் தவிப்புடன், டவுன் நோக்கி நடக்கத் தொடங்கினார். வெள்ளைச் சேலையால் தலையில் முக்காடு போட்டுக்கொண்டு, நடந்து வந்தவரைத்தான் மல்லி ஆலமரத்து ஆவி என்று எண்ணிப் பயந்திருக்கிறாள்.

மல்லியை இடுப்போடு சேர்த்து அணைத்துக்கொண்ட கோவிந்தம்மா, "இவளக் காணோமேன்னுதான் நான் தேடி வந்தா, இவ என்னைப் பாத்தே பயந்திருக்கா" என்றவர், ஈசுவரனுக்கு நன்றி சொல்லிவிட்டு, மல்லியுடன் ஊர் நோக்கி நடக்க ஆரம் பித்தார். அம்மாவின் அருகாமையால், மனத்தைக் கவ்வியிருந்த பயம் விலக, மல்லிக்கு பாதுகாப்பு உணர்வும், மகிழ்ச்சியும் ஏற்பட்டது.

தான் ஓட்டப் பந்தயத்தில் முதல் பரிசாகப் பெற்ற பித்தளைச் சொம்பை, அம்மா, அக்கா, பெரியண்ணா, தாத்தாவிடம் காட்டினாள். அடுத்தடுத்த நாட்களில் தன் சேக்காளிகளுக்கும் காட்டி மகிழ்ச்சியைப் பகிர்ந்துகொண்ட மல்லி, பேச்சோடு பேச்சாக, அம்மாவைப் பேயென்று நினைத்துப் பயந்த கதையை எல்லோருக்கும் சொல்ல, அனைவரும் விழுந்து விழுந்து சிரித்தனர். இந்த நிகழ்ச்சிக்குப் பின் மல்லிக்குப் பேய்கள் பற்றிய பயம் குறைந்துவிட்டது. ஆலமரத்து ஆவி என்று சொல்லிப் பாருங்கள், மல்லிக்கு வெட்கம் வந்துவிடும்.

16

பொட்டுன்னு போன புண்ணியவான்

ஆங்கில ஆசிரியர் பாலசுப்ரமண்யம் சார், உரைநடைப் பாடமாக 'ஷோரப் அண்ட் ருஷ்தும்' குறுங்காப்பியக் கதையை உணர்ச்சிகரமாக விளக்கிக் கொண்டு இருந்தார். தன் தந்தையைப் பார்த்தேயிராதவன் மகன் ருஸ்தும். போர்க்களத்தில்தான் அவரைச் சந்திக்க முடியும் எனத் தாய் கூறுகிறாள். தந்தையைச் சந்திக்கும் ஆர்வத்தினால், படையில் சேர்ந்து போர்க்களம் செல்கிறான் மகன். இவனை யாரென்று அறியாத, எதிர்ப் படையினருக்காகப் போரிடும் தந்தையாலேயே கொல்லப்படு கிறான். கொன்ற பின்புதான், தன்னால் கொல்லப்பட்டவன் தன் மகன் என்ற உண்மை தந்தைக்குத் தெரிகிறது. நெஞ்சு வெடிக்கக் கதறி, தானும் இறப்பதாக அமைந்த கதை. பாடத்தின் உருக்கத்தில் அத்தனை பேரும் ஒன்றியிருக்க, எதிரே உட்காந்திருக்கும் மாணவனின் கண்கள் மட்டும் வகுப்பறையின் வாசலை நோக்கித் திரும்புவதைக் கண்டார், பாலசுப்ரமண்யம் சார்.

வாசலில் தயங்கியபடி நின்றிருந்த பியூன் எல்லப்பனை, 'என்னப்பா ?' என்று வினவினார். "மல்லிகாவை எட்மாஸ்டர் கூட்டிட்டு வரச் சொன்னார்" என்றதும் மல்லி எழுந்து நின்றாள். 'போலாம்' என்று ஆசிரியர் அனுமதித்ததும் தன் பெஞ்சைவிட்டு வெளியே வந்த மல்லியிடம், "பைக்கட்டு, தூக்குப் போசியையும் எடுத்துக்கம்மா" என்றார் பியூன். 'என்ன விஷயம் ?' என்று கண்களினாலேயே விசாரித்த ஆசிரியரிடம், "இந்தப் பொண்ணை வூட்டுக்கு அழைச்சுட்டுப் போக வந்திருக்காங்க சார் !" என்றார் எல்லப்பன்.

மல்லிகா எது குறித்தும் யோசிக்கவில்லை. டெஸ்க்கின் மேல் வைத்திருந்த ஆங்கிலப் புத்தகத்தை தன் பைக்குள் திணித்தாள். பைக்கட்டை தோளில் மாட்டிக் கொண்டு எல்லப்பனுடன் எட்மாஸ்டர் அறை நோக்கி நடந்தாள். அறைக்கு வெளியில் பழநிமுத்து அண்ணன் நின்றிருந்ததைப் பார்த்த மல்லிக்கு ஏற்பட்ட மகிழ்ச்சி, புன்னகையாக விரிந்தது. "நான் எட்மாஸ்டர்கிட்ட சொல்லிட்டேன்! வா போலாம்" என்ற வாறு சைக்கிளை நிறுத்தி வைத்திருந்த இடத்துக்கு வந்தான் பழநிமுத்து.

"ஏதோ வேலையாக டவுன் பக்கம் வந்த பழநிமுத்து அண்ணன், தன் நினைப்பு வர பள்ளிக்கு வந்து அழைத்துச் செல்கிறார். சாயங்கால நடை மிச்சம்" என்று மல்லிக்கு ஒரு பக்கம் மகிழ்ச்சியாக இருந்தாலும் வேறு ஏதாவது காரணம் இருக்குமோ என்றும் உள்மனக் குரளி மெலிதாக எச்சரிப்பதை உணர்ந்தாள். "எதுக்குண்ணா டவுனுக்கு வந்தீங்க?" என்று கேட்டாள். "ஒண்ணுமில்ல, சும்மாத்தான்!" என்ற பழநிமுத்துவின் குரல் எப்போதும் போலில்லை என்பது மல்லிக்கும் தெரிந்தது.

வேக வேகமாக சைக்கிளை மிதித்துக் கொண்டு வந்த பழநிமுத்து, ஊர்ப் பிரிவில் திரும்பி பங்களா தோப்பைத் தாண்டும்போது, வாசலில் நின்றிருந்த குமார் மாமாவின் அப்பா, "என்னப்பா, இப்பத்தான் கூட்டிட்டுப் போறியா?" என்று கேட்டார். பதிலை எதிர்பார்க்காத கேள்வி!

ஆற்றைக் கடந்ததும் பழநிமுத்து, "மல்லி... நீ தெகிரியசாலிப் பொண்ணுதானே? ஒரு சேதி சொல்வேன்! கேட்டுட்டு அழுவக் கூடாது... என்னா?" என்றவன், "ஒங்க தாத்தா போயிட்டாரு!" என்றான் குரல் கம்ம. சில சமயங்களில் தான் வீட்டைவிட்டு ஓடிப் போயிருப்பதைப் போல, தாத்தாவும் எங்கோ போய்விட்டாரோ என்று நினைத்த மல்லி, "யார் வூட்டுக்குண்ணா?" என்று கேட்டாள். "தாத்தா செத்துட்டாரும்மா!" என்ற பழநிமுத்து தன் முகத்தை மூடிக் கொண்டு அழுதான்.

மரணத்தின் முழுப் பரிமாணத்தையும் மல்லியால் யூகித்துக் கொள்ள இயலவில்லை. துக்கம் ஏற்படவில்லை. அழுகை வரவில்லை. என்றாலும் வருத்தமாக இருந்தது. 'அழுவாதீங்கண்ணா' என்று பழநிமுத்துவைத் தேற்றியவளாக வீடு நோக்கி நடந்தாள் மல்லி.

தன் வீட்டில் அவ்வளவு கூட்டத்தை, மல்லி ஒரு நாளும் பார்த்ததில்லை!

தெருவிலும், வீட்டிற்குள்ளும் ஊர்க்காரர்கள், உறவுக் காரர்கள் என்று நிறைய பேர். சிலரை மல்லிக்குத் தெரிந்திருந்தது. பலரைத் தெரியவில்லை.

தாத்தாவின் உடல், கடை வீட்டில், அவர் எப்போதும் படுத்துக் கொள்ளும் மெத்தையின் மீது கிடத்தப்பட்டு இருந்தது.

புத்தகச் சுமையைச் சுவரோரம் வைத்துவிட்டு தாத்தாவின் உடலருகே சென்ற மல்லி, சில நிமிடங்கள் தாத்தாவைப் பார்த்துக் கொண்டு நின்றாள். சின்னத் தாத்தா, தன் அண்ணன் உடல் அருகில் உட்கார்ந்து சோகத்துடன் வெறித்துப் பார்த்துக் கொண்டு இருந்தார். அவர் வீட்டிலிருந்து மற்றவர்களும் வந்திருந்தது, மல்லிக்கு ஆச்சரியமாக இருந்தது.

"பெருசு சாவு, நல்ல சாவு; ஒரு நோய் நொடின்னு படுக்காம, மருந்து மாத்தர தேடாம, பொட்டுன்னு போய்ட்டாரு புண்ணியவான். யாருக்கும் எந்த செரமமும் வைக்கல" என்று ஊர்க்காரர்கள் பேசிக் கொண்டார்கள்.

நல்லவங்க பொட்டுன்னு போவாங்களா இருக்கும். ஆனா, பொட்டுன்னு போறவங்கள்லாம் நல்லவங்க கிடையாது என்று மல்லி மனசு சொல்லியது. அம்மா மீது எடுத்ததற்கெல்லாம் குற்றம் சுமத்தி அழ வைத்து, மல்லியைத் தொட்டதற்கெல்லாம் கரித்துக் கொட்டி அடி வாங்கிக் கொடுத்த தாத்தா எப்படி நல்லவராக இருக்க முடியும்?

ஆற்றங்கரை நோக்கிப் போனவர், நெஞ்சு வலியென்று பாதி வழியிலேயே வீடு திரும்பியிருக்கிறார். வீட்டிலிருந்த பெரியண்ணா, தாத்தாவுக்கு நீலகிரித் தைலத்தை நெஞ்சில் அரக்கித் தேய்த்திருக் கிறார். கை பொறுக்கும் சூட்டில் தண்ணி கொண்டுவரச் சொல்லி, தாத்தாவைத் தன் மீது சாய்த்தவாறு, டம்ளர் நீரைப் புகட்டியிருக்கிறார். நீர் தொண்டையை நனைப்பதற்கு முன்பே, தாத்தாவின் தலை சாய்ந்து விட்டதாக பக்கத்து வீட்டு துளசிபாய் அம்மா சொல்லிக் கொண்டு இருந்தாள்.

சரசுவதி | 115

தாரா, உள் வீட்டில் ஒரு மூலையில் தனியே உட்கார்ந்து, அழுது கொண்டிருந்தாள். உள் வாசலில் கோவிந்தம்மா, அவ்வப்போது வரும் ஊர்ப் பெண்களின் இடுப்போடு கைகோர்த்து, ஒப்பாரி வைத்து எழவு கொடுத்துக் கொண்டு இருந்தார்.

"மக்க பெருமையையும்
மருமக்க சந்ததியும்
இன்னுஞ் சில காலம்
இருந்துநீ பாக்காமெ...
எமனோட சந்நிதியே
இன்பமுன்னு போனீயோ...
ய்யேய்யேய்யேஹெஹ்ஹ.

புள்ள பெருமையையும்
பேரப்புள்ள சந்ததியும்
இன்னுஞ் சில காலம்
இருந்து நீ பாக்காமெ.......
ய்யேய்யேய்யேஹெஹ்ஹ."

ஒப்பாரிப் பாடலின் சோகம் வீட்டின் இண்டு இடுக்கையெல்லாம் நிறைத்தது.

பார்ப்பதற்கு ஒரு சாயலில் அந்தக்கால திரைப்பட நடிகை கண்ணாம்பாள் போல இருந்த நடுத்தர வயது பெண், அரக்கப் பரக்க ஓடி வந்தார். "அடியே கோவிந்தம்மா, மாமனாரையும் வாரிக் குடுத்துப் புட்டு, நீ என்னாதான் செய்யப் போறியோ ?" என்று கேள்வி எழுப்பிய வராக ஒப்பாரி வட்டத்துக்குள் தன்னையும் இணைத்துக் கொண்டார்.

"ஆம்பளக்கி ஆம்பளயா,
பொம்பளக்கி பொம்பளயா
அருமையா எனை வளத்த
அப்பாவே போயிட்டியா?"

என்று ஒரு பாட்டம் அழுது முடித்தார். மூக்கைச் சிந்தி, முந்தானையில் துடைத்தபடி, அங்கிருந்து நகர்ந்தார். யார் இவர் என்று கண்களால் கேள்வி எழுப்பிய பெண்களுக்கு,

“எம் மாமனாருக்கு மவ மொறயாவணும்... மருதையில வாக்கப்பட்டிருக்கா, குணவதின்னு பேரு” தகவல் தந்தார் கோவிந்தம்மா.

மெல்ல நகர்ந்த டூப்ளிகேட் கண்ணாம்பா, தாரா இருந்த அறைக்குள் வந்தார். சுவரில் சாய்ந்தபடி அழுது கொண்டிருந்த தாராவை கொஞ்ச நேரம் உற்றுப் பார்த்தார். “நீ தான், ராஜண்ணனோட மூத்த மவளா ? ஓம் பேரென்ன ?” என்று கேட்டார். அழுகையோடு ஆமென்று தலையாட்டி, தன் பெயரைச் சொன்னாள் தாரா. “படிச்சிகிட்டு இருக்கியா ?” என்று கேட்டதற்கு, இல்லையென்று தாரா தலையாட்ட, முந்திக் கொண்ட மல்லி, தன் அக்கா எட்டாங்கிளாஸ் முடித்துவிட்டு மூன்று வருசம் ஆகிவிட்டதைப் பெருமையோடு தெரிவித்தாள்.

தாராவின் தோள் வழி முன்புறம் வழிந்து தரையைத் தொட்ட நீண்ட சடையைப் பார்த்துவிட்டு, “சவுரி முடி வெச்சி சடை போட்டிருக்கியா ?” என்” குணவதி கேட்கவும், மல்லிக்கு அந்த டூப்ளிகேட் கண்ணாம்பா மீது எரிச்சலும் வெறுப்பும் ஏற்பட்டது. “அதொன்னுஞ் சவுரியில்ல, எங்கக்காவோட நெஜ முடிதான்” என்று நொடித்தாள். தாரா பதிலேதும் சொல்லாமல் அழுதபடியே இருந்தாள்.

அடுத்த நாள் காலை வந்து சேர்ந்த உலகநாதனைக் கட்டிப் பிடித்துக் கொண்டு உறவுப் பெண்கள் ஒரு பாட்டம் அழுதனர். கோவிந்தம்மாள், பெருங்குரலெடுத்து அழ, தாரா அண்ணன் முகம் பார்த்து ஆறாகக் கண்ணீர் வடித்தாள். மல்லியும் அண்ணனோடு ஒட்டிக் கொண்டாள்.

பெரியண்ணா தீச்சட்டித் தூக்க, உலகநாதன் நெய்ப்பந்தம் பிடிக்க, தாத்தாவின் உடல் ஆற்றங்கரை சுடுகாட்டை நோக்கிப் பயணித்தது.

வெளியூரிலிருந்து வந்திருக்கும் முக்கியமான சொந்தக் காரர்கள் மறுபடியும் பதினாறாம் நாளுக்கு வந்து போவதென்பது கூடுதல் செலவு, சிரமம் என்று பேசப்பட்டதால், தாத்தாவின் கருமகாரியம் மூன்றாம் நாளே நடந்தது. அன்று இரவுக்குள் அனைவரும் அவரவர் ஊருக்குப் புறப்பட்டனர்.

கிளம்பும்போது, தாராவைத் தேடி வந்த டூப்ளிகேட் கண்ணாம்பா, "எழவுக்கு வந்தவங்க சொல்லிட்டுப் போகக் கூடாதுன்னு சொல்லு வாங்க" என்றபடி கிளம்பியது மல்லிக்கு வித்தியாசமாகப்பட்டது. அடுத்த நாள் காலை உலகநாதனும் கிளம்பிவிட்டான்.

வெறிச்சோடியது வீடு.

17

கல்யாண வைபோகம்!

தாத்தா இறந்து விட்டார். வீட்டோடு அவர் நடத்தி வந்த கடையை ஏறக்கட்டியாகிவிட்டது. கடையின் பலகைக் கதவுகள் நிரந்தரமாக மூடப்பட்டன. வயலைக் கவனித்துக் கொண்ட பெரியண்ணா, இப்போ தெல்லாம் அங்கேயே தங்கிக்கொண்டு, ஞாயிற்றுக் கிழமைகளில் மட்டும் மல்லி, தாராவைப் பார்க்க வந்து போனார். அப்பொழுதுகூட வீட்டில் சாப்பிடுவதில்லை. தாத்தா இறந்ததைவிட, பெரியண்ணா தங்களை விட்டு விலகிச் சென்றதும் வீட்டில் தங்காததும் மல்லியின் மனதில் மிகுந்த சோகத்தையும், நிறைய கேள்விகளையும் எழுப்பின. “ஏங்க்கா பெரியண்ணா வர்றதில்ல?” என்று அக்காவிடம் கேட்டாள். “எனக்கென்னா தெரியும்?” என்று புலம்பினாள் அவள். அம்மாவிடம் கேட்கவும் பயம். விடையறிய முடியாத கேள்விகளால் மல்லி குழம்பிப் போனாள்.

வீட்டில் பணம், காசு புழக்கம் அற்றுப்போக கோவிந்தம்மாவின் குடும்ப செலவுக்குச் சுணக்கம் ஏற்பட்டது. காலை, மதியம், இரவு என்று மூன்று வேளையும், பானையேற்றப்பட்டு, எரிந்த வீட்டடுப்பு இப்போதெல்லாம் இரவு மட்டுமே மூட்டப்பட்டது. பெரியண்ணன் அவ்வப்போது வரும்போது வீட்டுச் செலவுக்கென்று தாராவிடம் தந்து செல்லும் பணம் போதவில்லை.

குடும்பச் செலவுகளுக்கு ஈடு கொடுக்க, கோவிந்தம்மா மூன்று வெடக் கோழிகளை வாங்கிவிட்டார். சில வாரங்களுக் குள்ளேயே அவை முட்டையிடத் தொடங்கின. முட்டைகளை ஊரில்

யாரும் காசு கொடுத்து வாங்க மாட்டார்கள் என்பதால் முட்டைகளை டவுனுக்குக் கொண்டு போய்தான் விற்பார்கள்.

கோவிந்தம்மா, ரொம்ப நாட்களாக, ஒரு குள்ளப் பசுவை வளர்த்து வந்தார். தாத்தா இறந்த சில வாரங்களில் அது கன்று ஈன்றது. கன்னுக்குட்டி ரொம்ப அழகு. அதனோடு விளையாடுவது மல்லிக்கு ரொம்பப் பிடிக்கும். குள்ளப் பசுவின் பாலைத் தயிராக்கிக் கடைந்து, வெண்ணெய் எடுக்கும் வேலை தாராவுடையது.

வாரமுச்சூடும் சேகரிக்கப்படும் முட்டைகளையும், வெண்ணையை யும், டவுனுக்குக் கொண்டு போய் தெரிந்த கடையில் கொடுத்துவிட்டு கணக்குப் பார்த்து காசு வாங்கி வர வேண்டிய வேலை மல்லிக்கு. எனவே ஞாயிற்றுக் கிழமையும் டவுனுக்கு நடக்க வேண்டியதாகிவிட்டது.

முழுப் பரீட்சைத் தேர்வுகள் முடிந்து பள்ளிக்கு பெரிய லீவு விடப்பட்டது. மல்லிக்கு பள்ளிக்குச் செல்லுவது ரொம்பப் பிடிக்கும் என்றாலும், தினம் தினம் நடப்பது என்பதிலிருந்து கிடைத்த விடுதலையை வரவேற்றாள். வாரம் ஒரு முறை முட்டை, வெண்ணெய் விற்று வர, டவுனுக்குப் போய் வருவது மட்டும் தொடர்ந்தது.

அன்று ஞாயிற்றுக் கிழமை. டவுனுக்குப் போய்விட்டு களைப்புடன் திரும்பிக் கொண்டிருந்தவளை, தண்ணீர் குடத்துடன், புளியந்தோப்பில் சந்தித்த அன்னம்மா, "என்னாடி இவளே! எங்க போயிட்டு வர்றவ ? ஒங்க அக்காவைப் பொண்ணு பாக்க வந்திருக் காங்களே, ஒனக்குத் தெரியாதா ?" என்று கேட்டாள். 'ஊஹூம்! தெரியாதே!' என்று ஆச்சரியப்பட்ட மல்லி, தகவல் தந்த சேக்காளியிடம் நின்று ஒரு வார்த்தைகூடப் பேசாமல், வீட்டுக்கு ஓடினாள்.

ஆறேழு பேர் உள் வாசலில் ஈச்சம்பாய் விரித்து உட்கார்ந் திருந்தனர். பெண்களில் ஒருவர், தாத்தா சாவுக்கு வந்திருந்த டூப்ளிகேட் கண்ணாம்பா... குணவதி!

தாரா சிவப்பு நிற சில்க் புடவை, சிவப்பு ஜாக்கெட் அணிந்து தலையில் நிறைய மல்லிகைப் பூவுடன் அழகாக இருந்தாள். அருகே அவளின் நெருங்கிய சிநேகிதி பாக்கியம்.

பாக்கியக்காதான் பேசினாள். குணவதியோடு வந்திருக்கும் இரண்டு பெண்களும் அவருக்கு உறவுக்காரர்கள். இளைஞன் குணவதி யின் மகன். பெயர், முத்துகிருஷ்ணன். அவனுக்குத்தான் தாராவைப் பெண் கேட்டு வந்திருக்கிறார்கள் என்ற விவரத்தைக் கிசுகிசுத்தாள்.

"ஓஹோ! அதான், தாத்தா செத்ததுக்கு வந்தப்ப இவங்க எங்கக்காவை அப்படி மொறச்சுப் பாத்துக்கிட்டே இருந்தாங்களா? இப்பதான் எனக்கு எல்லாம் வெளங்குது!" என்று மல்லி ராகம் போட்டுச் சொல்ல, அத்தனை பேரும் சிரித்தார்கள். "உஷ்ஷ்!" என்று சாடை காட்டி மல்லியை அடக்கினாள் பாக்கியம்.

அறையை விட்டு வெளியே வந்த மல்லி, கை கட்டியபடி முத்துக்கிருஷ்ணனைக் குறுகுறுவெனப் பார்த்தாள். தன்னை வைத்த கண் வாங்காமல் பார்த்த மல்லியை "இங்க வா" என்று மாப்பிள்ளை அழைத்தான். முகத்தைத் திருப்பிக் கொண்ட மல்லி, மீண்டும் அக்கா இருந்த அறைக்குள் வந்தாள். தாராவின் அருகே சென்று, அவள் காதில், 'மாப்பிள்ளை நல்லா இருக்காருக்கா.... நீ பாத்தியா?" என்று ரகசியமாகக் கேட்டாள். "ச்சீ... போடி" என்று தள்ளிவிட்டாள் தாரா. அவளுக்கு மாப்பிள்ளையைப் பிடித்திருந்தது.

கல்யாணப் பேச்சு நடத்தும் பொறுப்பை சின்னத் தாத்தா எடுத்துக் கொண்டார். "குடும்ப நெலம ஒங்களுக்குத் தெரியாததில்ல. பெருசா எதுவும் எதிர்பார்க்கக் கூடாது. அவங்களால முடிஞ்சதைச் செய்வாங்க" என்றார். சமையல்கட்டின் கதவுக்கு பின்னாலிருந்து கோவிந்தம்மாவின் குரல் கேட்டது. "எதுக்கும் லோகுவைக் கேட்டு கிட்டுத்தான் முடிவெடுக்கணும். அவனை வெச்சுப் பேசிக்குவம்" என்றார்.

பொறுப்பு தன் கையை விட்டுச் சென்ற நிம்மதியோடு சின்னத் தாத்தா, "அதுவுஞ் சரிதான். தங்கச்சி கல்யாணம் லோகு பொறுப்பு தான். ஒங்களுக்குப் பொண்ணை புடிச்சிட்டதில்ல" என்ற கேள்வியோடு மற்ற விஷயங்களில் மௌனமே உத்தமம் என்பதாக இருந்து விட்டார்.

நிச்சயதார்த்தத்துக்கு முன், கை நனைக்கிற பழக்கம் இல்லை என்பதால் காபிகூடக் குடிக்கவில்லை. அனைவரும் விடைபெற்று வெளியேறினர். மாதங்கள் உருண்டன.

மல்லி, டவுன் பள்ளிக்கூடத்துக்குப் படிக்கச் சென்றதிலிருந்து, விடுமுறை நாட்களில் விடிந்த பின்பும் தூங்கிக் கொண்டு இருப்பாள். தாராவோ அம்மாவோ அவளை எழுப்புவதில்லை. அன்று, படுத்துக் கிடந்த மல்லியைத் தாரா உலுக்கி எழுப்பினாள். "எந்திரிடி! அவங்கல்லாம் வந்திருக்காங்க" என்றாள். எழுந்து உட்கார்ந்த மல்லி, மலங்க மலங்க விழித்தாள். "போடி! பல்லு தேச்சி சோப்பு போட்டு மூஞ்சியைக் கழுவிட்டு வா" என்று விரட்டியவள், மல்லிக்கு பூப்போட்ட மஞ்சள் கவுனை எடுத்து மாட்டி விட்டாள். மல்லி, கண்ணாடி முன் நின்றிருந்தபோது உலகநாதன் சிறிய சூட்கேஸுடன் வீட்டுக்குள் நுழைந்தான். பின்னாலேயே பழநிமுத்து.

அண்ணனைக் கண்ட மல்லிக்கு ஆச்சர்யம், "ஹை! அண்ணா!" என்று ஓடிப்போய் அவன் கையைப் பிடித்துக் கொண்டவள், தாராவைப் பார்த்து, "அண்ணன் வந்திருக் கிறதைத்தான் சொன்னியா?" என்று கேட்டாள்.

"அட வாண்டு, ஒனக்குத் தெரியாதா? தாராவைப் பொண்ணு பாக்க வந்திருந்தாங்கல்ல, அவங்கதான் மறுக்க வந்திருக்காங்க. மாமா வூட்ல இருக்காங்க. இப்ப நம்ப வூட்டுக்கு வருவாங்க" என்ற உலகநாதன், தான் கொண்டு வந்த பெட்டியைத் தாராவிடம் கொடுத்தான். "பத்திரம்! என் ஸ்காலர்ஷிப் பணமெல்லாம் அதுல இருக்கு" என்றான்.

மல்லியின் மனதில் நீண்ட நாட்களாகக் கிடப்பில் போடப் பட்டிருந்த ஆசை அவளறியாமல் படாரென வெளிப்பட்டது. "அண்ணன்ணா, அந்தப் பணத்துல எனக்கொரு சைக்கிள் வாங்கிக் குடுங்கண்ணா! தெனந்தெனம் பள்ளிக்கூடத்துக்கு நடந்து போறது காலெல்லாம் ரொம்ப வலிக்குது. லேட்டா போனா, வாத்தியார் மொதல் பீரியட் முடியற வரைக்கும் கிளாஸுக்கு வெளியே நிறுத்தி வெச்சுடறார். எங்கிளாஸ்ல நெறய புள்ளங்க சைக்கிள்ல தான் வர்றாங்க! பிளீஸ்ணா!" கெஞ்சும் குரலில் விண்ணப்பித்தாள்.

கேட்டுக் கொண்டே வந்த கோவிந்தம்மாள், "எருது புண்ணு காக்காவுக்குத் தெரியுமா ?"ங்கிறது சரியாத்தான் இருக்கு. குடும்பம் இருக்கிற நெலவரத்துக்கு ஒனக்கு அதொண்ணுதான் கொறச்சலு. தலைக்கு மேல காரியத்தை வெச்சுக்கிட்டு, எப்பிடி ஒப்பேத்தறதுன்னு தவிச்சுக்கிட்டிருக்கோம். இவளுக்கு சைக்கிள் வேணுமாஞ் சைக்கிள் !" மல்லியைக் கண்டித்தபடி கையிலிருந்த காபி டம்ளரை மகனிடம் நீட்டினாள்.

"அண்ணா, பழைய சைக்கிளா இருந்தாக்கூட பரவால்லண்ணா, நா பத்திரமா வெச்சு ஓட்டிக்கிறேன்" என்றாள் மறுபடியும்.

"ராவுத்தரே கொள்ளு திங்கறாராம் ! கோதும அல்வா கேக்குதாம் குதுர !" என்று நொடித்தார் கோவிந்தம்மா.

"நீங்க சும்மாயிருங்கம்மா ! லோகண்ணா சைக்கிள் வாங்கித் தந்தாக்கூட, நீங்க புடுங்கி வித்துடுவீங்க !" என்று அம்மாவை முறைத்தாள் மல்லி.

மாப்பிள்ளை வீட்டார், பகல் இரண்டு மணியளவில் வீட்டுக்கு வந்தனர். "மாப்பிள்ளையைக் காணம் ?" என்ற மல்லியின் சந்தேகத்துக்கு, "மண்டு ! நிச்சயத்துக்கெல்லாம் மாப்பிள்ளை வர மாட்டாரு" என்று பழநிமுத்து விளக்கம் சொன்னான்.

வெற்றிலைப் பாக்கு மாற்றிக் கொள்ளப்பட்டது. கல்யாணத் துக்கு நாள் குறிக்கப்பட்டு, மாப்பிள்ளையின் ஊரில் கல்யாணம் என்று முடிவானது.

இரவு உலகுநாதனுக்குச் சோறு போட்டுக் கொண்டே, கோவிந்தம்மா கேட்டார்... "எம்ப்பா, கல்யாணச் செலவுக்கு என்னப்பா ஏற்பாடு ?"

அண்ணன் பக்கத்தில் உட்கார்ந்து சாப்பிட்டுக் கொண்டிருந்த மல்லி, "நீங்கதான் முட்டை, வெண்ணெய் வித்துக் காசு வெச்சிருக் கீங்களே" என்றதற்கு, தலையில் பொட்டென்று ஒரு அடி விழுந்தது. மல்லியின் வாயிலிருந்து சோறு சிதறி வட்டிலில் விழுந்தது.

'சனியம் புடிச்சவளே, பெரியவங்க பேசிட்டிருக்கப்ப குறுக்கப் பேசக் கூடாதுங்குற புத்தி ஒனக்கு எப்பதான் வருமோ ?" என்ற

கோவிந்தம்மா, "எங் கையில பெருசா ஒன்னுமில்லப்பா. இருக்கற பழசு பட்டரையெல்லாம் போட்டு, தாரா காதுக்கு ஒரு நல்ல தோடும், ஜிமிக்கியும், காலுக்கு கொலுசும் வாங்கிடலாம். கழுத்துக்கு அஞ்சு பவுன்லயாச்சும் ஒரு செயின் போட்டா கௌரதையா இருக்கும். கூரப் புடவை, பாத்திரம்னு ஏராளம் செலவிருக்கு. அப்புறம் தாராவுக்கு துணிமணி, பண்ட பாத்திரம், அங்க போற வர செலவு, மறு வீட்டுச் செலவுன்னு ஏகமா ஆவுமே. என்ன செய்யுறது ?" என்றார்.

"அவங்க எதையும் எதிர்பாக்கலைன்னு மெட்ராஸ்ல என்னைப் பாக்க வந்தப்ப மாப்பிள்ளை சொன்னாரும்மா. எதுக்கும் நாளைக்குக் காலைல தோட்டத்துக்குப் போய் பெரியண்ணன்கிட்ட பேசிப் பாக்கிறேன்" என்றான் உலகநாதன்.

"பெரியண்ணன் இப்பல்லாம் வீட்டுக்கே வர்றதில்லயே, ஏன்ணா ? அவருக்கு நம்பகூட சண்டையா ?' என்ற தன் நீண்ட நாள் கேள்வியை அண்ணனிடம் கேட்டாள் மல்லி.

"ச்சேச்சே ! அவரு ஏன் நம்மகூட சண்ட போடுறாரு, உளறாத" என்ற உலகநாதன் சாப்பிட்டு எழுந்தான்.

உலகநாதன், பெரியண்ணனைப் பார்த்துவிட்டு வந்தான். அடுத்த நாள் பழநிமுத்துவோடு ஆத்தூருக்குப் புறப்பட்டவனிடம், "பாத்துப்பா, ஒரு கடைக்கு ரெண்டு கடையா வெசாரிச்சுப் பாத்து வாங்குங்க. கையைச் சுருக்கிச் செலவு செய்யுங்க. தாராவுக்கும் மாப்பிள்ளைக்கும் வேண்டியதை மட்டும் வாங்குங்க போதும். வேற யாருக்கும் ஒண்ணும் வாங்க வேணாம். இன்னும் செலவு நெறயாக் கெடக்கு. பண்ட பாத்திரத்தை இங்கிருந்தே தூக்கிச் சொமக்க வேணாம். அங்க போய் வாங்கிக் குடுத்துக்கலாம்" என்று அறிவுறுத்தினார்.

ஆர்வமாகப் பார்த்துக் கொண்டு இருந்த மல்லியிடம், "உனக்கென்ன வேணும் ?" என்று பழநிமுத்து கேட்டதும் மல்லி சொன்னாள், 'சைக்கிள் !'

திருமணப் பேச்சு வார்த்தையின்போது ஒப்புக் கொள்ளப்பட்ட ஏற்பாட்டின்படி, திருமணத்துக்கு முதல் நாள் பொழுது விடிந்ததும், தாராவை அழைத்துக் கொண்டு லோகு, மல்லி, கோவிந்தம்மா,

பெரியண்ணா, சின்னத்தாத்தா, பழநிமுத்து, பாக்கியம் மற்றும் ஊர்க்காரர்கள் என பதினைந்து பேர் முன்சீப் வீட்டு வண்டியைப் பூட்டிக் கொண்டு, டவுனுக்கு வந்தனர். அங்கிருந்து பஸ் ஏறி திருச்சி வழியாக மதுரை செல்ல வேண்டும். மல்லி, இதற்கு முன் இவ்வளவு தொலைவு பயணித்ததே இல்லை. ஊரில் ஓடும் வசிஷ்ட நதியை மட்டும் பார்த்திருந்தவளுக்கு, காவிரி, கொள்ளிடம் ஆறுகள் பிரமிப்பை ஏற்படுத்தின. பயணம் அவளுக்கு உற்சாகமாக இருந்தது.

ஜன்னலோர சீட்டில், அண்ணன் அருகில் உட்கார்ந்தவள், வழி நெடுக வேடிக்கைப் பார்த்துக்கொண்டு, இது என்னா ? அது என்னா ? என்று கேட்டுக் கொண்டே வந்தாள்.

சூரியன் உச்சிக்கு ஏற ஏற, பெரியவர்களைப் பயணம் சோர்வடையச் செய்து, கண்களை மூட வைத்தது. மல்லியின் முன் வரிசை இருக்கையில், சின்னத் தாத்தா உட்கார்ந்தபடியே தூக்கத்தில் சாமியாடியதைப் பார்க்க மல்லிக்கு வேடிக்கையாக இருந்தது. அண்ணனுக்குத் தெரியாமல் ஜன்னல் பக்கம் திரும்பி, பொங்கி வரும் சிரிப்பைச் சத்தமில்லாமல் வெளிப் படுத்தினாள். கண்களிரண்டையும் அகலத் திறந்து வைத்துக் கொண்டு, ரோட்டோரக் காட்சிகளை விழுங்கியபடி அசராமல் பயணித்தாள்.

மாலை நான்கு மணியளவில் மல்லியும் மற்றவர்களும் கல்யாண மண்டபத்தை வந்தடைந்தனர். பெண் வீட்டாருக்கெனத் தனி அறை தரப்பட்டு இருந்தது. முகூர்த்தம் விடியற்காலை என்பதால், இரவுச் சாப்பாட்டை சீக்கிரமே முடித்துக் கொண்டு, அனைவரும் தூங்கச் சென்றனர். இரவெல்லாம் மண்டபத்தில் சத்தமும் சந்தடியுமாக இருந்தது.

அதிகாலையில் மணவறையில் ஐயர் ஹோமம் வளர்த்து, மந்திரங்களைச் சொல்ல, சின்னத் தாத்தாவும் வேறொருவரும் அவருக்கு எதிரில் அமர்ந்து, அவ்வப்போது ஏதோ சொல்லிக் கொண்டு இருந்தனர். பாக்கியம் அக்காவும் மாப்பிள்ளையின் தங்கை செல்வநாயகியும், தாராவை அலங்கரித்துக் கொண்டு இருந்தனர். மடித்துக் கட்டிய இரட்டைச் சடைகளை இணைத்துப் பாலமாக மல்லிகைச் சரத்தை சூட்டிக் கொண்டு, புதுக் கவுன் போட்டதும் மல்லிக்கு சந்தோஷம் தாங்கவில்லை. உள்ளே

அக்காவின் அலங்காரத்தைப் பார்ப்பதும் வெளியே மணவறையை எட்டிப் பார்ப்பதுமாக இருந்தாள்.

"பொண்ணை அழைச்சுண்டு வாங்க" என்று ஐயர் குரல் கொடுத்ததும், பாக்கியக்காவும் செல்வநாயகியும், அக்காவை மணவறைக்கு அழைத்துச் சென்றனர். அவர்கள் பின்னாலேயே நடந்த மல்லி, அம்மா தங்களோடு வராததை உணர்ந்து, அறைக்குள் ஓடி வந்தாள். கோவிந்தம்மா, எங்கேயோ பார்வையைச் செலுத்தியவராக சுவரோரம் உட்கார்ந்திருந்தார். கண்களில் நீர் திரையிட்டு இருந்தது. "என்னம்மா இங்கயே உக்கார்ந் திட்டீங்க. எந்திரிச்சு வாங்க. அக்கா கல்யாணத்தைப் பார்க்க வேணாமா?" என்று கையைப் பிடித்து இழுத்தாள். "நான் அங்கெல்லாம் வரக்கூடாது. நீ போ, போய்ப் பார்த்துட்டு வந்து சொல்லு" என்றார். "நீங்க ஏம்மா பார்க்கக் கூடாது? யாரும்மா அப்பிடிச் சொன்னாங்க?" என்று மல்லி கோபமாக. "அது அப்படித்தான்டி பெரிய மனுசி. இது காலங்காலமா நடக்கிறதுதான். உனக்குப் புரியாது. போ, அக்காவுக்குப் பக்கத்துல போய் இரு" என்று மல்லியை அனுப்பி வைத்தார்.

"பாவம் அம்மா! அப்பா செத்துப் போனதாலதான் இப்படி யெல்லாம்... அப்பா செத்ததுக்கு அம்மா என்ன செய்வாங்க?" நெருப்புக் கங்கொன்று மல்லியின் மனதில் புதைந்து புகைந்தது.

திருமணம் முடிந்ததும் அனைவரும் மீனாட்சியம்மன் கோயி லுக்குச் சென்றனர். கோயில் கோபுரத்தைவிட கோயில் யானையைப் பார்த்து அதிகமாக ஆச்சர்யப்பட்டாள் மல்லி. அவள் கையில் ஐம்பது பைசா நாணயத்தைக் கொடுத்து யானையிடம் கொடுக்கச் சொன்னான் உலகநாதன். தும்பிக்கையில் காசு வாங்கிக் கொண்ட யானை, அதே கையை அவள் தலைமேல் வைத்து ஆசீர்வாதம் செய்தபோது மல்லிக்குக் கொஞ்சம் பயமாகவும் சிலிர்ப்பாகவும் இருந்தது.

சாமி கும்பிடுவது மல்லி பழகிக் கொள்ளாத ஒன்று. எனவே பெரியவர்களெல்லாம் சாமி கும்பிடப் போனபோது, கோயில் உள் கூரையில் வரையப்பட்ட ஓவியங்களையும் தூண் சிற்பங்களையும் உற்றுப் பார்த்து குதூகலித்துக் கொண்டு இருந்தாள்.

மதியம் பொண்ணு, மாப்பிள்ளையை மறு வீட்டுக்கு அழைத்துக் கொண்டு திரும்பத் தொடங்கியவர்கள், இரவு பத்து மணிக்கு ஊர் வந்து சேர்ந்தனர். முதல் நாள் உற்சாகம் மல்லிக்குத் திரும்பும்போது இல்லை. வீட்டிக்கு வந்ததும் தாத்தாவின் கடை வீட்டுக்குள் நுழைந்து, ஈச்சம்பாயை எடுத்துப் போட்டுப் படுத்தவள், அடுத்த நாள் காலை அம்மா வந்து எழுப்பிய பின்தான் எழுந்தாள். பள்ளிக்குச் செல்லாமல், சாப்பிட்டுவிட்டு மறுபடியும் தூங்கிப் போனாள்.

பள்ளிக்கூடம் சென்று மூன்று நாட்களாகிவிட்டன. நிறையப் பாடங்கள் நடந்திருக்கும். வீட்டுப் பாடங்கள் எக்கச்சக்கமாகச் சேர்ந்திருக்கும். மிலிட்டரி பாலசுப்ரமணியம் சார் என்ன சொல்லப் போகிறாரோ என்ற பயத்துடன் மறுநாள் மல்லி பள்ளிக்கூடம் போனாள். இத்தனைக்கும் இரண்டு நாள் விடுப்பு கேட்டு ஆசிரியருக்கு லீவு லெட்டர் கொடுத்திருந்தாள். பல்லைக் கடித்துக் கொண்டு பிரம்பை ஓங்கிய சார், "ஏன் வரலை?" என்று உறுமினார். அக்காவின் திருமணத்துக்காக, இரண்டு நாள் விடுப்பு விண்ணப்பத்தை கிளாஸ் லீடரிடம் கொடுத்திருப்பதைச் சொல்லிய மல்லி, திரும்பி வருவதற் ஒரு நாள்கூட ஆகிவிட்டது என்று விளக்கமளித்தாள். "அவங்கவங்க கல்யாணத்துக்கே இப்பல்லாம் ஒருநாள்தான் லீவு போடுறாங்க. அக்கா கல்யாணத்துக்கு மூணு நாள் லீவா?" என்றதும் வகுப்பே சிரிக்க மல்லியும் சிரித்தாள்.

அந்திக்கருக்கலில் சோர்வுடன் வீடு திரும்பிய மல்லியை, வாசலிலேயே மறித்த தாரா, அவள் கண்ணைப் பொத்தி, தாத்தாவின் கடை வீட்டுக்குள் இட்டுச் சென்றாள். உள்ளே சில தப்படிகள் சென்றதும் மல்லியின் கையைப் பிடித்து எதன் மீதோ வைத்தாள். "தொட்டுப் பார்த்து என்னன்னு சொல்லு பார்ப்போம்!" என்றதும் தொட்ட மல்லிக்கு மெத்தென்று இருந்தது.

சில விநாடிகள் கழித்து, மல்லியின் கண்களை மூடியிருந்த தன் கைகளை விடுவித்தாள் தாரா. மல்லியின் கண் முன்னால், ஒரு புத்தம்புது சைக்கிள்!

"ஹை! ரொம்ப ரொம்ப தேங்ஸ்க்கா! உனக்கேதுக்கா பணம்?" என்று துள்ளிக் குதித்த மல்லியின் எதிரே லோகு

வந்தான். தாரா அண்ணனைக் கை காட்டினாள். "சைக்கிள் பிடிச்சிருக்கா?" என்று கேட்ட அண்ணனின் கையில் கட்டியிருந்த வாட்ச்சும், கல்யாணத்தின் போது மாப்பிள்ளை வீட்டார் போட்ட மோதிரமும் இல்லாததை மல்லி கவனிக்கவில்லை.

மனசு கொள்ளா மகிழ்ச்சியில், வாயெல்லாம் பல்லாகச் சிரித்தாள். ட்ரிங் ட்ரிங்கென நிமிஷத்துக்கு நாலு முறை மணியடித்துப் பார்த்தாள். ராத்திரியெல்லாம் தூக்கம் பிடிக்கவில்லை. அம்மாவோடு கூடத்தில் படுத்திருந்தவள், அடிக்கொரு தரம் எழுந்து சென்று கடை வீட்டில் நிறுத்தப்பட்டிருந்த சைக்கிளைப் பார்த்துப் பார்த்துப் பூரித்துப் போனாள்.

பொழுது விடிகிற நேரத்தில், அசந்து தூங்கிய மல்லியைத் தாரா உலுக்கி எழுப்பினாள். கண்கள் திகுதிகுவென எரிந்தன. எழுந்த வேகத்தில் சைக்கிளிடம் ஓடியவளைப் பார்த்துச் சிரித்த கோவிந்தம்மா, "காணாததைக் கண்ட கருங்கொரங்கு, ஊதாமத் தின்னதாம் தெனந்தவுட்ட" என்றார் கேலியாக. "பாவம்மா, சின்னப்புள்ள!" என்று தங்கைக்குப் பரிந்து வந்தாள் தாரா.

அன்று ஞாயிற்றுக்கிழமை. வார விடுமுறை. மல்லிக்கு ஒரே குஷி! சைக்கிளை எடுத்துக்கொண்டு கிளம்பினாள். ஏரோப்ளேன் வாங்கி விட்டதைப் போன்று உற்சாகம் மல்லிக்கு. சேக்காளிகளைத் தேடித் தேடிப் போய்ப் பார்த்தாள். "எங்க அண்ணன் வாங்கிக் குடுத்துச்சு. இனிமே பள்ளிக்கூடத்துக்கு புதுச் சைக்கிள்லதேன் போவேன்" எனப் பெருமை யடித்துக் கொண்டாள். "சும்மா ஒரு பேச்சுக்குத்தேன் கேட்டேன் ரங்கா. எங்கண்ணன் உடனே டவுன்ல போய் வாங்கிட்டு வந்திருச்சு" எனக் கதையளந்தாள். மல்லியின் சைக்கிளை அகலக் கண் விரித்து, ஆச்சரியத்தோடும் கொஞ்சம் பொறாமையோடும் பார்த்த சேக்காளிகள், மல்லியின் அளப்புகளை நம்பவில்லை. நச்சரித்து வாங்கியிருப்பாள் என்பது அவர்களுக்குத் தெரியாதா என்ன!

புது சைக்கிளில், பள்ளிக்கூட வாசலில் சென்று இறங்கிய மல்லி, வெளி கேட்டிலிருந்து தள்ளிக் கொண்டுபோய், சைக்கிள்கள் நிறுத்து மிடத்தில் ஸ்டாண்ட் போட்டு நிறுத்தினாள். வகுப்பில் தன் 'அந்தஸ்து கொஞ்சம் கூடிவிடும்' என்ற குறுகுறுப்போடு புத்தகப் பையைச் சுமந்தவாறு பெருமையாக வகுப்புக்குள் நுழைந்தாள்.

ஆசிரியர் வருவதற்கு முன், சக தோழிகளிடம் காதோடு காதாக தன் சைக்கிள் புராணத்தைப் பகிர்ந்து கொண்டாள். ஆனால், அவர்கள் யாரும் இவள் சைக்கிள் குறித்து பெரிதாக ஆர்வம் காட்டாதது மல்லிக்கு கொஞ்சம் ஏமாற்றமாகத்தான் இருந்தது. அவர்களில் சிலர், ஆறாம் வகுப்பிலிருந்தே சைக்கிள்களில் வந்துகொண்டு இருப்பவர்கள். எனவே மல்லியின் எட்டாம் வகுப்பு சைக்கிள் ஜம்பம் பெரிதாக எடுபடவில்லை.

அண்ணனிடம் சொன்னபடியே மல்லி, தன் சின்ன லேடீஸ் சைக்கிளை ரொம்ப பத்திரமாக வைத்துக் கொண்டாள். அவளைத் தவிர வேறு யாரும் சைக்கிளைத் தொட அனுமதிப்பதில்லை. சாயங்காலம் பள்ளிக்கூடம் முடிந்து வீட்டுக்கு வந்ததுமே சைக்கிளை வாசலிலேயே நிறுத்தி, சுத்தமாகத் தட்டித் துடைத்த பின்புதான், வீட்டுக்குள் எடுத்து வைப்பாள். ஞாயிற்றுக்கிழமை களில் பால் பேரிங், வீல் பேரிங், செயின், பெல் என எண்ணெயிட்டு, ரிம்மைத் துடைத்து புதுக் கருக்கு மாறாமல் பார்த்துக் கொண்டாள். சைக்கிள் மீது மல்லிக்கு ஒருவிதமான மனுசப் பாசமே ஏற்பட்டு விட்டது!

●

18. மல்லி மாறிவிட்டாளா?

தாராவும் முத்துகிருஷ்ணனும் மறுவீடு வந்து ஒன்பது நாட்கள் முடிந்தன. "பொழுதும் கிழமையும் போனதே தெரியலை" என்று கோவிந்தம்மா குறைபட்டுக் கொண்டார். பத்தாம் நாள் ஊர் திரும்ப ஆயத்தமானார்கள் மணமக்கள். உலகநாதன் அவர்களைக் கொண்டு போய் விட்டுவிட்டு, அங்கிருந்து பட்டணம் செல்வதாகத் திட்டம். காலைப் பலகாரத்தைச் சீக்கிரமே முடித்துக் கொண்டு, எல்லோரிடமும் விடைபெற்றுக் கிளம்பியவர்களை வழியனுப்ப தாராவின் சிநேகிதிகள், லோகுவின் நண்பர்கள், சொந்தக் காரர்கள் என ஒரு சின்னக் கூட்டம் உடன் சென்றது. கோவிந்தம்மா மட்டும் வீட்டிலேயே தங்கிவிட்டார்.

தன் சைக்கிளைத் தள்ளிக்கொண்டு, தாராவை உரசியபடி மல்லியும் சென்றாள். ஆற்றங்கரை வந்ததும் தாராவும், முத்து கிருஷ்ணனும், உலகநாதனும் நின்று, "எல்லாருக்கும் போய்ட்டு வாரோம்" என்று கும்பிட்டு விடைபெற்றனர். அவர்களை ஆத்தூர் வரை சென்று வழியனுப்ப பழநிமுத்து அண்ணனும் விடைபெற, நால்வரும் ஆற்று மணலில் இறங்கினர். மல்லிக்கு திடீரென்று, "தன்னோடு யாருமில்லை, தனிமையாக்கப்பட்டுவிட்டோம்" என்ற உணர்வு குப்பென்று நெஞ்சு முழுக்கப் பரவியது. "எல்லாரும் என்னய மட்டும் தனியா வுட்டுட்டுப் போறாங்க" குரல் வெடிக்க, தேம்பித் தேம்பி அழுதாள். கண்களில் இருந்து கண்ணீர் மாலையாக வழிந்தது. கைகளை சைக்கிளிலிருந்து விலக்காமல், முகத்தை வலது பக்கமும் இடது பக்கமும் சாய்த்து, கன்னத்தில்

வழியும் கண்ணீரை சட்டைக் காலரில் துடைத்துக் கொண்டே அழுதாள்.

திரும்பி, மல்லியைப் பார்த்த தாராவுக்கும் அழுகைப் பீறிட்டுக் கிளம்பியது. அழுது கொண்டே ஓடி வந்து, தங்கையை அணைத்துக் கொண்டவள், "அழுவாதடி செல்லம். அக்கா இருகேன்ல... நா ஊருக்குப் போவல" என்று கண்ணீரைத் துடைத்துவிட்டாள். தன் கணவனைப் பார்த்து, "என்னங்க, நீங்க ஊருக்குப் போங்க. நா கொஞ்ச நாள் கழிச்சி, இவ சமாதானமானதும் வாரேன்" என்றாள், தானும் சின்னப் பிள்ளை போல. அக்காவின் தோழிகள் கண் களிலும் நீர் கோத்தது. முத்து கிருஷ்ணனுக்கும் லோகுவுக்கும் என்ன சொல்லுவதென்றே புரிபடவில்லை. பழநிமுத்துதான் சமாளித்தான்.

மல்லியின் கைகளை விலக்கி, சைக்கிளை ஸ்டாண்ட் போட்டு நிறுத்தினான். "மக்கு மல்லி, ஒன் அக்கா என்னா சீமைக்கா போவுது ? இந்தா இங்கன இருக்க மதுரைக்குத்தான ? எப்பல்லாம் அக்காவைப் பாக்கணும்னு தோணுதோ அப்ப ஏங்கிட்ட சொல்லு. நாங் கூட்டிகிட்டுப் போறேன். மாப்பிள்ளையும் அடிக்கடி தாராவைக் கூட்டிகிட்டு வந்துட்டுப் போறேன்னு சொல்லியிருக்காரு. இதுக்குப் போய் இந்த அழுவாச்சியா ? நீ சந்தோசமா இருக்கணும்னுதானே உனக்கு சைக்கிள்லாம் வாங்கிக் குடுத்திருக்குது ! அழுவையை நிறுத்திட்டு, சிரிச்சிக்கிட்டே 'போய்ட்டு வாங்கக்கா, மாமா'ன்னு சொல்லு" என்று உற்சாகமூட்டினான். தாராவைப் பார்த்து, "என்னா பொண்ணும்மா நீ! மாப்பிள்ள ஒரு நிமிஷம் திகைச்சு நின்னுட்டார்ல... சரி சரி, கெளம்புங்க. பஸ்ஸுக்கு நேரமாயிடும்" என்று துரிதப்படுத்தினான்.

சைக்கிளைத் தள்ளிக்கொண்டே அக்காவைத் திரும்பித் திரும்பிப் பார்த்தவாறு, வீடு நோக்கி நடந்த மல்லியின் தோள் மீது கை வைத்து ஆறுதல் தந்தவளாய் பாக்கியம் அக்கா உடன் வந்தாள். வீட்டின் வெறுமை மல்லிக்கு என்னவோ போல் இருந்தது. கால்களை நீட்டியபடி சுவரில் சாய்ந்து உட்கார்ந்திருந்த கோவிந்தம்மாவின் வெறித்த பார்வை, சற்றே அடங்கியிருந்த மல்லியின் சோகத்தை உசுப்பிவிட்டது. 'அம்மா' என்று விசும்பிக் கொண்டே கோவிந்தம்மா மடியில் விழுந்தவள் அழுதபடியே உறங்கிப் போனாள்.

அக்காவின் திருமணத்துக்குப் பின் மல்லி கொஞ்சம் மாறிப் போனாள். அவளது பேச்சில், பழகும் விதத்தில், நடவடிக்கை களிலும் மாற்றங்கள் ஏற்பட்டன. சைக்கிள் வந்த பின், மல்லியின் தெம்பும் தைரியமும் ஒரு படி கூடியது. பள்ளிக்கூடம் சென்று வருவதற்கான நேரச் செலவும் குறைந்தது. ஒன்பது மணி பள்ளிக்கூடத்துக்கு முன்பெல்லாம் காலை ஆறரை மணிக்குக் கிளம்ப வேண்டியிருந்தது. இப்போது ஏழரை மணிக்கு கிளம்பினால் போதும். சாயங்காலம் ஐந்தரை மணிக்குள் வீட்டுக்கு வந்து விடுகிறாள். காலையிலும் மாலையிலும் அம்மாவுக்கு வீட்டு வேலைகளில் உதவியாக இருந்தாள்.

பாடப் புத்தகங்களைப் படிப்பதற்கு நிறைய நேரம் கிடைத்தது. ஆசிரியர்கள் நடத்துவதற்கு முன்கூட்டியே பாடங்களைப் படித்து வைத்துக் கொள்வாள். தமிழ்ச் செய்யுள்கள், ஆங்கிலப் பாடல்கள், கவிதைகளைச் சுலபமாக மனப்பாடம் செய்துவிடுவாள். வகுப்பில் ஆசிரியர் பாடங்களைச் சொல்லிக் கொடுக்கும் போதே ஒப்புவித்து, அசத்தி விடுவாள். தேர்வுகளில் முதல் இடத்தைப் பெறுவது அவளது நிரந்தர லட்சியமாக இருந்தது.

நூலகத்திலிருந்து புத்தகங்களை எடுத்துப் படிப்பது மல்லிக்கு மிகவும் பிடித்த பொழுதுபோக்காக இருந்தது. ஆரம்பத்தில், குழந்தைகள், சிறுவர்களுக்கான புத்தகங்களைப் படிப்பதில் ஆர்வம் காட்டிய மல்லி, மெள்ளத் தன் பார்வையை மற்ற புத்தகங்களின் மீது செலுத்தினாள். கதைகள், கட்டுரைகள், அறிவியல் கட்டுரைகள் என வகை வகையானப் புத்தகங்களைப் புரட்ட ஆரம்பித்தாள். மல்லியின் அறிவுலகம் விசால மடையத் தொடங்கியது.

தனக்குள் எழும் கேள்விகள், சந்தேகங்களுக்கு வாய்ப்பு கிடைக்கும்போதெல்லாம் மாணிக்கம் சாரை அணுகி விளக்கம் பெற முயற்சித்தாள். விடுமுறையில் ஊருக்கு வரும் அண்ணன் உலகநாதனிடம் கேட்பதற்கென்று ஏராளமான கேள்விகள் அவள் மனக் கோப்பில் இடம்பெறத் தொடங்கின. மல்லியின் புத்திசாலித் தனத்தையும் ஆர்வத்தை யும் ஊக்கப்படுத்துவதற்காக, ஊருக்கு வரும்போதெல்லாம் புத்தகங்கள் வாங்கி வருவான் உலகநாதன்.

தன் அம்மா ஏன் எப்பொழுதும் வெள்ளைப் புடவையே கட்ட வேண்டும் என்ற கேள்வி தொடங்கி... கடவுள், சொர்க்கம், நரகம்

என்ப தெல்லாம் உண்மையா என்பது வரை மல்லி கேட்கும் கேள்விகளுக்கு லோகு பொறுமையாக விளக்கமளிப்பான். சாதிகள், சடங்குகள், சம்பிரதாயங்கள், நம்பிக்கைகள், மூடநம்பிக்கைகள் என ஆரம்பித்து, ஏழை-பணக்காரர்கள் பாகுபாடு வரை விரியும் அவனது விளக்கங்களை மல்லியால் ஒரு அளவுக்குத்தான் புரிந்துகொள்ள முடிந்து, ஏற்றுக் கொள்ளவும் முடிந்தது. புரிந்து கொள்ள முடியாத, ஏற்றுக் கொள்ள முடியாத பல விளக்கங்கள் சின்னச் சின்ன முடிச்சுகளாக மூளையில் பதிந்து அவ்வப்போது உறுத்திக் கொண்டே இருந்தன.

தாத்தாவின் கடை வீட்டில் உள் சுவரோரம் புழுதி படிந்து கேட்பாரற்று மூடிக் கிடந்த பெரிய மரப்பெட்டியைத் திறந்து குடையத் தொடங்கினாள். புத்தகப் பிரியனான லோகு, தன் பள்ளி, கல்லூரி நாட்களில் பரிசாக வாங்கிய புத்தகங்கள், தான் படிப்பதற்கென்று தேடிப் பிடித்து வாங்கிய புத்தகங்கள், பழைய பாடப் புத்தகங்கள், நோட்டுகள் என ஒரு புதையல் காத்திருந்தது. தன் அண்ணன் இத்தனை புத்தகங்களையும் படித்திருக் கிறார் என்பதே மல்லிக்கு லோகு மீது கூடுதல் பிரமிப்பையும் மரியாதை யையும் ஏற்படுத்தியது.

சாதாரணமாக லீவு நாட்களில், சேக்காளிகளைப் பார்க்க, விளையாட எனத் தெருக்களில் காற்றாகத் திரிந்தவள், ஊர் சுற்றுவது கணிசமாகக் குறைந்தது. எந்நேரமும் புத்தகமும் கையுமாகவே இருந்தாள். சாப்பிடும் போதுகூட மடியில் ஒரு புத்தகத்தை வைத்துப் படித்துக் கொண்டே வலது கையால் சோற்றைத் துழாவிக் கொண்டு இருப்பாள். “ஒண்ணு சாப்புட்டுட்டுப் படி, இல்லேன்னா படிச்சுட்டுச் சாப்புடு. இப்படி ரெண்டையும் ஒரே நேரத்தில் செஞ்சின்னா, படிப்பும் ஏறாது, திங்குறதும் ஒடம்புல ஒட்டாது! அதான் இப்படி ஈஈன்னு பல்லி கணக்கா கெடக்கறவ” என்று கோவிந்தம்மா போடும் சத்தம் மல்லியின் காதுகளில் விழாது!

“மல்லி, இப்பல்லாம் முன்ன மாதிரி இல்லை. பள்ளிக்கூடம் வுட்டா வூடு, வூடு வுட்டா பள்ளிக்கூடம்னு இருக்கா. அவளுக்குத் தான் படிக் கிறம்னு கெருவம் வந்திடுச்சி” என்பது சேக்காளிகளின் குற்றச்சாட்டு.

●

காவிரியை மறிக்காதே

கோடை விடுமுறைக்குப் பின் பள்ளி திறக்கப்பட்டது. ஒருநாள் வழக்கம்போல், பள்ளிக்குச் சைக்கிளில் சென்றுகொண்டு இருந்த மல்லிக்கு ஒரு நாளுமில்லாத திருநாளாக புதுப்பேட்டை கொல்லன் பட்டறையிலிருந்து மெயின் ரோட்டின் இரு பக்கங்களிலும் போலீஸ் நின்றிருந்தது ஆச்சர்யமாக இருந்தது. "போங்க, போங்க... கூட்டம் கூடாதீங்க" என்று அக்கம்பக்கம் வேடிக்கைப் பார்த்து நின்றவர்களைக் கலைத்து விட்டார்கள்.

மல்லிக்கு ஆவல் அதிகரித்தது. சைக்கிளை வேகமாக மிதித்தாள். பள்ளியின் கேட்டருகே, நிறைய மாணவர்கள் கொத்துக் கொத்தாக நின்றிருந்தனர். எல்லாம் ப்ளஸ் ஒன், ப்ளஸ் டு படிக்கும் பெரிய வகுப்பு அண்ணன்கள். கூட்டத்தில் இரண்டு மூன்று அக்காக்களும் இருந்தனர். சைக்கிளை விட்டு இறங்கிய மல்லி அருகே வந்த மாணவத் தலைவன், "தமிழ்நாட்டுக்குத் தண்ணி தர மறுக்கிற கர்நாடகாவைக் கண்டிச்சு, நாமெல்லாம் ஊர்வலம் போகப் போறோம். நீயும் சேந்துக்கற! என்னா?" என்றான். "சரிண்ணே, சைக்கிள் ஸ்டேண்டுல நிறுத்திட்டு வந்துர்றேன்" என்றவளிடம், "நீ சைக்கிள உள்ள வெக்கப் போனேன்னா, அப்புறம் வெளில வர முடியாது. வுட மாட்டாங்க, சைக்கிளைத் தள்ளிக்கிட்டே ஊர்வலத்தோட வா. நெறைய பேர் அப்படித்தான் போகப் போறோம். இந்தா பாரு, எங்க சைக்கிளை!" என்று சைக்கிள்களைக் கை காட்டினான். "ஊர்வலம் முடிஞ்சதும்

134 | மல்லி

அப்படியே ஊருக்குப் போயிரலாம். நாளைக்குப் பள்ளிக்கூடம் வந்தா போதும்" என்றான்.

மல்லிக்கு உற்சாகமாக இருந்தது. ஊர்வலம் நகரத் தொடங்கியது.

"வேண்டும்! வேண்டும்!
தமிழ்நாட்டுக்கு காவிரி நீர் வேண்டும்!
தடுக்காதே தடுக்காதே!
காவிரி நீரைத் தடுக்காதே!
காற்றும் மழையும் பொதுவாகும்
காவிரி நீரும் எமதாகும்!
காவிரியை மறிக்காதே!
தமிழர் உரிமையைப் பறிக்காதே!
கரண்ட்டுக்கு ஒரு நீதி
காவிரி நீருக்கு வேறு நீதியா?

என்று முழங்கிச் சென்றனர் மாணவர்கள். மல்லியின் குரலும் அதில் கலந்தது.

ஊர்வலம் டவுனுக்குள் சில தெருக்களைச் சுற்றி வந்து, தேர்முட்டித் திடலில் நிறைவு பெற்றது. மாணவத் தலைவர்கள் என்று யார் யாரோ பேசினார்கள். ஒரு மாணவியும் பேசினாள். அவர்கள் பேசு வதைக் கேட்கக் கேட்க மல்லிக்குத் தானும் அப்படி மேடையேறிப் பேச வேண்டும், தன்னால் முடியும் என்ற விருப்பமும் நம்பிக்கையும் எழுந்தது.

பிற்பகல் பள்ளி முடியும் நேரத்தில் வந்த மல்லியைப் பார்க்க மாணிக்கம் சாருக்குக் கொஞ்சம் ஆச்சர்யம். "என்னம்மா சிக்கிரமே வந்துட்ட? அரை நேரப் பள்ளிக்கூடமா?" என்று கேட்டார்.

"இல்ல சார்! இன்னிக்கி எங்க பள்ளிக்கூடத்தில் ஸ்ட்ரைக் சார். காவிரித் தண்ணிக்காக ஊர்வலம் போய்ட்டு வர்றோம்" என்றாள். "சபாஷ். மாணவர்களுக்கு உரிமை உணர்வோடு கடமை உணர்வும் வந்துருச்சுன்னா நாடு முன்னேறிடும்!" என்றவர் பிரகாசமாக.

சரசுவதி

அதிக நேரம் வெயிலில் அலைந்ததால், முகம் கருத்து வாடிப் போய் வந்த மல்லியைப் பார்த்த கோவிந்தம்மா, "என்னாடி இது கோலம்? பஞ்சத்துல அடிபட்ட பரதேசி கெணக்கா வர்றவ" என்று கேலியாக விசாரிக்க, "இந்த கர்நாடகா கெவர்மன்ட்டு ஏந்தான் இப்டி செய்யுறாங் களோ?" என்றாள் மல்லி ஆற்றாமையாக!

யாரும் எதிர்பார்க்கவில்லை!

திடீரென்று பெட்டி படுக்கையுடன் உலகநாதன் வீட்டுக்கு வந்து இறங்கினான். மல்லிக்கு ஒரே மகிழ்ச்சி. "லீவாண்ணா? இன்னும் அரைப் பரீச்சைகூட வரல்லியே" என்று துளைத் தெடுத்தாள். "படிப்புக்கும், சாப்பாட்டுக்கும் பணம் கட்ட முடியாம வந்துட்டானோ?" என அம்மாவின் பயம் வேறாக இருந்தது.

லோகு வந்தது தெரிந்ததும் நண்பர்கள் வந்தார்கள். அவர்கள் வெளித் திண்ணையில் கூடிப் பேசிக் கொண்டு இருந்ததை மல்லியும் கேட்டாள். காவிரி ஆற்று நீரில் உரிமை கோரி கல்லூரி மாணவர்கள் தொடர் போராட்டம் நடத்த முடிவு செய்திருந்தார்கள் என்றும், அதைத் தெரிந்து காவல்துறையினர் மாணவர்களில் சிலரைக் கைது செய்ய, கால வரம்பின்றி கல்லூரியையும் விடுதியையும் மூடிவிட்டது நிர்வாகம் என்று விவரித்தான். "நல்ல வேளைண்ணா, நீங்க தப்பிச்சிட்டீங்க... ஒங்கள போலீசு புடிக்கல" என்று மல்லி பெருமூச்சுவிட, எல்லோரும் சிரித்தார்கள்.

இரவு, உள் வாசலில் பாய் விரித்துப் படுத்த அண்ணனிடம், காவிரி நீர்ப் பிரச்சினைக் குறித்து பல கேள்விகளைக் கேட்டாள் மல்லி. அரசியல் விஞ்ஞான மாணவனான லோகு, அது குறித்த தகவல்களை மல்லி புரிந்து கொள்ளும் வண்ணம் எளிமையாக விளக்கினான். "ஏன்னா, இந்த கர்நாடகா கவர்மென்ட்டு இப்பிடிப் பண்ணறாங்களே" என்று தன் டிரேட் மார்க் வசனம் சொல்லி அங்கலாய்த்தாள் மல்லி.

உலகநாதன் கையோடு ஒரு டிரான்சிஸ்டர் கொண்டு வந்திருந்தான். காலை, மதியம், இரவு என மாநிலச் செய்திகளைக் கேட்பதில் கவனம் செலுத்தினான். ரேடியோவின் கரகரக் குரலில் செய்திகள் கேட்பது மல்லிக்கும் பிடித்த பொழுதுபோக்காக மாறி யிருந்தது. பள்ளிக்கூடத்தி லிருந்து திரும்பும்போது டவுனிலிருந்து

ஒன்றிரண்டு பத்திரிகைகள் பெயரைச் சொல்லி மல்லியை வாங்கி வரச் செய்து, இரவு நீண்ட நேரம் லோகு படிப்பான். அண்ணன் படிப்பதைப் பெருமையுடன் பார்த்து மல்லியும் செய்தித்தாள்கள் வாசிக்க ஆரம்பித்தாள்.

இரண்டு வாரங்களுக்குப் பிறகு, லோகுவின் கல்லூரி திறக்கப்பட்டது. "எஞ்சாமி, எந்த வம்பு தும்புலயும் மாட்டிக்கிறாத. ஒன்ன நம்பித்தான் என் உசிரும், மல்லியோட வருங்காலமும் இருக்குதுங்கறதை நெனப்புல வெச்சுக் கெவனமா நடந்துக்கோப்பா" என்றார் அம்மா. முட்டை விற்றும், பால் விற்றும் சேர்த்து வைத்திருந்த பணத்தை எடுத்து மகனிடம் கொடுக்க, "பஸ்ஸுக்கு இவ்வளவு போதும்மா" என்று கொஞ்சம் பணத்தை எடுத்துக் கொண்டு மீதியைத் திருப்பித் தந்தான். "ஐய்யே! பொழைக்கத் தெரியாத அண்ணன்! நானாயிருந்தா எல்லாக் காசையும் எடுத்துக்கிட்டுப் போய், ஜாலியா செலவழிப்பேன்" என்ற மல்லியின் முதுகில் கோவிந்தம்மா பட்டென்று ஒரு அடி போட்டார். "முட்டையிடற கோழிக்குத்தான்டி வருத்தம் தெரியும். ஒனக் கென்ன தெரியும்?" என்றவரிடம், "கோழி அப்பிடி ஒங்ககிட்ட சொல்லிச் சாம்மா?" என்றாள் மல்லி. லோகுவும் பழநிமுத்தும் பக்கென்று சிரித்தனர்.

●

20

வாய்விட்டு அழுத வசிஷ்ட நதி

இப்போதெல்லாம் மொத்தமாகவே பெரியண்ணன் வீட்டுப் பக்கம் வருவதைச் சுத்தமாக நிறுத்திக் கொண்டார். முன்பெல்லாம் வழியில் எங்காவது தட்டுப்படும்போது, மல்லியிடம் நின்று பேசுவார். "நல்லா படிக்கிறீயா ? தாராகிட்ட இருந்து, ஏதாச்சும் தகவல் வந்துச்சா ? லோகு எப்ப வாரானாம் ?" என்று கேட்டுவிட்டு ஒரு ரூபாயையோ, ஐம்பது காசையோ கொடுப்பார். இப்போதெல்லாம் பெரியண்ணா தென்படுவதே இல்லை. ஆடிக்கொரு தடவை, அமாவாசைக்கொரு தடவை கண்ணில் பட்டாலும், பேசுவதைத் தவிர்த்தார். மல்லியே வலிய போய்ப் பேசினாலும், பட்டும் படாமலும் பதில் சொல்லிவிட்டு நகர்ந்து விடுவார். ஏனிந்த மாற்றம் என்பது மல்லிக்குப் புரியாத புதிர்.

என்றாலும் இது குறித்தெல்லாம் யோசிக்க மல்லிக்கு நேரமில்லை. பள்ளி வாழ்க்கை பரபரப்பானது. பத்தாம் வகுப்புப் பாடங்களை ஆசிரியர்கள் வேகவேகமாக நடத்தினார்கள். ஏராளமான வீட்டுப் பாடங்கள், வரைபடங்கள், கணக்குகள், தேர்வுகள் என்று சக்கையாகப் பிழிந்தார்கள். பொதுத் தேர்வுக்கு நான்கு மாதங்கள் இருக்கும்போதே பாடங்கள் அனைத்தும் நடத்தப்பட்டுவிட்டன. "எங்க வேலை முடிஞ்சிருச்சு. இனி படிக்க வேண்டியது ஒங்க வேலை" என்ற ஆசிரியர்கள், ஒவ்வொரு பாடத்துக்கும் வாராவாரம் தேர்வுகள் வைக்க, மதிப்பெண்கள் வாங்குவதில் எக்கச்சக்க போட்டி.

வாரத் தேர்வு, மாதத் தேர்வுகள் முடிந்தன. ஒவ்வொரு பாடத்திலும் மாதிரித் தேர்வுகள் ஆரம்பமாயின. மாணவர்களுக்கு பொதுத் தேர்வுப் பற்றிய புரிதல் வேண்டும். தேர்வு குறித்து அவர்கள் மனதில் இருக்கும் பயம் போக வேண்டும் என்பது நோக்கம். ஆனால் மல்லிக்கு பரிட்சை பயம் எப்போதும் இருந்ததில்லை. எப்போது பரிட்சை வைத்தாலும், உற்சாகமாகி விடுவாள்.

இதற்கிடையே, மாணவர்கள் தங்களுக்குக் கற்பித்த ஆசிரியர்களுக்கு நன்றி பாராட்டி தேநீர் விருந்தளித்து விடை பெறும் நிகழ்ச்சிக்கு ஏற்பாடாகியது. மாணவர்கள் தலா பத்து ரூபாய் பணம் தரவேண்டும். பணத்துக்கு என்ன செய்வது என்ற கலக்கம் மல்லியை ஆட்கொண்டது. அம்மாவிடமிருந்து பணம் நிச்சயம் பெயராது. பணம் கொடுக்காமல் நிகழ்ச்சியில் பங்கேற்பது வெட்கக் கேடு.

எதற்கும் கேட்டுப் பார்க்கலாம் என்று பெரியண்ணனைத் தேடித் தோட்டத்துக்குப் போனாள். மல்லியைப் பார்த்த பெரியண்ணனுக்கு ஆச்சர்யம்! "நீ வந்தது ஒங்கம்மாவுக்குத் தெரியுமா? தெரிஞ்சா, ஒங் காலை ஒடைச்சு கழுத்துல கட்டிரும் ஆமாம்' என்றவரிடம், "எங்க ஸ்கூல்ல டீ பார்ட்டி. அதுக்குப் பத்து ரூபா கட்டணும் பெரியண்ணா. அம்மாட்ட காசு கேக்க முடியாது. நான் என்ன செய்வேன் பெரியண்ணா ?" என்றாள் பரிதாபமாக.

"பத்து ரூபாயா? என்னால ஏண்டது இவ்வளவுதான்" என்று இடுப்பு வேட்டிச் சுருட்டலிலிருந்து ஐந்து ரூபாய் நோட்டை எடுத்துக் கொடுத்தார்.

மல்லிக்குப் பயங்கர சந்தோஷம். ஆனாலும் மீதி ஐந்து ரூபாய்க்கு என்ன செய்வது என்று புரியாமல் திரும்பிய மல்லியை, வழியில் சைக்கிளில் வந்து கொண்டு இருந்த குமார் மாமா பார்த்தான். "ஏ வாண்டு, இது பரீச்சை நேரமில்ல. படிக்காம எங்க ஊர் சுத்திக்கிட் டிருக்கே?" என்றவன், "இங்கே வா" என்று மல்லியிடம் ஐந்து ஒரு ரூபாய் நாணயங்களைத் திணித்தான். "நல்லாப் படிக்கிற புள்ள, ஒனக்கு ஒரு பேனா வாங்கித் தரணும்னு நெனச்சுட்டிருந்தேன். இந்தா, நீயே ஒரு நல்ல பேனாவாப் பார்த்து வாங்கிக்க. நல்லா படிச்சுப் பிரமாதமா மார்க் வாங்கு" என்றான். ஆக, மல்லி கையில் மொத்தம் பத்து ரூபாய்.

டீ பார்ட்டி ரொம்ப உணர்ச்சிகரமாக இருந்தது. ஆறாம் வகுப்பிலிருந்து பத்தாம் வகுப்பு வரை அவர்களுக்கு சொல்லிக் கொடுத்த ஆசிரியர்கள் அனைவரும் அழைக்கப்பட்டு இருந்தனர். "நீங்கள் அனைவரும் எஸ்.எஸ்.எல்.சி.யில் சிறப்பாக வெற்றி பெற்று மேல் படிப்பைத் தொடர வேண்டும் என்பதுதான் எங்கள் அனைவருடைய விருப்பம். உங்களில் சிலர் மீண்டும் இந்த பள்ளிக்கே வரலாம். சிலர் வேறு பள்ளிகளுக்குச் செல்லலாம். சில பேர், இதோடு படிப்பை நிறுத்தி விடலாம். உங்கள் எதிர்காலம் உங்கள் பெற்றோருக்கும், ஆசிரியர் களுக்கும், படித்த பள்ளிக்கும் பெருமை சேர்க்கும் வாழ்க்கையாக அமைய எங்களின் வாழ்த்துக்கள். உலகம் உருண்டை யானது. மறுபடியும் சந்திப்போம்" தலைமையாசிரியரின் உணர்ச்சிகரமான பேச்சு எல்லா மாணவ மாணவிகளுக்கும் கண்ணீரை வரவழைத்தது. நன்றி கூறும் பொறுப்பு மல்லிக்கு.

தமிழம்மா உதவியோடு தயாரிக்கப்பட்டு, மனப்பாடம் செய்திருந்த பேச்சை, மல்லி தயக்கமில்லாமல் பேசத் தொடங்கினாள். சில இடங் களில், உணர்ச்சி வசப்பட்டதால் வார்த்தைகள் திக்கின, தொண்டை கமறியது. ஒட்டு மொத்த மாணவர்களும் தேம்பி அழத் தொடங்கினார்கள்.

மாதிரி தேர்வுகள் முடிந்ததும், 'ஸ்டடி ஹாலிடேஸ்' விடப்பட்டது. அண்ணனிடம் இருந்து அறிவுரைக் கடிதம் ஒன்று மல்லிக்கு வந்திருந்தது.

"நம்ம குடும்பம் என்ன நிலைமையில் இருக்குன்னு உனக்கு நான் சொல்ல வேண்டியதில்லை. நீ நல்ல மார்க் எடுத்தாத்தான், ஸ்காலர்ஷிப் வாங்கி மேற்கொண்டு படிக்க முடியும். லோகுவோட தங்கச்சின்னு நீ சொல்றதைவிட, மல்லியோட அண்ணன் நான்னு சொல்லிக்கத்தான் எனக்கு ஆசை" என்று எழுதியிருந்த லோகு, தெரு விளக்கில் படித்து தேசத்தின் தலைவர்களான சிலரைப் பற்றி சுட்டிக் காட்டியிருந்தான்.

அண்ணன் சொல்லாவிட்டாலும், மல்லிக்கும் அது தெரிந்து தான் இருந்தது. ஒவ்வொரு பாடத்தையும் படிப்பதற்கென்று நேரம் ஒதுக்கி, கால அட்டவணையைத் தயார் செய்தாள். அதைக்

கறாராகப் பின்பற்றிப் படித்தாள். கோவிந்தம்மா மூக்கின்மேல் விரல் வைத்து ஆச்சர்யப் பட்டார். "ஏற்கெனவே நோஞ்சான்குஞ்சு. இப்பிடி வுழுந்து வுழுந்து படிச்சா ஒடம்பு என்னாத்துக்குடி ஆவும்?" என்று மல்லியிடம் கரிசனம் காட்டினாள்.

இரவு பகலாகப் புத்தகங்களோடு விழுந்து கிடந்தாள் மல்லி. "அடியே சீமைத் தண்ணி தீந்துபோகும்டி" என்று அம்மா புலம்புவது எதையும் பொருட்படுத்தாமல், காடா விளக்கு வெளிச்சத்தில் படிப்பதும், எழுதிப் பார்ப்பதும், கணக்கு போடுவதுமாக மல்லி வேகத்தோடு, தாகத்தோடு இருந்தாள்.

ஒரு வழியாகத் தேர்வுகள் முடிந்தன. பரீட்சை அலுப்பு நீங்க மல்லி தொடர்ந்து ஒரு வாரம் தூங்கித் தூங்கி எழுந்தாள். பழைய தெம்பு வந்தது. மல்லியின் தேர்வுகள் முடிந்து பத்து நாட்கள் இருக்கும். தாராவும், முத்துக்கிருஷ்ணனும் முன் தகவல் ஏதுமின்றி திடீரென வீட்டுக்கு வந்தனர். அவர்களது வருகை மல்லிக்கு மகிழ்ச்சியைத் தந்தது. ஆனால், தாரா, முத்துக்கிருஷ்ணன் முகங்களில் மகிழ்ச்சிக் களையில்லை.

தாராவும் அம்மாவும் கூடிக்கூடிப் பேசினார்கள். மல்லி வந்தால், பேச்சை நிறுத்திவிட்டு, வேறு ஏதோ பேசுவதாக போக்குக் காட்டினர். மல்லி மண்டையைக் குடைந்து கொண்டாள். கடைசியில் பூனைக்குட்டி வெளியில் வந்தது. முத்துக்கிருஷ்ணனுக்குப் பணமுடையாம். வியாபாரத்துக்கு பணம் தேவை. அந்த வருஷத்தோடு லோகுவின் படிப்பும் முடிந்துவிடும். அவன் வேலை தேடி வெளியூர்தான் செல்ல வேண்டும். அப்படிப் போகும்போது மல்லியையும், கோவிந்தம்மாவையும், தன்னுடன் அழைத்துச் சென்று விடுவது லோகுவின் திட்டம். எனவே யாருமில்லாது மூடிக் கிடக்கப்போகும் வீட்டையும், அவர்களுக்குச் சொந்தமான நிலத்தையும் விற்று, கிடைக்கிற பணத்தில் ஒரு பகுதியை முத்துகிருஷ்ணனுக்குத் தந்து உதவ வேண்டும் என்பது தான் பேச்சுவார்த்தையின் சாராம்சம்.

"எதுக்கும் லோகு வரட்டும். அவன்தான் முடிவெடுக்கணும்" என்று உறுதியாக நின்றுவிட்டார். தேர்வுகள் முடிந்து லோகு ஊர் வந்து சேர்ந்தான். அவனால் முத்துகிருஷ்ணனின் திட்டத்தை

முழுமையாக ஏற்றுக் கொள்ளவும் முடியவில்லை. கோவிந்தம்மா குடும்பத்தில் வீட்டையும் நிலத்தையும் விற்பது குறித்து பேசப் படுகிறது என்ற செய்தி பரவத் தொடங்கியது.

ஒரு நாள் மாலை பெரியண்ணா, ஊர்ப் பெரியவர்களில் இரண்டு பேரை அழைத்துக் கொண்டு வீட்டுக்கு வந்தார். "நெலமென்னவோ லோகுவுக்கு உரிமையானதுதான். ஆனா, எங்கண்ணா தவறிப் போனப் பெறவு இத்தன வருசமா, இவங்கள காபந்து பண்ணி, படிக்கவெச்சு ஆளாக்கியிருக்கேன். இப்ப செறகு முத்திப் பறவையாயிட்டாங்க. பறந்து போவப் போறாங்க. எனக்கென்ன மிஞ்சிச்சு? எனக்கு ஒரு ஏற்பாடு செஞ்சிட்டுப் போவட்டும்" - பெரியண்ணாவிடமிருந்து இப்படி ஒரு பேச்சு வரும் என்று யாரும் நினைத்திருக்கவில்லை.

"சரியண்ணா, இப்ப நாங்க என்னா செய்யணும்னு சொல்லுங்க. எங்ககூடவே வந்துருங்க. எல்லாருமா ஒண்ணா இருக்கலாம்" என்று அழைத்தான் லோகு.

"அதெல்லாம் சரிப்பட்டு வராதுப்பா. நா இந்த மண்ண வுட்டு நவுருறதுங்கற பேச்சே இல்ல. வீட்டை வேணும்னா வித்துக்குங்க. ஆனா, நெலத்தை எம்பேருக்கு எழுதிக் குடுத்துரு! அப்பத்தானே எனக்கொரு பிடிமானம் இருக்கும். நெலத்த நா என்னா செய்யப் போறேன்? ஏங் காலத்துக்கப்புறம் ஒனக்குத்தானே சேரப் போவுது" என்ற பெரியண்ணாவின் பிடிவாதம் மல்லியை என்னவோ செய்தது.

உள் வீட்டின் கதவருகில் ஒடுங்கி உட்கார்ந்திருந்த கோவிந்தம்மா, "தம்பி லோகு... செத்த இங்க வந்துட்டுப் போ" என்று மகனை அழைத்தார். "நெலத்தை அப்பிடிக்கிப்படி எழுதிக் குடுத்துடாதே. ஒஞ் சித்தப்பனப் பத்தி ஒனக்குத் தெரியாது. நாம அந்தப் பக்கம் நவுந்ததும், இங்க என்ன வேணும்னாலும் நடக்கும், சாக்கிரதை" என்று எச்சரித்தார்.

இந்த சிக்கல்களுக்கிடையே மல்லியின் பத்தாம் வகுப்பு தேர்வு முடிவுகள் வெளியாகின. பள்ளியிலேயே முதல் மாணவியாகத் தேர்ச்சி பெற்றிருந்தாள் மல்லி. அம்மா, லோகு, தாரா, மாணிக்கம் சார், பழநிமுத்து அண்ணன் என அனைவருக்கும் கொள்ளை

மகிழ்ச்சி. மல்லியின் பள்ளித் தோழிகள், ஆசிரியர்கள் என அனைவரின் பாராட்டு மழையிலும், மல்லி நனைந்தாள்.

இபபோது லோகுவை புதுப் பிரச்சினை எதிர்கொண்டது. மல்லியை எந்தப் பள்ளிக்கூடத்தில் சேர்ப்பது ?

ஊரைக் காலி செய்துவிட்டுப் போக முடிவெடுத்திருக்கும் சூழலில், மண்டையை குழம்பிக் கொண்டு இருந்தவனுக்கு தாரா யோசனை சொன்னாள்.

“வந்த காரியம், ஒண்ணும் இப்பக்கி முடியாது போல இருக்கு. நாங்க ஊருக்கு கௌம்புறோம். மல்லியை எங்களோட கூட்டிக்கிட்டுப் போறம். அங்க பள்ளிக்கூடத்தில் சேந்து படிக்கட்டும். இவரோட தங்கச்சியும் பள்ளிக்கூடம் போய்ட்டு இருக்கு. ஒங்க பிரச்னை எப்ப முடியுதோ, அப்ப நீங்க வந்து சேருங்க” என்றாள். லோகுவுக்கும் வேறு வழி தோன்றவில்லை. எக்காரணம் கொண்டும் மல்லியின் படிப்பு தடைபடக் கூடாது என்பதுதான் அவனது எண்ணமாக இருந்தது.

ஆனால், கோவிந்தம்மாவுக்கு இந்த ஏற்பாடு அவ்வளவு உசித மானதாகப் படவில்லை. தாராவின் புகுந்த வீடோ மாமியார், மாமனார், நாத்தனார், கொழுந்தனார்கள் அடங்கிய கூட்டுக் குடும்பம். “தாரா வுக்கு வேணுமின்னா, தங்கச்சின்னு பாசமிருக்கும். மாப்பிள்ளையும் நல்லவர்தான். ஆனா மத்தவங் களும் அப்படி இருப்பாங்கன்னு சொல்ல முடியாதுல்ல ?” என்று மனக்கிலேசத்தை மகனிடம் வெளிப்படுத்தினார். “இந்த வருஷம் அவ படிப்பை நிறுத்திடலாம் தம்பி. நாம ஊரு மாறிட்டு, அடுத்த வருஷம் பள்ளிக்கூடம் சேர்த்துவிட்ருவோம்” என்றார்.

“அட ! நீங்க என்னம்மா, வெவரம் புரியாம பேசிட்டிருக்கீங்க. மல்லியோட படிப்பு ஒரு நாளுகூட வீணாவக் கூடாதுன்னு நா பாக்கறேன்” என்று அம்மாவின் வாயை அடைத்தான்.

தன் பேச்சு இனி எடுபடாது என்பதை உணர்ந்த கோவிந்தம்மா, மல்லியை அனுப்பி வைக்கத் தயாரானார். மல்லிக்கு தன் படிப்பு தடைபடாது என்பதுடன் அக்காவோடு இருக்கப் போகிறோம் என்பதில் கூடுதல் மகிழ்ச்சி. என்ன, சேக்காளிகளைப் பிரிந்து செல்ல வேண்டி யிருக்கும் என்பதுதான் சோகம்.

அவர்களைச் சந்திக்கும் போதெல்லாம், கண்ணைக் கசக்கி மூக்கைத் துடைத்துக் கொண்டு இருந்தாள்.

மகனைத் தனியாக அழைத்த கோவிந்தம்மா, "ஊருவிட்டு ஊரு, கொண்டாங் கொடுத்தான் எடத்துக்கு போகும்போது, பொட்டப்புள்ள காதுல ஒரு கம்மல்கூட போட்டனுப்புலன்னா, கேவலமா நெனப்பாங்க தம்பி. சின்னதா ஒரு தங்கத்தோடு போட்டனுப்பணும். இரண்டு சோடி புதுப்பாவாடை சட்டை தைச்சுக் குடுக்கணும்!" என்றார்.

உலகநாதனுக்கும், அம்மா சொல்வது நியாயமாகப்பட்டது. உடனடியாகப் பணத்துக்கு எங்கே போவது என்று மருகியவனுக்கு கோவிந்தம்மா யோசனை கூறினார். "மல்லி தான் இனி இந்த ஊருல இருக்கப் போறதில்லன்னு ஆயாச்சு. அவ சைக்கிள் எதுக்கு வெட்டியா இங்க நிக்கணும். அதை வித்துட்டுக் கெடைக்குற காசுல அவளுக்கு வேண்டியதை வாங்கிக் குடுத்துருப்பா" என்றார்.

தன் சைக்கிள் விலை பேசப்படுவது மல்லிக்கு மிகுந்த வேதனையை ஏற்படுத்தியது. அதைத் தன்னுடன் கொண்டு செல்லுவது அவளது விருப்பமாக இருந்தது. என்றாலும் வீட்டின் நிலவரம் அவளுக்கும் புரியுமே. "அம்மா சொல்றது சரிதாண்ணா. சைக்கிளை வித்துடலாம். நானொன்னும் வருத்தப்பட மாட்டேன்" என்று சொல்லும்போதே அழுதாள் மல்லி.

சைக்கிள் விற்ற பணத்தில், மல்லிக்கு ஒரு ஜோடி சிறிய கம்மல்களும், இரண்டு புதுப்பாவாடை சட்டையும், சின்னதாக ஒரு டிரங்குப் பெட்டியும் வாங்கி வந்தார்கள். கோவிந்தம்மா, தன் மகளுக்கு நிறைய அறிவுரைகள் வழங்கினார். "கிராமத்து சனங்க மாதிரி, டவுன்காரவுக இருக்க மாட்டாக. பாத்து பதவிசா நடந்துக்கிடணும். நீ உண்டு, ஒம் படிப்புண்டுன்னு இருக்கணும். அக்கா மாமா சொல் பேச்சு கேட்டு நடந்துக்கணும். வருஷம் ஓடிடும். அடுத்த வருஷம் நம்ப வூட்டுக்கு வந்துடலாம்'.

மல்லி புறப்படும் நாள் வந்தது. இதோ கோவிந்தம்மாளின் காது கொள்ளா அறிவுரைகளுடன், சேக்காளிகளின் கண்ணீர்ப் பார்வைகளைச் சுமந்த வண்ணம், தான் பிறந்து, தவழ்ந்து, வளர்ந்து,

ஆடிப் பாடிய, ஓடி விளையாடிய தாய் மண்ணைவிட்டு, அசலூர் செல்கிறாள் மல்லி.

ஆற்று நீரோடு, மல்லியின் கண்ணீரும் கலக்க வசிஷ்ட நதியும் வாய்விட்டு அழுகிறது!

●

21

பராக்கு பார்க்கும் பட்டிக்காடு

“குட்மார்னிங் மேடம்!”

தலைமையாசிரியை கமலாம்பாள் முகம் நிமிர்த்தி, எதிரே நின்றிருந்த மல்லியை மூக்குக் கண்ணாடி வழியாகத் தீர்க்கமாகப் பார்த்தார். மதிப்பெண்கள் பட்டியலைப் பார்த்தவர், உலகநாதன் பக்கம்திரும்பி, “எந்த குரூப் வேணும்?” என்று கேட்டார். ‘ஃபிர்ஸ்ட் குரூப்புங்க’ என்றதும், சேர்க்கைப் படிவத்தில் அதைக் குறிப்பிட்டு, கையெழுத்திட்டவர், “ஆபீஸ்ல ஃபீஸ் கட்டிருங்க” என்றபடி மல்லியைப் பார்க்க, ‘தேங்க்யூ மேடம்’ என்று மலர்ந்தாள் மல்லி. அது, பெண்களுக்கான அரசு உயர்நிலை மற்றும் மேனிலைப் பள்ளி.

ப்ளஸ் ஒன் முதல் பிரிவு வகுப்பறைக்குள் நுழைந்தாள் மல்லி. முன் பெஞ்சில் உட்கார்ந்திருந்த பசுபதியும், ஜெயசீலியும் கொஞ்சம் நகர்ந்து இடம் கொடுத்தனர். என்ன பெயர், எந்த ஊர், எவ்வளவு மார்க் என ஆளாளுக்குக் கேள்விகள் கேட்க, உற்சாகமாகப் பதில் சொன்னாள் மல்லி. “ஒங்கூட வந்தது யாருடி?” என்று ஒருத்திக் கேட்டாள். “எங்கண்ணன்” என்ற மல்லி யிடம், “ஆளு நல்லாத் தான் இருக்காப்ல.! என்ன பண்றாரு? கல்யாணம் ஆயிடுச்சா?” என்று அவள் குசலம் விசாரிக்க, “அடியே மல்லி, எதுவும் சொல்லிடாதடி, இவள்லாம் உனக்கு அண்ணியா வாச்சா நீ அம்புடுதே” என்று மற்றொரு மாணவி கைகளை உதற, சிரிப்பலைகள் வகுப்பறையை நிறைத்தன. வகுப்பிலேயே, குட்டிப் பெண்ணாக இருந்த மல்லியை எல்லோருக்கும் பிடித்து விட்டது.

சாயங்காலம் கடைசி மணி ஒலித்ததும், மல்லியைத் தேடி, ‘நாயகிக்கா’ என்று அழைக்கப்படும் செல்வநாயகி வந்தாள். செல்வ நாயகி, தாராவின் நாத்தனார். அதே பள்ளியில் பத்தாம் வகுப்பு மாணவி. மல்லியைவிட வயதில் மூத்தவள் என்பதால், அக்கா... ‘நாயகிக்கா’.

வேலு, செல்வநாயகியின் வீட்டில் தங்கிப் படிக்கும் தூரத்துச் சொந்தக்காரன். ஆண்கள் உயர்நிலைப் பள்ளியில் ஒன்பதாம் வகுப்பு மாணவன். வேலு படிப்பில் சூரன். எதையும் நறுவிசாகச் செய்வான். வேலுவுக்கும், மல்லிக்கும் இடையே நட்புக் கலந்த சகோதர பாசம் முகிழ்த்தது.

அன்று மாலை மல்லியைக் கடைவீதிக்கு அழைத்துச் சென்ற லோகு, யூனிபார்ம் துணி, பாட புத்தகங்கள், நோட்டுகள் வாங்கித் தந்தான். இரவு புறப்படும் முன், தாராவிடம் கொஞ்சம் பணம் தந்தான். வாங்க மறுத்த தாராவின் கையில் பணத்தைத் திணித்தவன், “உன்னை நம்பித்தான், மல்லியை விட்டுட்டுப் போறன். பாத்துக்க!” எனும்போது உடைந்து, கண் கலங்கினான்.

தாராவின் மாமனார், வீட்டோடு மெஸ் நடத்தி வந்தார். வேலைக்கென்று வெளியாள் யாருமில்லை. சமையல் வேலை தாராவுடையது. மாமனார் மளிகைச் சாமான்கள் வாங்கி வருவது முதல் உணவு பரிமாறும் வேலை வரை அவருடையது. பாத்திரங்கள் கழுவ வேண்டியது செல்வநாயகி. இப்போது மல்லியும். அவ்வப்போது கடைக்கு ஓடிச் சென்று பொருள்களை வாங்கி வருவது வேலு மற்றும் மல்லி. எல்லாவற்றையும் மேற்பார்வை செய்வது மாமியார் குணவதி.

முத்துகிருஷ்ணன், தனியாகப் பேருந்து நிலையத்தில் ஓட்டல் தொடங்கும் முயற்சியில் இருந்தான். அதற்குத்தான் பணம் தேவைப் பட்டது. அவனது இரு தம்பிகளும் பெரும்பாலும் வீட்டில் இருக்க மாட்டார்கள்.

மல்லி செல்வநாயகியுடன் பள்ளிக்குக் கிளம்பினாள். கடைவீதி வழியே செல்ல வேண்டும். வேடிக்கைப் பார்த்தபடி நடந்த மல்லியை, “ஏய் பட்டிக்காடு மாதிரி பராக்கு பாத்துக்கிட்டு வராதே, அசிங்கம்!” என்று அதட்டினாள் செல்வநாயகி. இதிலென்ன

அசிங்கம் இருக்கிறது என்று மல்லிக்குப் புரியவில்லை என்றாலும், வாய் பேசாது நாயகிக்காவை ஒட்டி நடந்தாள். "ச்சீ ஒரசிக்கிட்டு வராதடி. கொஞ்சம் தள்ளி நட!" என அடுத்த உத்தரவு.

மதிய உணவு, இருவருக்கும் சேர்த்து அனுப்பப்பட்டது. இரண்டு பேரும் செல்வநாயகியின் வகுப்பறையில் அவளது தோழிகளுடன் சேர்ந்து சாப்பிட்டனர். சில நாட்களில் செல்வநாயகிக்கு, மல்லி மீது ஒரு வகையான அசூயை ஏற்பட்டது. மல்லி தன்னுடன் சேர்ந்து சாப்பிடு வதைத் தவிர்க்க விரும்பினாள். வீடு திரும்பும்போது, "பெரிய வகுப்புல படிக்கிற நீ, எங்களோட சேர்ந்து சாப்புடுறது என் பிரண்ட்ஸுக்குச் சங்கடமா இருக்காம். எனக்கு பிரண்ட்ஷிப் முக்கியம். நாளையிலிருந்து சாப்பாடு வந்ததும், நான் சீக்கிரம் சாப்புட்டுட்டு, கேரியரைக் குடுத்து விடுறேன். நீ ஒங் கிளாஸ் புள்ளைகளோட சேர்ந்து சாப்புட்டுக்கோ!" என்றாள். மல்லியும் விகல்பமேதுமில்லாமல் 'சரிக்கா' என்றாள்.

பசுபதியும், ஜெயசீலியும் மல்லியின் முதல் தோழிகள். சிவந்த நிறமும் நீண்ட தலைமுடியும் கொண்ட பசுபதியின் தாய்மொழி மலையாளம். அவள் அப்பாவுக்கு மீனாட்சி கோயில் தேவஸ்தான அலுவலகத்தில் வேலை. ஜெயசீலி தமிழ் கிறிஸ்துவப் பெண். அவளின் அப்பா, அம்மா இரண்டு பேரும் ஆரம்பப் பள்ளி ஆசிரியர்கள்.

மதிய உணவு நேரத்தில், தங்கள் டிபன் பாக்ஸைத் திறந்தவர்கள், மல்லி சாப்பிடக் கிளம்பாததைப் பார்த்து, "மல்லி, நீ சாப்பிடப் போகலியா?" என்றனர். "இல்ல, நாயகிக்கா, சாப்பிட்டுட்டு கேரியரை அனுப்பி வைக்கிறேன்னு சொல்லி யிருக்கு" என்றாள் வெள்ளந்தியாக. "ஏன், ஒன்னோட சேந்து சாப்புட்டா அவளுக்கென்ன கொறஞ்சு போயிடுதாம்?" என்ற பசுபதி, "ஒனக்கும் வரட்டும். சேர்ந்து சாப்பிடலாம்" என்றாள்.

இருபது நிமிடங்கள் கழித்து, ஆறாம் வகுப்பு மாணவியொருத்தி, டிபன் கேரியரோடு வந்தாள். மல்லி, கேரியரைப் பிரித்துத் திறந்தாள். சற்றுப் பெரிய அடிக் கிண்ணத்தில் பாதியளவு சோறு, நடுக் கிண்ணத்தில் கொஞ்சம் குழம்பு, மேல் கிண்ணத்தில் பாதி வடையும், பிய்ந்த வாழைக்காய் பஜ்ஜியும் கிடந்தன. கேரியர்

மூடியில் குழம்பு அப்பி, சோறில் குழம்பும், காய்கறித் துணுக்குகளும் கலந்து கசமுசா என்றிருந்தது.

அவரவர் டிபன் பாக்ஸ்களைத் திறந்து, மூடியில் கொஞ்சம் சாதத்தை வைத்த பசுபதியும், ஜெயசீலியும் மல்லியிடம் நீட்டினார்கள். மல்லியும் அவ்வாறே திருப்பித் தர முயல, "வேண்டாண்டி, அவ எச்சிலை நாங்க சாப்பிடல" என்று மறுத்தனர். மல்லிக்கு என்னவோ போல் இருந்தது. தான் மதிய உணவுக்குச் செல்லாது, சுயமரியாதையுடன் இருந்த கிராமத்து நினைவு மூளையில் மின்னலடித்தது.

அடுத்தடுத்த நாட்களிலும் கேரியரின் 'சாப்பாடு அழகு' இப்படியே தொடர, பசுபதி கொந்தளித்தாள். "என்னாடி நெனச்சிட்டிருக்கா அவ? நீ ஒன் அக்காகிட்ட அவ எச்சி சோறு அனுப்புறான்னு சொன்னியா இல்லியா? இனிமே நீ அந்தச் சாப்பாட்டைச் சாப்பிட வேணாம். ஒனக்கும் சேத்து நாங்களே கொண் டாந்துடறம்" என்றாள் கோபம் தணியாமல். சொன்ன படியே, இருவரும் மல்லிக்கும் சேர்த்தே மதிய உணவு எடுத்துவரத் தொடங்கினார்கள்.

திரும்ப வரும் கேரியரை, கழுவி வைக்கும்போது தொடர்ந்து நான்கைந்து நாட்களாக பாதிக்குப் பாதி சோறும் குழம்பும் கிடப்பதைப் பார்த்த தாரா, செல்வநாயகியிடம், "ஏம்ப்பா, சரியாச் சாப்புடாம வீணாக்குறீங்க" என்று கரிசனமாகக் கேட்டாள். வாய்ப்புக்குக் காத்திருந்த செல்வநாயகி, மூக்கு விடைக்க வெடித்தாள். "எல்லாம் ஒங்க தங்கச்சிகிட்ட கேளுங்க. கண்ட கழுதைகளோட சேர்ந்து சாப்பிட்டுட்டு வீட்டுலருந்து அனுப்புற சோத்த வீணாக்குறா. எல்லாம் நீங்க குடுக்கற செல்லம்."

சத்தத்தைக் கேட்டு வந்த தாராவின் மாமியார் குணவதியிடம் போட்டுக் கொடுத்தாள். கண்டவர்களோடு சேர்ந்து கொண்டு மல்லி தன்னை மதிப்பதில்லை. பள்ளிக்கூடத்தில் எல்லோரும் கேவலமாகப் பேசுகிறார்கள். இதற்கெல்லாம் காரணம், தாரா மல்லிக்குக் கொடுக்கும் இடம்தான் என்றும் பொரிந்தாள்.

குணவதிக்கு, புருவங்கள் நெற்றியில் ஏறின. கடுங் கோபத்தோடு, "கேக்க ஆளில்லைன்னு அக்காவும் தங்கச்சியும்

ஆட்டம் போடுறீங்களா? ஒங்கண்ணங்காரன் சலக்குன்னு அவுக்குற பணம் நின்னா நின்னுட்டுப் போவுட்டும். ஒழுங்கா நடந்துக்கிறதா இருந்தா, இரு. இல்ல, ஊரப்பாத்து ஓடு!" என்று ஏகத்துக்கும் சத்தம் போட தாரா அவமானத்தால் குன்றிவிட்டாள். மல்லி, பேயறைந்து நின்றாள்.

மாலை நிகழ்ச்சிகளின் மௌன சாட்சியாக நின்ற வேலுவுக்கு, மல்லியைப் பார்க்கப் பாவமாக இருந்தது. தலைச்சுமையோடு, பாத்திரக்கார நாடார் படியேறிவர, தாராக்காவும் மல்லியும் பின்கட்டில் அழுவது பற்றி கிசுகிசுத்தான்.

நாடாருக்கு அறுபத்தைந்து வயதுக்கு மேல் இருக்கும். விருதுநகர் பக்கம் கிராமம். பாத்திர வியாபாரம் நொடித்ததால் குடும்பத்தில் பிரச்சினை. மனைவியும் மகன்களுமே மரியாதைக் குறைவாக நடத்த, வெறுத்துப்போய் வெளியேறிவிட்டார். எங்கெங்கோ சுற்றித் திரிந்து, கடைசியாக இங்கு வந்து சேர்ந்தார். தன் செலவுக்கென்று தலைச் சுமையாக அலுமினிய பாத்திர வியாபாரம். சாப்பாட்டுக்கும், தங்கிக் கொள்வதற்கென்றும் அவ்வப்போது ஒரு தொகையைக் கொடுப்ப தல்லாமல், கைமாத்தாகவும், கணக்கில்லாமலும் சிறு சிறு தொகைகள் கொடுப்பார்.

கிராமங்களில் அலைந்து திரிந்த அலுப்பு நீங்க, கிணற்றில் நாலு வாளித் தண்ணீர் இறைத்துக் குளித்துவிட்டு வந்த நாடார், "இன்னிக்கி ஆடி வெள்ளி, அம்மன் கோயில்ல விசேசமா இருக்கும். நான் கோயிலுக்குப் போகும்போது புள்ளைகளையும் கூட்டிட்டு போய்ட்டு வாரேன். அதுக்குள்ள வூட்டு வேலையெல்லாம் முடிச்சிக்கிடச் சொல்லுங்க" என்றார்.

குணவதிக்கு மறுப்பேதும் சொல்ல முடியவில்லை. "நீங்களே போய் சொல்லி கூட்டிக்கிட்டுப் போங்க" என்று முகத்தைத் திருப்பிக் கொண்டார். நாடாருக்கு அது போதும். சமையல்கட்டு மூலையில் ஒடுங்கி நின்றிருந்த மல்லியின் தலையை ஆறுதலாகத் தடவ, அதுவரை அடக்கி வைத்திருந்த துக்கம் கேவலாக வெளியிட்டது. மல்லியின் கண்களைத் துடைத்துவிட்டார். தான் பேசுவதை உள் அறையிலிருந்து செல்வநாயகி ஒட்டுக் கேட்பாள்

என்பது அவருக்குத் தெரியும். "செல்வா எங்கே ? நாமெல்லாம் அம்மன் கோயிலுக்குப் போறம். பெரியம்மாகிட்ட உத்தரவு வாங்கிட்டேன்" என்றார். அறையிலிருந்து புயலாக வெளியே வந்த செல்வநாயகி, "இப்பிடி நீலிக் கண்ணீர் வடிச்சுட்டுத் திரியுறவங்களோட நான் வரல்ல. எனக்குத் தனியா போய்க்கத் தெரியும்" என்று வார்த்தைகளை துப்பி விட்டு மீண்டும் அறைக்குள் புகுந்து கொண்டாள். நாடார் எதிர்பார்த்ததும் அதுதான்.

தாரா, மல்லி, வேலு மூவரையும் அழைத்துக் கொண்டு நாடார் கிளம்பினார். பிரகாரக் கடையில் தேங்காய்ப் பழத் தட்டொன்றை வாங்கிக் கொண்ட நாடார், மூவரையும் வழிபாட்டுக்கான வரிசையில் நிறுத்தினார். பூசை முடிந்து தரப்பட்ட தட்டைப் பெற்றுக்கொண்டு, நால்வரும் வெளிப் பிரகாரத்தில் ஒரு பக்கமாக உட்கார்ந்தனர்.

தேங்காய் மூடியைத் தரையில் ஓங்கி அடித்துச் சில்லுகளாக உடைத்த நாடார் தொண்டையைச் செறுமினார். அவர் ஏதோ கேட்கப் போகிறார் என்றெண்ணிய தாரா, "எம்மேல ஒரு தப்புமில்லங்கய்யா" என்று விளக்க முயன்றாள். கையமர்த்திய நாடார், "எனக்கெல்லாம் தெரியும்மா. வேலு சொன்னான். அம்மன் கண் தொறப்பா. அதுவரை, பொறுமையாத்தான் இருக்கோணும்!" என்றவர், மல்லியைப் பார்த்து, "நீ இங்க நடக்கறதை யெல்லாம், ஒங்கண்ணனுக்குச் சொல்லிராத, பாவம்! ரொம்ப குன்னிப் போயிருவாரு. ஒனக்கும், வேலுவுக்கும் படிப்புதான் குறியா இருக்கணும்" என்றவர், தன் பழையக் கதைகளையெல்லாம் சொன்னார்.

"நேரமாச்சு, போலாம்" என்று எழுந்தபோது, "வீட்டுக்கு ஏதாச்சும் வாங்கிட்டுப் போலாங்கய்யா" என்ற தாரா, சிறிய பர்சைத் திறந்தாள். "என்னா வேணும்?" என்ற நாடார், தாரா வாங்கிய இரண்டு முழம் மல்லிகைப் பூ, ஒரு சீப்பு வாழைத் பழத்துக்குக் காசு கொடுத்தார்.

கோயிலுக்குச் செல்லும்போது அவர்கள் மனதை ஆக்கிரமித்திருந்த இறுக்கம் கொஞ்சம் தளர்ந்திருந்தது. தாராவும், நாடாரய்யாவும் பேசிக் கொண்டே முன்னே செல்ல, வேலுவும், மல்லியும் பின் தங்கினர். "எப்படியாச்சும் நல்லாப் படிச்சு, நெறைய

மார்க் வாங்கணும். நல்ல வேலைக்குப் போகணும். செல்வநாயகிக்கு ஒரு பாடம் கற்பிக்கணும்" என்று உறுதி எடுத்தனர். காலாண்டு தேர்வில் யார் அதிக மதிப்பெண்கள் வாங்குகிறார்களோ, அவருக்கு மற்றவர், ஒரு புதிய பேனா பரிசாகக் கொடுப்பது என்று ஒப்பந்தம்.

"கூப்புடற தூரத்துல இருக்குற கோயிலுக்குப் போயிட்டு வர இம்மா நேரமா?" என்று வரவேற்ற குணவதியிடம் வாங்கி வந்த பழத்தையும், பூவையும் தந்தாள் தாரா.

"ஆமா, நாந்தான் ரெட்டைச் சடை போட்டுக்கிட்டு ரெண்டு பக்கமும் பூவைத் தொங்கவிட்டுகிட்டு போகப் போறன். போயி செல்வாகிட்ட குடு" என்றபடி பழச்சீப்பை எடுத்துக் கொண்டார். பூவை, செல்வநாயகியிடம் கொடுக்க, தாராவுக்கு தயக்கம்.

"நாயகி ரூமுக்குள்ள இருக்கும். குடுத்துரு" என்று மல்லியிடம் கொடுத்து அனுப்பினாள். மூடியிருந்த கதவை மெள்ளத் திறந்து தயக்கத்தோடு உள்ளே நுழைந்தாள் மல்லி. டிரஸ்ஸிங் டேபிள் ஸ்டூலின் மீது தன் இடது காலைத் தூக்கி வைத்து, பளபளக்கும் வெள்ளிக் கொலுசை போட்டுக் கொண்டு இருந்த செல்வநாயகி, மல்லியைப் பார்த்ததும் திடுக்கிட்டாள்.

"ஒன்ன யாருடி இங்க கூப்புட்டாங்க?" என்று பல்லைக் கடித்த செல்வநாயகியிடம், "கொலுசு புதுசாக்கா? ரொம்ப அழகாருக்கு" என்றாள் மல்லி. "ஒன்னோட பாராட்டு எனக்குத் தேவையில்ல. இந்தக் கொலுசைப் பத்தி யாருட்டாவது மூச்சுவிட்ட... அப்புறம் தொலைச்சிருவேன்" என்றாள்.

மிரட்சியுடன் வெளியே வந்தாள் மல்லி.

"பாவம், மல்லியத்தான் ரொம்பத் திட்டிப்புட்டாக!" - இரவு முத்துகிருஷ்ணனுக்குச் சோறு போட்டுக்கொண்டே மாலை நடந்த சங்கதிகளையெல்லாம் தயங்கித் தயங்கிச் சொன்னாள் தாரா.

"இதான் பிரச்னைன்னா, ரெண்டு பேருக்கும் தனித்தனியா ரெண்டு கேரியர் குடுத்துவுடேன்!"

"இல்லீங்க. பள்ளிக்கூடம் போறப்ப, காலையிலேயே நம்ம வேலுவுக்குக் குடுத்தனுப்புற மாதிரி மல்லிக்கும் ஒரு டப்பாவுல

சோறு குடுத்துவிட்ரலாம். நாயகிக்கு எப்பவும்போல மதியம் கேரியர்ல அனுப்பிச்சிரலாம்ங்க"

"என்னவோ செய்! பிரச்னை ஆகாமப் பாத்துக்க!" என்றான் முத்துகிருஷ்ணன்.

மல்லிக்குத் தூக்கம் வரவில்லை. வெறுமனே கண்ணை மூடிக் கொண்டு, குணவதியின் மெத்தையருகே பாயில் படுத்திருந்தாள். அம்மாவின் ஞாபகம் வந்தது. 'டவுன்காரங்க கிராமத்து சனங்க மாதிரி இருக்க மாட்டாங்க.'

●

22. முத்தமிழ் விழா

பள்ளியில் முத்தமிழ் விழா. வகுப்புகளுக்கிடையேயான நாடகப் போட்டி.

"நாம டிராம போடுவோம்டி" என்று ஜெயசீலிதான் உசுப்பி விட்டாள். மல்லியின் மனதில் எட்டாம் வகுப்பு நாட்களிலிருந்து கிடப்பில் போடப்பட்டு இருந்த ஒரு கதை மேலே மிதந்து வந்தது.

மொகலாயப் பேரரசுக்கு வழிகோலிய பாபர், அவர் மகன் ஹுமாயூன் பற்றிய கதை. அரச வாரிசான ஹுமாயூன் நோய்வாய்ப் படுகிறான். நாட்டிலுள்ள எல்லா மருத்துவர்களும் கைவிடு கிறார்கள். உயிர் போவது இன்றோ நாளையோ என்ற சூழலில் மகனின் கட்டிலருகே நின்றுகொண்டு, எல்லாம் வல்ல இறைவனிடம் விண்ணப்பிக்கிறார். தன் உயிரை எடுத்துக் கொண்டு மகன் உயிரைத் தந்துவிடும்படி நெக்குருக இறைவனிடம் இறைஞ்சுகிறார். பேரதிசயம் நிகழ்கிறது. ஹுமாயூன் 'அப்பா' என்றவாறு படுக்கையிலிருந்து எழுந்து உட்காருகிறான். பாபர் பரவசமாகிறார். 'இறைவனே! உன் கருணைக்கு எல்லையே இல்லை' என்று பாபர் கையேந்தித் தொழ திரை விழும்.

இதில் முக்கிய பாத்திரமான பாபர் நிறையப் பேச வேண்டும் என்பதால், மல்லிதான் அதற்கு சரி என்று தோழிகள் வற்புறுத்தினர். வகுப்பிலேயே மிகவும் ஒல்லியாக இருந்த, ராமஜெயம் தியேட்டர் முதலாளி மகள், ராமலட்சுமி நோயுற்ற ஹுமாயூனானாள். பசுபதி மந்திரி, ஒரு வைத்தியர், ஒரு சேவகன் என ஐந்து கதாபாத்திரங்கள்.

போட்டியன்று தூள் கிளப்பிவிட்டார்கள். பாபராக நடித்த மல்லி உருக்கமாக நடித்து, கண்ணீரை வரவழைத்து விட்டாள். நடுவர்கள் முடிவை அறிவித்தனர். தனி நபர் பரிசு மல்லிக்கு. நாடகத்துக்கான சுழல் கோப்பையும் அவள் வகுப்புக்கே. மாணவிகள் பெரும் பரவசத்தில் ஒருவரையொருவர் கட்டிப்பிடித்து நடனம் ஆடினர். அதுவரை அரங்கத்தில் உட்கார்ந்திருந்த செல்வநாயகி விருட்டென்று எழுந்து வெளியேறினாள்.

பரிசு வழங்கும் நிகழ்ச்சி முடிந்தது. நெஞ்சம் கொள்ளா மகிழ்ச்சி யுடன் மல்லி வீடு திரும்பினாள். பரிசுக் கோப்பையை, நாடாரய்யா விடமும், வேலுவிடமும் காட்டிக் கொண்டு இருந்தாள். "மல்லிக்கு திருஷ்டி சுத்திப் போடும்மா!" என்று நாடாரய்யா சொல்லி வாய்மூடும் முன், "அதொண்ணு தான் கொறச்சல். இதென்ன படிக்கிற புள்ளைக இருக்கிற வீடா, இல்ல நாடகக்காரிங்க வீடா? இந்தா பாரு, இந்த வீட்ல இருக்கிற வரைக்கும், வேஷம் கட்டுறது, நாடகமாடுறதுன்னு வெச்சுக்கிடாத. இது கெளரவமான குடும்பம். இங்க வயசுப் பொண்ணு இருக்குது. நாளைக்கு அதுக்கு ஒரு நல்லது நடக்கணும்" என்று குணவதி விளாசினார். வார்த்தைகள் சாட்டை முனைக் கம்பிக் கொடுக்காக, மல்லியின் மனதைப் பிய்த்தெடுத்தன. "நீ ஏண்டி இங்க வந்த? அடுப்படிக்குப் போய் ஆக வேண்டியதைப் பாரு" என்று தாராவை விரட்டி விட்டு நகர்ந்தார்.

நாடாரய்யா சுதாரித்துக் கொண்டு பேசினார். "நீ படிப்பில் சுணங்கிடக் கூடாதுங்கறதை அவங்க பாஷையில் சொல்றாங்க. இப்ப முதல் பரிசு வாங்கின மாதிரி, படிப்பிலயும் மொதலா வரணும். போ, போய் மொகம் கழுவிட்டு வா. நா டீ வாங்கியாறேன்" என்று படிகளில் இறங்கினார்.

அன்றிரவு மல்லியையும், வேலுவையும் தன்னருகே உட்கார வைத்துக் கொண்டு, நாடாரய்யா அறிவுரை சொன்னார். "படிப்புல கவனக் குறைவா இருக்கக் கூடாது. படிக்கப் பகல்லே நேரம் கெடைக்காது! அதனால விடியக்கால அஞ்சு மணிக் கெல்லாம் எழும்பிப் படிக்கிறதை பழக்கமாக்கிக்கணும். ரெண்டு மூணு நாளைக்குக் கஷ்டமாயிருக்கும். அப்புறம் பழகிரும்" என்றார்.

சொன்னபடியே, அடுத்த நாள் காலை ஐந்து மணிக்கு இருவரையும் எழுப்பிவிட்டு, சொம்பை எடுத்துப் போய் டீக்கடையில் டீ வாங்கி டம்ளரில் ஊற்றிக் கொடுத்தார். செல்வநாயகிக்கு கோபம் பழியாக வந்தது. ஒருநாள் இவர்கள் வெளிவராந்தாவில் படித்துக் கொண்டு இருக்கும்போது, அவளும் எழுந்து வந்தாள். "கண்ட நாய்ங்க படிக்கிறதுக்கு நாங்க கரண்ட் பில் கட்டணுமா? பில் அதிகமாகுதுன்னு எங்கண்ணன் திட்டும்!" என்றபடி பட்டென்று மின் விளக்கை அணைத்துவிட்டு இருட்டில் மறைந்தாள்.

"அட! அப்பாவிப் பொண்ணே, நீ சீப்பை ஒளிச்சு வெச்சுட்டேன்னா, கல்யாணம் நின்னு போயிடுமா என்ன?" என்று சிரித்தார் நாடார். வியாபாரம் முடிந்து, வீடு திரும்பும்போது, அவர் பாத்திரக் கூடையில் ஒரு சிறிய லாந்தரும், மண்ணெண்ணெய் பாட்டிலும் இடம் பெற்றிருந்தன. "வீடு முழுக்க கரன்ட் வெளக்கு இருந்தாலும் ஒங்களுக்கு இதுதான் ராசி" என்று சிரித்துக்கொண்டே லாந்தரை மல்லியிடம் ஒப்படைத்தார். மல்லிக்குத் தன் ஆங்கிலப் புத்தகத்தில் வந்திருக்கும் 'வாட்டர் வாட்டர் எவ்ரி வேர். நாட் எ டிராப் டு ட்ரிங்க்' என்ற வரி நினைவில் வந்து போனது.

காலாண்டு தேர்வு மதிப்பெண்கள் தரப்பட்டன. மல்லி முதல் ரேங்க். வேலுவும் அவன் வகுப்பில் ஃபர்ஸ்ட் ரேங்க்.

ரேங்க் அட்டையைத் தன் அக்காவிடம் கொடுத்து, கையெழுத்து போடச் சொன்னாள் மல்லி. "மாமா கிட்ட காட்டி, கையெழுத்து வாங்கிக்கோ. சந்தோஷப்படுவாரு" என்றாள். அடுத்து வேலுவும் தன் ரேங்க் அட்டையைக் கொண்டுவந்து காட்ட, "நீ வாங்கித் தர வேண்டிய பேனாவும் நான் வாங்கித் தரவேண்டிய பேனாவும் ஒண்ணுக்கொண்ணு கேன்சலாயிருச்சு" என்று சிரித்துக் கொண்டனர்.

முத்துகிருஷ்ணனின் தம்பி ராஜதுரை உள்ளே வந்தான். ஆடிக்கொரு தடவை, அமாவாசைக்கொரு தடவைதான் வீட்டுப் பக்கமே தலை காட்டுவான். "ஆமா, செல்வா எங்கே? அது என்னா ரேங்க் வாங்கி யிருக்குது?" என்றான். "எங்களுக்கு இன்னும் ரேங்க் கார்டு குடுக்கல" என விசுக்கென்று உள்ளே போனாள் செல்வநாயகி.

“ஏதாவது பெயிலாயிருப்ப, அதான பொய் சொல்ற!” என்றவன், “அண்ணி ஸ்ட்ராங்கா காபி போடுங்க” என்று கேட்டான். சிறிது நேரத்தில் நாடாரய்யாவும் முத்துகிருஷ்ணனும் வந்து சேர, அடுப்படியே கலகலப்பாகியது.

உம்மென்று மூஞ்சைத் தூக்கி வைத்துக் கொண்டு இருந்த, தன் மகளைப் பார்க்க குணவதியின் பெத்தவயிறு பத்தி எரிந்தது. “ஆமா, பொல்லாத மார்க்கு. சோத்துக்காவுமா, கொழம்புக்காவுமா ? இதுகளுக்கு வேற விதியில்ல, படிச்சு, உத்தியோகத்துக்குப் போயி வயித்தைக் கழுவணும். ஒனக்கென்ன தலையெழுத்தா ? அதான் தருமன், பீமன், அர்ஜுனன் கணக்காக மூணு அண்ணனுங்க இருக்காங்களே. ஒன்னை ராணி மாதிரி பாத்துக்கிடுவாங்க!” என்று மகளைத் தேற்றினார். “ஆமாமா, பொண்ணைக் கெடுக் கறதுக்கு ஆத்தாக்காரியே போதும்” என்று முணுமுணுத்தான் ராஜதுரை.

●

23

விவகாரமான வெள்ளிக் கொலுசு

நிலத்தை, உலகநாதன் தன் சித்தப்பா பெயரில் எழுதிக் கொடுத்தான். வீட்டையும் விற்றுவிட்டு பணத்துடன் கோவிந்தம்மாவை யும் அழைத்துக் கொண்டு, மதுரைக்கு வந்தான். கிராமத்துப் பலகாரங்கள், தின்பண்டங்களோடு, தாராவுக்கென்று இரண்டு புடவைகளும், மல்லிக்கென்று இரண்டு செட் பாவாடை, தாவணியும் கோவிந்தம்மா கொண்டு வந்திருந்தார்.

குணவதிக்கு எரிச்சலாக இருந்தது. "மூணு பொம்பளப் புள்ளைக இருக்கற இடத்துல, அதென்ன ரெண்டு பேருக்கு மட்டும் வாங்கியார்ற பழக்கம்? விடுபட்ட புள்ளை மனசு என்னா பாடுபடும்? செல்வா இதுக்கொண்ணும் வீங்கிக் கெடக்கலை. ஊர் நடப்பைச் சொன்னேன்" என்று முகவாயைத் தோளில் இடித்துக் கொண்டார்.

தாரா தன் சேலைகள் இரண்டையும் மல்லியின் கையில் கொடுத்து, "நாயகிக்காகிட்ட கொண்டு போய் காட்டு. பிடிச்சதை எடுத்துக்கிடட்டும்' என்றாள், உணர்ச்சிகளற்ற தட்டையான குரலில். பளிச்சென்றிருந்த குங்குமக் கலர் புடவையை எடுத்துக் கொண்ட செல்வநாயகி, "ஒங்கம்மா ஒனக்கென்ன வாங்கி யாந்தாங்க?" என்றாள் இளக்காரமாக. மல்லி, தன் இரண்டு பாவாடை, தாவணிகளை கொண்டு வந்து காட்ட, பச்சை கலர் சில்க் தாவணியை உருவிய செல்வநாயகி, "இத நா வெச்சுக்கிறேன்" என எடுத்துக் கொண்டாள்.

மல்லிக்கென்று முதன்முதலாக வாங்கப்பட்ட தாவணிகள். ஒரு தாவணியை தினந்தோறும் எப்படி உடுத்திக் கொள்ள முடியும்? தாரா தன் பழைய சேலைகளில் ஒன்றை எடுத்து இரண்டாகக் கிழித்தாள். "வீட்ல போட்டுக்கத்தானே, பள்ளிக்கூடத்துக்குத்தான் யூனிஃபார்ம் இருக்கே" என்று கொடுத்தாள்.

வீடு விற்ற பணத்தில் ஒரு பகுதி முத்துகிருஷ்ணன் வியாபாரத்திற்கென்று கை மாறியது. பிறந்த வீட்டின் பொருளாதார ஒத்தாசை, புகுந்த குடும்பத்தில் தாராவின் அந்தஸ்தை உயர்த்தக் கூடும் என லோகு எண்ணினான். "அவனவன் தங்கச்சிக்குச் செய்ய வேண்டியது கடமை... செய்றான்" என்று வெகு எளிதாக அந்தச் செயலை ஒதுக்கினார் குணவதி.

கோயம்புத்தூரில் நண்பர்களோடு தங்கிக் கொண்டு ஒரு வேலை தேடிக் கொள்வதுடன், ஒரு வாடகை வீட்டையும் பார்த்து கோவிந்தம்மாவை அழைத்துக் கொள்வது என்ற திட்டத்தின்படி, லோகு கோவைக்குச் செல்லும் பேருந்தைப் பிடித்தான்.

வீட்டுக்குப் பின்புறம், சற்றுத் தள்ளி, தனியாக ஓலைத் தட்டிகளால் அடைக்கப்பட்டு இருந்த கழிப்பறைக்குள் நுழைந்த கோவிந்தம்மாளின் கண்களில், கீற்றிடுக்கில் வெள்ளையாக ஏதோ தென்பட, உருவி எடுத்தார். எட்டாக மடிக்கப்பட்டு இருந்த காகிதம். கவனமாகப் பிரித்தார். பேனாவால் பொடி எழுத்துக்களில் எழுதப்பட்டு இருந்தது. கடிதத்தை இடுப்பில் செருகிக் கொண்டு வெளியே வந்தவர், யாருமில்லாத நேரமாகப் பார்த்து, தாராவிடம் கொடுத்தார். படிக்கத் தொடங்கிய தாராவுக்கு, அது ஒரு காதல் கடிதம் என்று தெரிய வந்ததுமே, மனசு பதறியது. குப்பென்று வியர்த்துவிட்டது. யாருக்கு யார் எழுதியது என்று யூகிக்க முடியவில்லை.

அடுக்களையினுள் நுழைந்த ராஜதுரை, "யார் எழுதுன கடுதாசி?" என்று விளையாட்டாக தாராவின் கையிலிருந்து பிடுங்கி யவன், தாளில் கண்களை ஓட்டினான். "மொளச்சு மூணு எலை விடலை. அதுக்குள்ள காதலும் கத்திரிக்காயுமா? ஏன் அண்ணி ஒங்க தங்கச்சிக்கு புத்தி இப்பிடிப் போவுது!" என்று சத்தம் போட்டான். தாரா பதிலேதும் சொல்லாமல் தலைகுனிந்து நின்றாள். "அந்த ஏழுமலையான் சாட்சியா சொல்றேன் தம்பி.

இது மல்லிக்கு வந்த கடுதாசியா இருக்காது. இந்த மாதிரி நெனப்புகூட அவளுக்கு வராது. அவ இன்னும் சின்னப் புள்ளதான் தம்பி" என்று சூசகமாக உணர்த்திக் குரலுடைந்தார் கோவிந்தம்மா.

கருப்பட்டி பொட்டலத்தோடு சமையல்கட்டில் நுழைந்த மல்லியை "இங்க வா, இதைப் படி" என்று கடிதத்தை அவள் கையில் திணித்தான் ராஜதுரை. மொணமொணவென்று படித்த மல்லியின் முகத்தையே கூர்ந்து கவனித்தான். படித்துக் கொண்டே வந்தவள், "கொலுசு புடிச்சிருக்கா? உங்க வீட்ல யார் வாங்கிக் கொடுத்ததுன்னு சொல்லிச் சமாளிச்சே" என்ற வரிகளைப் படித்ததும் கப்பென்று நிறுத்திக் கொண்டாள். அது யாருக்கு எழுதப்பட்ட கடிதம் என்பது மல்லிக்கு புரிந்துவிட்டது. ராஜதுரை பல்லிடுக்கில் வார்த்தைகளைக் கடித்தான். 'சொல்லு! யாருக்கு வந்தது இது?'

மல்லி தயங்கினாள். "சனியனே, தெரிஞ்சிருந்தா சொல்லுடி!" என்று தாரா பிடித்து உலுக்கினாள். ரொம்பவும் தயங்கிய மல்லி, "இது வந்து... நாயகிக்காவுக்கு வந்த கடுதாசியா இருக்கும். அவங்க ஒரு புது கொலுசு வெச்சிருக்காங்க. யாருகிட்டயும் சொல்லக் கூடாதுன்னு என்னை அதட்டுனாங்க" என்றாள்.

செல்வநாயகி, பள்ளியில் உல்லாசப் பயணம் என்று போயிருந்தாள். குணவதியும் பக்கத்து ஊருக்கு போயிருந்தார். ராஜதுரை விடுவிடுவென அறைக்குள் நுழைந்தான். செல்வநாயகி யின் பெட்டியில் பூட்டு தொங்கிக் கொண்டு இருந்தது. அடுப்படி வந்தவன், இரும்பு ஊதாங்குழலை எடுத்துச் சென்று, பூட்டின் மீது ஓங்கி அடித்தான். இரண்டாவது அடியிலேயே, பூட்டு வாயைப் பிளந்து கொண்டது. பெட்டியில் செல்வநாயகியின் புடவைகள், தாவணிகள் இவற்றிடையே மறைத்து வைக்கப்பட்டிருந்த கடிதங்கள், சின்ன சின்ன பரிசுப் பொருள்களோடு, வெள்ளி கொலுசும் சிணுங்கிக் கொண்டு விழுந்தது. கடிதங்களை மேலோட்டமாகப் பார்த்தான். யாரால் எழுதப்பட்டு இருக்கும் என்பதை அவனால் யூகிக்க முடிந்தது. கோபம் வெறியாகி தலைக்கேறியது.

வெளியே வந்தவன், "நீங்க யாரும் அவகிட்டயோ, ஆத்தாகாரி கிட்டயோ இதுபத்திப் பேசாதீங்க. நா பேசிக்கிறேன்" என்று போய்விட்டான்.

அடுத்த நாள் காலையில், மல்லியும் செல்வநாயகியும், வழக்கம் போல பள்ளிக்குக் கிளம்பினர். வீட்டுப் படியிறங்கும்போது, உள்ளே வந்த ராஜதுரை, செல்வநாயகியின் கையைப் பிடித்து இழுத்து வீட்டுக்குள் தள்ளினான். மிரண்டு போன மல்லியிடம், "நீ போ! இவ ஒண்ணும் படிச்சுக் கிழிச்சு, குடும்பத்த நிமுத்த வேணாம். யாராவது கேட்டா, படிப்பை நிறுத்திட்டாங்கன்னு சொல்லிடு" என்ற உறுமினான். "அம்மா பாருங்கம்மா. என்னை பள்ளிக்கூடம் போக விடாம அண்ணன் கலாட்டா பண்ணுது" என்று செல்வநாயகி உள் பக்கம் பார்த்துக் குரல் கொடுத்தாள். "ஏன்டா இந்த அநியாயம் பண்றே?" என்று விஷயம் தெரியாமல் இரைந்துகொண்டே வந்தார் குணவதி.

படியிறங்கி நடக்கத் தொடங்கிய தங்கையை வழிமறித்த ராஜதுரை, பளீரென்று செவுளில் ஓர் அறைவிட்டான். அடியின் வேகத்தில் இடது காதில் தொங்கிய ஜிமிக்கி பிய்த்துக் கொண்டு போய் ரோட்டில் விழுந்தது. நிகழ்ச்சிகளின் வன்முறையில் உறைந்து போய் நின்றிருந்தாள் மல்லி!

"உனக்கெல்லாம் இந்த வயசுல, சொகம் கேக்குதோ?" என்று ராஜதுரை "கொலுசு வாங்கிக் குடுத்தவன்கூடவே ஓட வேண்டியது தான" என்று மறுபடியும் மறுபடியும் அடித்தான்.

"அடேய், அடேய்! எம்புள்ளைய அடிக்காதடா. ஏன்டா இப்படியெல்லாம் பேசுற? எந்தக் குடி கெடுக்கிறவ பேச்சை யெல்லாமோ கேட்டுக்கிட்டு, நீ இந்த ஆட்டம் ஆடுற!" என்று தாராவின் மீது சாடையாகப் பார்வையை வீசிக் கொண்டே மகனை விலக்கப் பார்த்தார்.

பள்ளி செல்லும் வழி நெடுக, மல்லி யோசித்துக்கொண்டே நடந்தாள். வழியில் தன்னோடு, இணைந்து கொண்ட பள்ளித் தோழிகளிடம்கூட ஒரு வார்த்தைப் பேசவில்லை. "நாயகிக்காவுக்கு எவ்வளவு அவமானமா இருக்கும்? காதல்னு கதையிலயும், சினிமாலயும் வந்தா உச்சுக்கொட்டிப் பாக்குறவங்க, நெஜத்தில்

நடக்கும்போது ஏன் அடிக்கிறாங்க? ஏன் பள்ளிக்கூடம் போகக் கூடாதுங்கறாங்க... ப்ச் நாயகிக்கா, பாவம்!"

"இது என்ன நியாயம்? லெட்டர் எழுதியவனைத்தானே கண்டுபிடிச்சுக் கேக்கணும். அதை விட்டுட்டு இப்பிடி நாயகிக்கா வைப் போட்டு அடிக்கலாமா?" என்று செல்வநாயகிக்காக அனுதாபப்பட்டாள் மல்லி.

ராஜதுரை, முதல் நாள் இரவே கண்டுபிடித்து, கவனித்த கவனிப்பில் 'அவன்' ஊரைவிட்டே ஓடிவிட்டான் என்பது மல்லிக்குத் தெரியாது!

செல்வநாயகியைப் பள்ளியிலிருந்து உடனடியாக நிறுத்திவிட வேண்டுமென்பதில் பிடிவாதமாக இருந்தான் ராஜதுரை. மறுத்துப் பேசினால் ஏதோ குடும்ப கௌரவத்தைக் காப்பாற்றுவதில் தங்களுக்கு அக்கறையில்லை என்பதுபோல் ஆகிவிடுமோ என்று எல்லாரும் மௌனமாக இருந்தனர். தன் விருப்பத்தை வெளிப்படுத்தும் உரிமையை செல்வநாயகி ஏற்கெனவே இழந்திருந்தாள்.

ஆனால், மல்லியால் சும்மா இருக்க முடியவில்லை. பெண் கல்வியின் அவசியத்தைப் பற்றி மல்லி நிறைய கருத்துகளை உள்வாங்கி யிருந்தாள். பேச்சுப் போட்டி, கட்டுரைப் போட்டி. நாடகம் என கலந்து கொள்வதற்கென பெரியார், பாரதியார், பாரதிதாசன் என மனப்பாடம் பண்ணிய ஒவ்வொன்றும் அவள் மனதில் கரைந்திருந்தன.

அத்தனை பேரும் இறுக்கமாக உட்கார்ந்திருந்த ஓர் இரவில், பாத்திரங்களை எல்லாம் தேய்த்துக் கழுவிப் போட்டுவிட்டு வந்த மல்லி தான் பேசினாள். " நா ஒண்ணு சொல்லட்டா... நாயகிக்கா ரெண்டு மூணு மாசம் பள்ளிக்கூடம் வந்தா போதும். அப்பறம் ஸ்டடி ஹாலிடேஸ் விட்ருவாங்க. பப்ளிக் எக்ஸாம் வந்திரும். எஸ்.எஸ்.எல்.சி. முடிச்சிரலாம்" என்று பேச்சை முன்னெடுத்தாள்.

"சின்னப் புள்ளைன்னாலும் மல்லி சரியாச் சொல்லிப்பிடுச்சு. ரெண்டு மாசந்தானே? செல்வா பள்ளிக்கூடம் போய்ட்டு வரட்டும். நாமதான் சின்னஞ் சிறுசுகள் சரியாகக் கொண்டு செலுத்தணும்" என்று நாடாரய்யா உரிமையாகப் பேசி, எல்லோரையும் இழுத்தார்.

முதன்முறையாக செல்வநாயகியின் நன்றி கலந்த ஈரப் பார்வை, மல்லியின் மீதும் நாடாரய்யாவின் மீதும் விழுந்தது. அனைவரின் வற்புறுத்தலும் ராஜதுரையை கொஞ்சம் இளக வைத்தது. செல்வ நாயகியை, டூவீலரில் பள்ளிக்கு அழைத்துப் போய் அழைத்து வருவது என முடிவானது. பள்ளியில் செல்வநாயகியின் மீது ஒரு கண் வைத் திருக்கும்படி மல்லிக்கு ரகசிய உத்தரவு போடப்பட்டது. அந்த உளவு வேலையைத் தன்னால் செய்ய முடியாது என்று மல்லி வாய்திறந்து சொல்லவில்லை. 'மாட்டேன்' என்று மனதுக்குள் சொல்லிக் கொண்டாள்.

செல்வநாயகி சினிமாவுக்கோ, கோயிலுக்கோ போகும்போது, பாதுகாவலர்களாக மல்லியும் வேலுவும் உடன் செல்லக் கட்டாயப் படுத்தப்பட்டனர். இருவருக்கும் இது கூடுதல் வேலை. "எங்கேயோ போற புள்ளப்பூச்சியை புடிச்சு, மேலுல வுட்டுகிட்டு, அப்புறம் கொடை யுதேங்கற கதையா ?" என அம்மா அடிக்கடி கூறும் சொலவடை, ஒவ்வொரு முறை நாயகியுடன் வெளியே செல்லும் போதும் மல்லியின் நினைவுக்கு வந்து சிரிப்பூட்டும். "என்ன மல்லி, தானாச் சிரிக்குற... பாக்குறவங்க 'கிறுக்கி'ன்னு நெனச்சுக்கப் போறாங்க" என்று வேலுவும் சிரிப்பான். "நெனக்கிறதென்ன வேலு, அது நெசந்தானே !" என்று நாயகிக்காவும் பரிகாசம் பேசுவாள். அவர்களுக்குள் நிலவி வந்த உறவின் தன்மை ஆச்சரியப்படும் வகையில் மாற்றத்துக்கு உள்ளானது.

●

24

ராப்பட்டினியும், இரண்டு தீர்மானங்களும்

உலகுநாதன் வாடகைக்கு வீடு பிடித்துவிட்டதாகவும் அம்மாவை அனுப்பி வைக்கும்படியும் தகவல் அனுப்ப, கிராமத்திலிருந்து கொண்டு வந்திருந்த, தட்டுமுட்டு சாமான்களடங்கிய இரண்டு சிறிய மூட்டைகளோடு கோயம்புத்தூர் செல்ல கோவிந்தம்மா தயாரானார். அவரை யார் அழைத்துக் கொண்டு போவது என்பது பிரச்சினை.

முத்துகிருஷ்ணன் தன் உணவு விடுதியைத் தொடங்கும் வேலைகளில் மூழ்கி இருந்தான். மற்றவர்கள் அது தங்கள் பொறுப்பல்ல என்பதுபோல விட்டேத்தியாக இருக்க, மல்லி, கோவிந்தம்மாவை, கோயம்புத்தூருக்கு அழைத்து செல்ல முன் வந்தாள். "அக்கா, நான் போயிட்டு வரட்டுமா ? சனிக்கிழமை காலைல கௌம்பி அம்மாவைக் கொண்டு போய் கோயம்புத்தூர்ல விட்டுட்டு, அடுத்த நாள் ஞாயித்துக் கிழமை பகல்ல திரும்பி வந்துடறேன்" என்று மல்லி முன்வந்து பொறுப்பை ஏற்றுக் கொண்டாள். மல்லி மீது கொஞ்சங் கொஞ்சமாக எல்லோருக்கும் நல்ல அபிப்ராயம் என்பதால், மறுப்பேதும் எழும்ப வில்லை. சனிக்கிழமை பகல் ரயிலில், கோவிந்தம்மாவும் மல்லியும் வருவதால், ஸ்டேஷனுக்கு வந்து அழைத்துக் கொள்ளும்படி லோகுவுக்குத் தகவல் தரப்பட்டது.

கோவிந்தம்மாவையும், மல்லியையும் மூட்டை முடிச்சுகளுடன் முத்துகிருஷ்ணன் ஏற்றிவிட்டான். ரயிலில் கூட்டம் அதிகமில்லை.

அதே பெஞ்ச்சில், இருந்த பெரியம்மாவிடம், "நீங்க எதுவரைக்கும் போறீங்கம்மா ?" என முத்துகிருஷ்ணன் கேட்க, அவர், "கோயம்புத்தூர் தானுங்க" என்றார். "இவங்களும் அங்கதான் எறங்கணும். கொஞ்சம் பாத்துக்கங்கம்மா" என்று கேட்டுக் கொண்டான்.

வண்டி கிளம்பியது. மல்லிக்கு அதுதான் முதல் இரயில் பயணம். தாராவின் கல்யாணத்தின்போதுதான் முதன்முதலாக நீண்ட தூரப் பேருந்துப் பயண அனுபவம் அவளுக்கு வாய்த்தது. இப்போது, தான் பெரியவளாக மாறி, அம்மாவை பொறுப்பாக அழைத்துச் செல்வது அவளுக்கு வேடிக்கையாகப்பட்டது. "நமக்கு ஏற்படும் நெருக்கடிகளே, நம்மை வெளிப்படுத்தும் தளங்களாகவும் அமையும்" என்ற வரி, மனதில் பளிச்சிட்டது. இது மல்லி எப்போதோ படித்து, மனக்கிடப்பில் புதைத்திருந்த வாசகம். வழியில் சாப்பிடுவதற்கென்று, தாரா புளிச்சோறு கிளறிக் கொடுத்திருந்தாள். ஓடும் ரயிலில் சாப்பிடுவதும்கூட இனிய அனுபவ மாகவே இருந்தது.

ஐந்து மணி நேர இரயில் பயணம். லோகு. ஸ்டேஷனுக்கு வந்திருந்தான். ஆட்டோவில் மூட்டை முடிச்சுகளை ஏற்றிக் கொண்டு, காந்திபுரத்திலிருந்த வீட்டை அடைந்தனர்.

ரொம்பவும் சின்ன வீடு. வாசலை ஒட்டி சிறிய சமையலறை. அதற்கடுத்து ஒரு அறை என அவ்வளவுதான் வீடே. வெளியே பின்னால் இரண்டு குடித்தனங்களுக்கும் பொதுவாக ஒரு கழிப்பறை, ஒரு குளியலறை. "என்னண்ணே இம்புட்டுச் சின்ன வீடா ?" என்று மல்லி தன் அண்ணனிடம் ஏமாற்றமாகக் கேட்டாள். "எல்லாம் போதுண்டி. இப்பக்கி நாங்க ரெண்டு பேருதானே" என்று மல்லியை அடக்கினார் கோவிந்தம்மா சிரித்துக் கொண்டே.

"இதுக்கே எவ்வளவு வாடகை, முன் பணம் தெரியுமா ?" என்று பத்தாயிரத்துக்கு உலகநாதன் கணக்கு சொல்ல, மல்லி அதிர்ந்தாள். "அவ்வளவு ரூபாயாண்ணா ? அநியாயம்!"

நண்பனோடு தங்கிக்கொண்டு, புரோக்கரோடு இருபது நாட்களாக வீடு தேடி அலைந்து, சாப்பாட்டுச் செலவு, வீட்டுக்கு

முன்பணம், புரோக்கருக்கு ஒரு மாத வாடகை கமிஷன், ஸ்டவ் போன்ற ஒன்றிரண்டு அதிகப்படியான சாமான்கள் என உலகநாதன் கையிலிருந்த பணம் கணிசமாகச் செலவாகிவிட்டது. வீடு தேடும் அலைச்சலில், வேலை தேடுவதில் சுணக்கம். எப்படியும், ஒரு வாரத்துக்குள் வேலை தேடிக் கொள்ளலாம் என்ற நம்பிக்கை. அடுத்த நாளே வேலை கிடைத்தாலும், ஒரு மாதம் கழித்துத்தானே சம்பளம் கிடைக்கும். அதுவரை, செலவுகளை எப்படி ஓட்டுவது? புதிய ஊர், புதிய பரிச்சயங்கள்... யாரிடமும் உரிமையாக எதையும் கேட்டுவிட முடியாது என்ற ரீதியில் லோகுவின் சிந்தனை ஓட்டம் இருந்தது.

இது அறியாத கோவிந்தம்மா, மூட்டையைப் பிரித்து சமையலறையில் போட்டபடி, "ஐயா லோகு, அரிசி, பருப்பு, மளிகைச் சாமான்கள் வாங்கணும்பா. ராவுக்கே சமைச்சுடறேன்" என்று கேட்க, "எல்லாம் காலையில பாத்துக்கலாம்மா' எனச் சுரத்தில்லாமல் பதிலளித்தான் உலகநாதன்.

லோகு குளியலறை சென்றதும், அவன் சட்டைப் பையில் கைவிட்டார் கோவிந்தம்மா. மூன்று பத்து ரூபாய் நோட்டுகளும் கொஞ்சம் சில்லறைக் காசுகளும் மட்டுமே கிடக்க, உலகநாதனின் நிலைமை இருவருக்கும் விளங்கியது.

குளித்துவிட்டு உள்ளே நுழைந்த அண்ணனிடம் மல்லி தன் கம்மல்கள் இரண்டையும் நீட்டினாள். "எங் கம்மலை வித்துரலாம்ணா. அரிசி, பருப்பெல்லாம் வாங்கிரலாம்ணா. அது தீர்றதுக்குள்ள ஒங்களுக்கு வேலை கெடச்சுடும்ல" என்றாள் உற்சாகமாக! வாண்டு மல்லி சடாரென வளர்ந்த மனுஷியாக மாறிவிட்டாள். உலகநாதனும் கோவிந்தம்மாளும மல்லிக்கு முன் குன்னிப் போனார்கள்.

மல்லிக்கென்று வாங்கப்பட்ட சைக்கிள் விற்கப்பட்டது. அந்த பணத்தில் வாங்கிய கம்மலையும் விற்க வேண்டிய சூழல். எல்லாவற்றையும் எளிதாக ஏற்றுக் கொள்கிற மல்லியின் மனசு.

கம்மல் விற்ற பணத்தில், வீட்டுக்கு வேண்டியதெல்லாம் வாங்கியது போக, மல்லிக்கு ஒரு தாவணியும், ஒரு ஜோடி கவரிங் வளையங்களும் வாங்கினார்கள். மல்லியிடம் இப்போது மொத்தம் மூன்று தாவணிகள். ராஜ வாழ்க்கைதான்!

ஊரிலிருந்து திரும்பி வந்த மல்லியின் காதுகளில் கவரிங் வளையங்களைப் பார்த்த தாரா, "கம்மல் எங்கேடி ?" என்று கேட்டாள். "காக்கா தூக்கிட்டுப் போயிருச்சு" என்று சிரித்தாள் மல்லி. "அடியே ! நான் பதறிப்போய் கேக்கறேன். நீ பாட்டா பாடுறே !" என்று தாரா கையை ஓங்கினாள். "இல்லக்கா, என் வட்ட மூஞ்சிக்கு வளையம்தான் நல்லா யிருக்கும்னு பசுபதி சொல்லுச்சு. அதான் கம்மலை அண்ணன்கிட்ட கழட்டிக் குடுத்துட்டு, இதை வாங்கினோம்க்கா, நல்லாயிருக்கா ?" என்று தலையை இந்தப் பக்கமும் அந்தப் பக்கமும் ஆட்டிக் காட்டினாள்.

ஒரு வழியாக, முத்துகிருஷ்ணனின் 'மக்கள் உணவு விடுதி' தொடங்கப்பட்டது. சமையல் மேற்பார்வைக்கென, குணவதி காலை ஏழு மணிக்கே கிளம்பி விடுவார். ஆனால், ஓட்டல் டிபன் தனக்கு ஒப்பவில்லை என்பதால் வீட்டிலிருந்து சாப்பாடு அனுப்ப வேண்டும் என்று தாராவிடம் கண்டிப்பாகச் சொல்லிவிட்டார். அந்த வேலையும் மல்லியின் மேல் விழுந்தது.

வீட்டு டிபனை, மக்கள் உணவு விடுதியில் குணவதியம்மா ளிடம் கொடுத்துவிட்டே, பள்ளிக்குச் செல்ல வேண்டும். அதிகாலை எழுந்து வீடு கூட்டிப் பெருக்கி, பாத்திரங்கள் கழுவிக் கொடுத்து, சமையல் வேலையில் தாராவுக்கு ஒத்தாசையாக இருந்து, துணிகள் துவைத்து, குளித்து முடித்து, குணவதியம்மாவுக்கான உணவை எடுத்துக் கொண்டு ஓடி... பல நாட்கள் மல்லியின் காலை உணவு என்பது எழுந்ததும் பல் தேய்த்துவிட்டுக் குடிக்கும் காபி மட்டுமே.

மல்லி வேர்க்க விறுவிறுக்க பள்ளிக்கு ஓடி வர, செல்வநாயகி ஜம்மென்று டூ வீலரில் வந்து இறங்குவதைப் பார்க்கும் பசுபதிக்கும் ஜெயசீலிக்கும் கடுப்பாக இருக்கும். "ஒங்க வூட்ல மட்டும் தான்டி இந்த மாதிரி அநியாயமெல்லாம் நடக்கும்." என்று அங்கலாய்ப்பார்கள். மல்லி அதற்கும் சிரித்துக் கொள்வாள்.

அரையாண்டுத் தேர்வுக்குள்ளேயே ப்ளஸ் ஒன் பாடங்களை முடித்த ஆசிரியைகள், கிறிஸ்துமஸ் விடுமுறை முடிந்ததும் ப்ளஸ் டூ வகுப்புக்கான பாடங்கள் தொடங்கப்படும் என்று அறிவித்தனர். வாங்க வேண்டிய பாடபுத்தகங்கள், நோட்டுகள், வழிகாட்டிகள் எனப் பட்டியல் நீண்டிருந்தது. தேவையான பணமும் கொஞ்சம் அதிகம்தான்.

விடுமுறைக்கு மல்லி கோவை சென்றாள். லோகு, தனிப் பயிற்சிக் கல்லூரி ஒன்றில் வேலைக்குச் சேர்ந்திருந்தான். நடத்துபவர் ரொம்ப நல்ல மனிதர் என்று சொன்னான். அண்ணனின் மாதச் சம்பளம் கம்மி. குடும்பச் செலவுக்கே, 'தொட்டுக்கோ தொடச்சுக்கோ' என்றிருப்பது தெரிந்தது. உலகநாதன் வேறு வேலைகளுக்கு விண்ணப்பித்துக் கொண்டே இருந்தான்.

"அவனோட நல்ல மனசுக்கு கடவுள் சீக்கிரமே கண்ணைத் தொறந்துருவாரு" என்ற கோவிந்தம்மாவிடம், "அண்ணனோட நல்ல மனசுக்கு ஒங்க கடவுள் அப்பவே கண்ணைத் திறந்திருக்கணும். இப்பவே லேட்தாம்மா. பரவால்ல... பெட்டர் லேட் தென் நெவர்'னு சாமிகிட்ட சொல்லுங்க" என்று சிரித்தாள் மல்லி.

பண நெருக்கடியைத் தெரிந்துகொண்ட மல்லி, தன் பள்ளிக்கூடத் தேவைகள் குறித்து எதுவும் சொல்லவில்லை. பள்ளிக்கூடம் திறப்பதற்கு முதல் நாள் மாலை மதுரை திரும்பிய மல்லியிடம், "அம்மாவும் அண்ணனும் எப்பிடி இருக்காங்க?" என்று தாரா விசாரித்தாள். "ரொம்ப கஷ்டம்க்கா. அண்ணனுக்கு இன்னும் சரியான வேலை அமையலை" என்றாள் வருத்தத்தோடு.

அறிவித்திருந்தபடி, பிளஸ் டூ வகுப்புக்கான பாடங்களை ஆசிரியைகள் நடத்தத் துவங்கினர். புத்தகங்கள், குறிப்பேடுகள் இல்லாமல் எத்தனை நாட்கள் ரஃப் நோட்டுடன் ஒப்பேற்றுவது? அக்காவிடம் ஐந்து பத்து என்றால் கிடைக்கும். இது கொஞ்சம் பெரிய தொகை. குடும்பத்தில் மற்றவர்களுக்குத் தெரிந்தால், "இப்பதானே ஊருக்குப் போயிட்டு வந்தே. அங்கியே ஒங்க அண்ணன்கிட்ட வாங்கிட்டு வர வேண்டியதுதானே" என்று கேட்டுவிடுவார்களோ என்ற கூச்சம். வேலுவிடம் மட்டும் பள்ளியில் தான் முகம் கொடுக்க வேண்டியிருக்கும் சங்கடங்களை மல்லியால் பகிர்ந்துகொள்ள முடிந்தது.

"என்ன சங்கடம் ஒனக்கு? ஊருக்குப் போயிட்டு வந்ததிலிருந்து ஒம் மூஞ்சியே சரியில்லயே?" கோயிலுக்குக் கிளம்பிக் கொண்டு இருந்த நாடாரய்யா கேட்டதற்கும் மழுப்பிச் சிரித்தாள் மல்லி. ஆனால், வேலு எல்லாவற்றையும் சொல்லி விட்டான். "அடிப் பொண்ணே, இதுக்குப் போயா சுணங்கிகிட்டு இருக்க. படிக்கிற புள்ளைக்கு பொஸ்தகம் வாங்கித் தர்றது எம்மாம்

பெரிய புண்ணியம் தெரியுமா?'' என்றவர், மல்லியையும் வேலுவையும் கடைக்கு அழைத்துச் சென்றார்.

பாடப் புத்தகங்கள், நோட்டுகள் மட்டும் வாங்கிக் கொண்ட மல்லி, கடைக்காரர் எடுத்து வைத்த வழிகாட்டி நூல்களை வேண்டாம் என்று தீர்மானமாக மறுத்துவிட்டாள்.

வயதான காலத்தில் அலுமினிய பாத்திரக் கூடையைச் சுமந்து, ஊர் ஊராக அலைந்து திரிந்து விற்பதில் கிடைக்கும் சொற்ப வருமானத்தில் வாழும் நாடாரய்யாவின் பெருந்தன்மையை, இந்த ஆறு மாதங்களில் அவள் அறிந்திருந்தாள்.

மனதில் ஊற்றெடுத்த நன்றி உணர்வை வெளிப்படுத்த வார்த்தைகள் தொண்டையில் இருந்து எழும்பவில்லை. நீர் நிறைந்த கண்களோடு கை கூப்பி வணங்கினாள் மல்லி.

கோயில் சிலை ஒன்று குமுறி அழுவதைப் பார்த்ததுபோல பதறிப் போன நாடாரய்யா, "என்னைப் பெத்த ஆத்தா, ஒம் மனசுக்கு நீ நல்லா இருப்ப. நல்லாப் படி. படிப்பு ஒண்ணுதான் ஒனக்குச் சொத்து!'' என்று அவள் தலை தொட்டு ஆசிர்வதிக்க, அதையும் மீறி அழுதாள் மல்லி!

கை நிறைய, பை நிறைய ப்ளஸ் டூ பாடப் புத்தகங்களோடு கண்ணீர் மல்க நின்றிருந்த மல்லியின் முதுகில் தட்டிக் கொடுத்த நாடாரய்யாவின் கண்களிலும் நீர் கோத்தது. "போ, நல்லா படி. அது போதும்'' என்றவர், "நான் கோயிலுக்கு ஒரு எட்டு போயிட்டு வந்துர்றேன். நீங்க வீட்டுக்குப் போங்க'' என்று அனுப்பி வைத்தார்.

மனச்சுமை குறைந்து, புத்தகச் சுமையோடு வேலுவுடன் நடந்தாள் மல்லி. "நாம படிச்சு வேலைக்குப் போய் சம்பாதிக்கிறப்போ, நிறைய ஏழைப் புள்ளைக படிக்கிறதுக்கு உதவி செய்யணும் வேலு'' என்றாள் மல்லி திடீரென!

மல்லியைப் பார்த்து மனது நெகிழ்ந்து நின்ற வேலு, "நிச்சயமா செய்யணும் மல்லி'' என்றவன், "ஆமா, நீ ஏன் கைடு புக்கு எதையுமே வேணாம்னுட்டே?'' என்று கேட்டான்.

"இல்ல வேலு, அய்யாவுக்கு ஏற்கெனவே ரொம்பச் செலவு வெச்சுட்டேன். கைடு புக்கு வேணும்னா பசுபதி, ஜெயசீலி யார்

கிட்டயாச்சும் வாங்கிப் படிச்சுக்குவேன் வேலு!" என்றாள் ஈரமான சிரிப்புடன்.

ப்ளஸ் ஒன் தேர்வுகள் முடிந்ததும் சில நாட்கள் மட்டுமே விடுமுறை தரப்பட்டு ப்ளஸ் டூ பாடங்கள் நடத்த ஆரம்பித்துவிடுவார்கள் என்பதால், கோடை விடுமுறைக்கு மல்லி கோவைக்குச் செல்லவில்லை. லோகு வுக்கு இன்னும் சரியான வேலை கிடைக்கவில்லை என்ற தகவல் மட்டும் அவ்வப்போது காதில் விழும்.

மக்கள் உணவு விடுதியில், விசேஷ நாட்களில் 'இன்றைய ஸ்பெஷல்' என்ற அறிவிப்புடன் சில உணவு வகைகள் தயார் செய்யப்படும். அவை மீந்து விட்டால், வீட்டில் இரவு சமைக்க வேண்டாம். கடையிலிருந்து வரும்போது மீந்ததைக் கொண்டு வருவதாக குணவதி சொல்லி அனுப்புவார். சில சமயங்களில் அவர் வருவதற்கு முன், மல்லியும் வேலுவும் தூங்கி விடுவார்கள்.

அன்றும் அப்படித்தான். கடையில் சாப்பாடு மீந்துவிட்டதாகச் செய்தி வந்தது. காத்துக் காத்துப் பார்த்த மல்லியும் வேலுவும் எதுவும் சாப்பிடாமலேயே தூங்கிவிட்டார்கள். சாப்பாட்டு வாளியோடு தாமதமாக குணவதி வந்தார். தூங்கிக் கொண்டு இருந்த மல்லியையும், வேலுவையும் தாராவின் மாமனார் எழுப்பினார். வேலு சட்டென்று எழுந்து கொண்டான். எழும்பாமல் புரண்டு படுத்த மல்லியை எழுப்ப, இரண்டாவது முறை குரல் கொடுத்த தன் கணவரை, குணவதி கடிந்து கொண்டார். "என்னத்துக்கு இப்ப அவளை எழுப்புறீங்க? வேலுப்பய பட்டினி கெடந்தது தெரிஞ்சா, காசு குடுக்கிற அவன் சித்தப்பன் சத்தம் போடுவான். அவனுக்குப் போடுங்க போதும்" என்றது, விழித்துக் கொண்ட மல்லியின் காதுகளில் விழுந்தன. மல்லி ஓசிச் சோறுதானே என்கிற இளக்காரம். தன் சுயமரியாதை பொசுங்கும் வாடையை மல்லி மீண்டும் நுகர்ந்தாள். "தனியொருவனுக்கு உணவில்லை எனில், ஜெகத்தினை அழித்திடுவோம்" - பாரதி மீண்டும் மூளைக்குள் முழங்க, சோகச் சிரிப்பு மல்லியின் உதட்டில் பதிந்தது.

பட்டினியில் முடிந்த மற்றுமொரு இரவில் மல்லியின் மனதுக்குள் இன்னும் இரண்டு தீர்மானங்கள் நிறைவேறின.

தீர்மானம் ஒன்று : இனி கடையில் இருந்தோ வேறெங்கிருந்தோ, குணவதி கொண்டுவரும் எதையும் சாப்பிடுவதில்லை. தீர்மானம் இரண்டு : அருகிலிருப்பவர் பசித்திருக்க, தான் மட்டும் சாப்பிடுவது வன்முறை. அதை, தான் ஒரு போதும் எந்தச் சூழலிலும் செய்யக் கூடாது.

●

25

அண்ணனைக் காணோம்

ப்ளஸ் டூ பொதுத் தேர்வுக்குப் பணம் கட்ட பள்ளியில் தரப்பட்ட கெடுவின் கடைசி நாள். அதுவரைப் பணம் கட்டாத மூன்று மாணவி களையும் தன் அறைக்கு அழைத்து வரச் சொன்னார் தலைமையாசிரியை செல்வி கமலாம்பாள். அவர்களில் மல்லியும் ஒருத்தி.

மல்லியைத் தலைமையாசியருக்கு நன்றாகத் தெரியும். படிப்பு, பேச்சுப் போட்டி, மாணவர் மன்றம், நாடகம் என்று எல்லாவற்றிலும் பங்கேற்பதும் பரிசுகள் பெறுவதும் அவர் அறிந்ததுதான். மற்ற இரு மாணவிகளும், தங்கள் பெற்றோருக்கு அடுத்த நாள் சம்பளம் கிடைக்கும் என்றும், அதற்கடுத்த நாள் கட்டிவிடுவதாகவும் சொன்னதும் அனுமதி தந்து அவர்களை அனுப்பினார் கமலாம்பாள். மல்லியை அருகே அழைத்து, “ஏம்மா, நீ இன்னும் கட்டலை ?” என்று கேட்டார். மல்லிக்கு இயலாமை, வெட்கம், வேதனை, துக்கம்... வார்த்தைகளற்று மௌனத் தின் மத்தியில் தலைகுனிந்து நின்றாள். சடசடவெனக் கண்ணீர் மழை. “அடடா, அழாதம்மா, என்ன பிரச்னை ? எங்கிட்ட சொல்லு... உன் அம்மா மாதிரி என்ன நினைச்சுக்கோ...” என்றதும் மல்லியின் கண்களில் குளம் கட்டியிருந்த நீர், குற்றாலமாகக் கொட்டத் தொடங்கியது.

“எங்க வீட்ல காசில்ல மேடம். யார்கிட்ட கேக்கிறதுன்னும் தெரியல. இங்க அக்கா வீட்ல தங்கிப் படிக்கிறேன் மேடம். நாடாரய்யா புக் வாங்கித் தந்தாங்க மேடம். தேர்வுக்குப் பணம் கட்ட

என்ன செய்யறதுன்னு தெரியல மேடம்...'' ஆற்றாமையும் துக்கமும் விம்மலாக வெளிப்பட்டது.

கமலாம்பாள், தன் வாழ்க்கையையே கல்விப் பணிக்கு அர்ப்பணித்துக் கொண்ட பெண்மணி. தன் கண் முன்னே, ஓர் இளங் குருத்து இத்தனை வேதனையில் துடிப்பதைப் பார்த்தவர், உடைந்து போனார். "இதுக்குப் போய் அழுவாங்களா என்ன ? உன் ஃபீஸை நான் கட்றேன். யார் கிட்டயும் சொல் லாத. தைரியமா இரு. நல்லா படிச்சு பாஸ் பண்ணு. ரிசல்ட் வந்ததும் எனக்கு சாக்லெட் தருவியா ?'' என்று கேட்க, அது கனவா, நனவா என்பதறியாமல், எல்லா வேதனைகளையும் தொலைத்து வெட்கமாகச் சிரித்தாள் மல்லி.

"ஏண்டி காசில்லைன்னு எங்ககிட்ட சொல்லல ? நாங்க கட்டியிருப்பம்ல ?'' என்று மல்லியை, பசுபதியும் ஜெயசீலியும் உலுக்கி எடுத்துவிட்டனர். அதற்கும் மல்லி எப்போதும் போல் சிரிப்புதான்.

வந்தது தேர்வு. இன்றோடு உலகம் முடியப் போகிறது அல்லது விடியப் போகிறது என்பதுபோல் ஒரு வெறி. பசி, தூக்கம் எல்லாம் மறந்து எந்நேரமும் புத்தகமும் கையுமாகக் கிடந்தாள். ஒவ்வொரு பரீட்சைக்குப் போகும்போதும் வாழ்வின் ஒவ்வொரு கணமும் அவள் முன் வந்து போகும். ஒவ்வொரு பரீட்சைக்குப் போகும் முன்னரும் கமலாம்பாளைப் பார்த்து காலை வணக்கம் சொன்னாள். முத்துமுத்தான கையெழுத்தில் சரியான விடை களைத் தெளிவாக எழுதினாள். ஒவ்வொரு தேர்வு முடிந்து வரும்போதும் ஒரு போரில் வென்ற உற்சாகம். கடைசிப் பரீட்சை எழுதி முடித்த தினத்தில், அத்தனை சந்தோஷங்களுக்கிடையில் பசுபதியையும் ஜெயசீலியையும் கட்டிக்கொண்டு அழுதாள்.

"நல்லா எழுதியிருக்கேங்க்கா'' என்றாள் தாராவிடம் பிரகாசமாக. நாடாரய்யாவின் காலில் விழுந்து கும்பிட்டாள். வேலுவிடம் சொல்ல, அவளிடம் வெற்றிக் கதைகள் நிறைய இருந்தன. வீட்டில் வேலைகளும் நிறையவே இருந்தன.

கோவை சென்று வருவதாகச் சொன்ன மல்லியிடம், "எதுக்கு சும்மா போயிட்டும் வந்துட்டும் இருக்க. ஒரேயடியா ரிசல்ட் வந்ததும்

மார்க்கு சீட் வாங்கிட்டுப் போ" என்று நிறுத்தி வைத்தாள் தாரா. அங்கு சென்றாலும் மல்லிக்கு கஷ்டம்தான் என்று அவளுக்குத் தெரியும்.

எஸ்.எஸ்.எல்.சி.யில் செல்வநாயகிக்குக் குறைந்த மதிப்பெண்களே கிடைத்திருந்தன. ஆனாலும், பொண்ணு பாஸ். அவளை மேலே படிக்க வைப்பதில்லை என்று உறுதியாக இருந்தான் ராஜதுரை. கூடிப் பேசிய குடும்பத்தினர், செல்வநாயகியை ஆசிரியப் பயிற்சியில் சேர்க்க முடிவு செய்தனர். திருச்சியிலிருந்த ஒரு தனியார் பெண்கள் ஆசிரியப் பயிற்சிப் பள்ளியில் செல்வநாயகி சேர்க்கப்பட்டாள்.

ஆக, இங்கே எல்லா வீட்டு வேலைகளும் மல்லியைச் சுற்றிக் கும்மியடித்தன. காலை, மாலை என இரு வேளைகளிலும் பாத்திரங்கள் தேய்க்க, வீடு பெருக்க, வாசல் தெளிக்க, தெருக் குழாயில் வரிசையில் நின்று தண்ணீர் பிடித்து வர, இடையிடையே காபித் தூள், வெல்லம் என்று கடைக்கு ஓட, காய்கறிகள் நறுக்கவென மல்லியை வேலைகள் விரட்டிக் கொண்டே இருந்தன. மல்லி இப்படி நாயாய், பேயாய் பறந்து பறந்து வேலை செய்வதைப் பார்த்து தாராவால் கலங்கத்தான் முடிந்தது. ஏதாவது சொன்னால், தங்கைக்குப் பரிந்துகொண்டு வருவதாக குற்றம் சுமத்துவார்களோ என்ற தயக்கம் வேறு. வேலுவும் நாடாரய்யாவும்தான் மல்லியின் சுமைதாங்கிகள். அவர்கள் காட்டிய அக்கறையும் கரிசனையும் மல்லிக்கு ஆறுதலாக இருந்தது.

பட்ட துன்பத்திற்கு பலன் கிடைத்தது. மல்லி வென்றுவிட்டாள். தலைமையாசிரியை கமலாம்பாளின் வாழ்த்தும், நாடாரய்யாவின் அக்கறையும், மல்லியின் உழைப்பும் உரிய பலனைத் தந்தன. பள்ளியின் முதல் மாணவியாக மல்லி வெற்றி பெற்றாள். தலைமையாசிரியைக்கு ரொம்பவும் பெருமையாக இருந்தது. அவரே மார்க் சீட்டை மல்லியின் கையில் கொடுத்துப் பாராட்டினார். மல்லி, இரண்டு சாக்லெட்டுகளை அவரிடம் தர, கட்டிப் பிடித்து முத்தம் தந்து வாழ்த்தினார்.

பசுபதிக்கும் ஜெயசீலிக்கும் பெருமை பிடிபடவில்லை. நாடாரய்யா, தாரா, வேலுவுக்கெல்லாம் கொண்டாட்டம். அதிலும்

நாடாரய்யா சின்னப் பையன் போல குடுகுடுவென்று ஓடிப்போய் மிட்டாய்கள் வாங்கி வந்து எல்லோருக்கும் விநியோகித்தார்.

அடுத்த நாள், அனைவரிடமும் பிரியாவிடை பெற்றுக் கொண்டு, கோவை ரயிலேறினாள் மல்லி. உலகநாதனுக்கு தகவல் அனுப்ப வில்லை. அண்ணனுக்கு ஆச்சர்யம் தர வேண்டும் என்ற ஆசையில் மல்லி, தானே ரயில்வே ஸ்டேஷனிலிருந்து வீட்டிற்குப் போய் விடலாம் என்று கிளம்பிப் போனாள். வீடு சென்று சேர முன்னிரவாகிவிட்டது!

வீடு திறந்திருந்தது. விளக்கு எரியவில்லை. இருட்டாக இருந்தது. உள்ளே நுழைந்து விளக்கைப் போட்டாள் மல்லி. அறையில் சுவரோரம் ஒடுங்கியபடி வெறுந்தரையில் கிடந்தார் கோவிந்தம்மா.

"ஏம்மா லைட்டைக்கூட போடாமப் படுத்திருக்கீங்க. அண்ணா இன்னும் வரலியா?" என்று மல்லியின் குரலைக் கேட்டதும் எழுந்து உட்கார்ந்த கோவிந்தம்மா, தன் வாயைக் கையால் மூடியபடி சத்தம் வராமல் அழத் தொடங்கினார்.

"நம்ம லோகு மூணு நாளா வீட்டுக்கே வரலைம்மா! யாருகிட்ட விசாரிக்கிறது, என்ன செய்றதுன்னு ஒண்ணும் புரியாம நான் மருவிக் கிட்டு கெடக்கேன் புள்ள" என்று அம்மா கதறி அழ, மல்லிக்கு அதிர்ச்சி.

இரண்டொரு நிமிடங்களில் சுதாரித்தாள். "அண்ணாவை ஆபீஸ்ல அவசரமா எங்கயாச்சும் அனுப்பிச்சிருப்பாங்கம்மா. வந்து சொல்லிட்டுப் போக நேரம் இருந்திருக்காது. நான் அண்ணன் ஆபீஸுக்குப் போன் பண்ணிக் கேக்கறேம்மா" என்று பெட்டியில் உலகநாதனின் அலுவலக முகவரியைத் தேடி எடுத்தாள்.

தொலைபேசியில் பேசிப் பார்க்கலாம் என்று பக்கத்துக் கடையில் போய், நம்பரைப் போட்டாள். போனை எடுத்தவரிடம், தான் இன்னார் என்று அறிமுகப்படுத்திக்கொண்டு, மூன்று நாட்களாக லோகு வீட்டுக்கு வரவில்லை என்று சொல்லி, "எங்கேயாவது வெளியூர் அனுப்பி இருக்கீங்களா சார்?" என்று கேட்டாள். எதிர்தரப்பில் இருந்தவர் கொஞ்சம் துணுக்குற்றதுபோல் இருந்தது. "நான் மேனேஜர்தான் பேசறேம்மா. நீ நாளைக்கு

சரசுவதி | 175

காலைல ஒம்பது மணி வாக்குல இங்க ஆபீஸுக்கு வா, நேரே பேசிக்கலாம்'' என்றார்.

''சார்...'' என்றாள்.

மறுமுனை துண்டிக்கப்பட்டது.

மல்லிக்கு எங்கேயோ இடித்தது!

''அண்ணன் எங்கே போயிருப்பார்?'' - மல்லியின் மனதைக் குடைந்தது அந்தக் கேள்வி. அண்ணனை வெளியூர் அனுப்பியிருந்தால் சொல்லியிருப்பார்களே! வேறென்னவோ நடந்திருக்கிறது என்று பயந்தாள். என்னவானாலும் சரி, இதை அம்மாவிடம் தெரிவிக்க வேண்டாம் என்று முடிவெடுத்தவள், அடுத்த நாள் தன்னை வரச் சொன்ன தகவலை மட்டும் சொல்லிவிட்டுப் படுத்தாள்.

மல்லி, அம்மா இருவருக்கும் தூக்கம் வரவில்லை. ''காக்கா எடுத்துப் போட்ட முள்ளாட்டமா, ஊர் பேர் தெரியாத எடத்துல கொண்டாந்து இப்பிடி வுட்டுட்டுப் போயிட்டானே லோகு'' என கோவிந்தம்மா புலம்பிக்கொண்டே இருந்தார்.

அடுத்த நாள், லோகுவின் அலுவலக முகவரியை விசாரித்துக் கொண்டு நடந்தே போனாள் மல்லி. அண்ணனைக் கேட்டு வந்து நின்ற பெண்ணைப் பார்க்க மேனேஜருக்குப் பாவமாக இருந்தது. தன் குடும்பத்தைப் பற்றி உலகநாதன், அலுவலகத்தில் யாரிடமும் சொன்ன தில்லை. மதுரையில் ஒரு தங்கை படிக்கிறாள் என்று மட்டும் சொல்லி யிருக்கிறான். அந்தப் பெண்தான் இவளோ என்று நினைத்தவர், ''ப்ளஸ் டூ படிச்சிட்டிருந்த பொண்ணாம்மா?'' என்றார். ''ஆமா சார்!'' என்று தலையாட்டினாள். ''ரிசல்ட் வந்திருச்சே... என்ன மார்க் வாங்கியிருக்க?'' என்று கேட்டவர், மல்லியின் மதிப்பெண்ணைக் கேட்டதும் அதிசயித்தார். ''உங்கண்ணனுக்குத் தெரியுமா?'' என்று கேட்டார். ''தெரியாது சார். மார்க் சீட் வாங்கிட்டு நேர்ல சொல்லலாம்னு வந்தா அண்ணனைக் காணோம். அம்மா அழுதுட்டிருக்காங்க சார்.'' முட்டி மோதிக் கொண்டு வெளி யேறத் துடித்த அழுகையைக் கட்டுப்படுத்தியவளாக மல்லி பேசினாள்.

“எங்களுக்கும் ஒண்ணும் புரியலம்மா! எங்க யாருகிட்டயும் உங்கண்ணன் ஒண்ணும் சொல்லல. எங்க போனாருன்னு தெரியல. நீ ஒங்கம்மாகிட்ட ஒண்ணும் சொல்லாதே. நாங்க ஊருக்கு அனுப்பிச்சிருக் கிறதாவே இருக்கட்டும். ஒரு பத்து நாள் பார்ப்போம். அதுக்குள்ள வரலேன்னா போலீஸுக்கு போவோம். அதுவரைக்கும் இந்தா, இதை அம்மாகிட்ட குடுத்துரு...” என்று ஒரு கவரைக் கொடுத்தார்.

கவரை வாங்கிக்கொண்டு வீடு நோக்கி நடந்த மல்லியின் மனதில் தாறுமாறான சிந்தனைகள். “பாவம் அம்மா! வாழ்க்கை முழுக்க எவ்வளவு கஷ்டம். அண்ணன் ஏன் இப்படி செஞ்சுட்டார்... எங்க போயிருப்பாங்கன்னு கூடத் தெரியலியே?” அண்ணனுக்கு ஏதாவது அசம்பாவிதம் நடந்திருக்குமோ என்ற நினைப்பே, அவள் நெஞ்சை உடைய வைத்து கண்களில் நீரைத் தேக்கியது.

வீட்டருகே வந்ததும் கண்களைத் துடைத்துக் கொண்டாள். வருத்தம் காட்டாத முகத்தை வரவழைத்துக் கொண்டு, ‘ஆபீஸ்லதான் அவசர வேலையா அண்ணனை வெளியூர் அனுப்பி வெச்சிருக்காங் களாம். பத்து நாள்ல வந்துடுவார்னு சொன்னாங்க. செலவுக்குப் பணம் குடுத்து வுட்டாங்க” என்று அம்மாவிடம் கவரை நீட்டினாள்.

“நீ யாரைப் பார்த்தே” என்று கேட்டார் கோவிந்தம்மா. “ஆபீஸ் மேனேஜர் ராமசாமி சாரும்மா” என்றாள் மல்லி.

அந்தப் பெயரை உலகநாதனும் சில சமயங்களில் கூறி யிருந்ததால், கோவிந்தம்மாவுக்குக் கொஞ்சம் நம்பிக்கை ஏற்பட்டது.

“போறவன் ஒரு வார்த்தை சொல்லிட்டுப் போயிருக்கலாம். என்னா படிச்சு, என்னா பிரயோசனம்? பெத்தவளோட தவிப்பைப் புரிஞ்சுக்கத் தெரியல. சும்மாவா சொன்னாங்க, ‘பெத்த மனசு பித்து, புள்ள மனசு கல்லுன்னு’” என்று அங்கலாய்த்தவராக, சோறாக்க ஸ்டவ்வைப் பற்ற வைத்தார்.

சுவரில் மாட்டப்பட்டு இருந்த மாதக் காலண்டரைக் கழற்றியெடுத்தாள் மல்லி. பன்னிரண்டாம் நாள், ‘அண்ணன் வருகிறார்’ என்று பொடி எழுத்துக்களில் தேதி கட்டத்துக்குள்

பேனாவால் அழுத்தி எழுதினாள். காலண்டரை மீண்டும் சுவரில் மாட்டினாள்.

அம்மாவும் மல்லியும் வாசல், தெரு என்று வெளியே வராமல், வீட்டுக்குள்ளேயே இருந்தனர். லோகு வாங்கி வைத்திருந்த சின்ன டிரான்சிஸ்டர் மல்லிக்குத் துணையானது. ஒன்றரை வருடக் கோவைக் குடித்தனத்தில் பக்கத்து வீட்டில் குடியிருந்த மில் தொழிலாளி திருமலைசாமியின் மனைவி விஜயாவுடன் கோவிந்தம்மாவுக்கு ஓரளவு பழக்கம் ஏற்பட்டு இருந்தது. கோவிந்தம்மாவின் புராணக் கதைகள் கேட்க, சமையல் குறிப்புகளைத் தெரிந்து கொள்ளவென்று மரியாதை கொடுத்துப் பழகும் விஜயாவை கோவிந்தம்மாவுக்கும் பிடிக்கும். திருமலைசாமி யும் நல்லவர்தான். ரொம்ப படித்தவர் என்று லோகுவின் மீது அவருக்குப் பெரிய மரியாதை.

லோகு அலுவலகத்திலிருந்து திரும்பாத அன்றுதான், வருடாந்திர விடுப்பைப் பயன்படுத்திக் கொண்டு, கணவனும் மனைவியும் ஒரு வார பயணமாக மதுரை, குற்றாலம், கன்னியாகுமரி என்று சுற்றுலா செல்வதாக கோவிந்தம்மாவிடம் கூறிவிட்டுச் சென்றிருந்தனர். எனவே கோவிந்தம்மா, மல்லி நிலை குறித்து அக்கறை காட்டவோ, ஆறுதல் சொல்லவே அங்கே யாருமே இல்லை.

விஜயாவும் திருமலைசாமியும், தங்கள் சுற்றுலா முடிந்து வீடு திரும்பினர். பக்கத்து வீடு திறக்கப்படும் ஓசை கேட்டது. என்றாலும் எழுந்து சென்று வரவேற்று விசாரிக்கும் மனநிலையில் கோவிந்தம்மா இல்லை. பயணக் களைப்பில் இருந்த கணவன் மனைவியும் வழியிலேயே சாப்பிட்டு விட்டதால், தூங்கிவிட்டனர்.

அடுத்த நாள் காலை, வழக்கம்போல் திருமலைசாமி வேலைக்குச் சென்றுவிட்டார். மணி பத்தாகியும், கோவிந்தம்மாள் கண்ணில்படாதது விஜயாவின் நினைவில் தட்டியது. மல்லி வந்திருப்பது விஜயாவுக்குத் தெரியாது. பாதி சாத்தியிருக்கும் கதவைத் தள்ளித் திறந்து உள்ளே நுழைந்த விஜயாவுக்கு கோவிந்தம்மாவும் மல்லியும் ஆளுக்கொரு பக்கம் சுவரோடு ஒட்டிப் படுத்திருந்தது வேடிக்கையாக இருந்தது. "என்ன அம்மாவுக்கும் பொண்ணுக்கும் மணி பத்தாகியும் தூக்கம் கலையலையா ?" என்றாள். மல்லியும் கோவிந்தம்மாவும் எழுந்து உட்கார்ந்தனர். "தலை வலிச்ச மாதிரி இருந்தது. அதான், சித்த தலையை

சாச்சேன்'' என்று கோவிந்தம்மா தலைமுடியைச் சுருட்டி கொண்டை போட்டுக் கொண்டே, ''எப்ப வந்தீங்க! பிரயாணமெல்லாம் நல்லபடியா இருந்ததா ?'' என்று கேட்டார். குரலில் சுரத்தில்லை. மல்லி எதுவும் பேசவில்லை.

இருவருடைய தோற்றத்தைப் பார்த்ததும் விஜயா, 'என்னமோ நடந்திருக்கு' என்று சந்தேகித்தார். ''சாப்புட்டீங்களா'' என்றார். ''சமையல் இனிமேல்தாம்மா'' என்று எழுந்தார் கோவிந்தம்மா. திரும்பி சமையல் அறையில் நோட்டம்விட்ட விஜயா, காலை சமையல் நடந்த அறிகுறியே தென்படாததால், 'காலைல என்ன செஞ்சீங்க ?' என்று அடுத்த கேள்வியைப் போட்டார். ''ராத்திரி சோறு மிஞ்சிக் கெடந்தது. மோர் ஊத்திக் கரைச்சு ஆளுக் கொரு டம்ளர் குடிச்சோம்'' என்று கூறியதை நம்பாத விஜயா, சமையலறைக்குள் நுழைந்து, படபடவென்று சமையல் பாத்திரங் களைத் திறந்து பார்த்தார். அத்தனையும் சுத்தமாக இருந்தன. அரிசி பருப்பு டின்களைத் திறந்தார். கொஞ்சம் அரிசி கிடந்தது. பருப்பு எண்ணெய், காய்கறி என்று எதுவும் இல்லை. ''நெசமா சொல்லுங்க சமைக்கவே இல்லியா ? லோகு சார் எங்கே ?'' என்று கேட்டாள். விஜயாவின் குரலில் வெளிப்பட்ட அன்பும் ஆதங்கமும் கோவிந்தம்மாவுக்கு ஆறுதல் அளித்தது என்றாலும், உண்மையைச் சொல்ல விரும்பவில்லை.

''அவன் ஊருக்குப் போயிருக்கான் ! ஆம்பள இல்லாத வூட்ல, என்னத்த அரிக்கிறது, பொரிக்கிறது ! அரைச் சமையல்தான் ! ஒரு நா பொங்குனா, ரெண்டு நா கெடக்குது. இவளும் குருவிக் கொறிக்கிற மாதிரி கொறிச்சிட்டு படுத்துடுறா' என்று சமாளித்துப் பதில் அளித்தார்.

''நல்லாத்தான் எனக்கு வாயில வருது. லீவுக்கு வந்திருக்கிற புள்ளையை, இப்பிடியா கவனிப்பீங்க ?'' என்று கோபத்தை வெளிப் படுத்தியவாறு போன விஜயா, ஒரு வட்டிலில் குழம்பு ஊற்றிய சோற்றை எடுத்து வந்தவர், ''நாங்க சமைச்சதை ஒங்கம்மா சாப்பிட மாட்டாங்க, நீ சாப்பிடு'' என்று வற்புறுத்தி மல்லியைச் சாப்பிட வைத்தார். கடைக்குச் சென்று கொஞ்சம் காய்கறிகளும் தன் வீட்டி லிருந்து, அரிசி, பருப்பு, எண்ணெயும் எடுத்து வந்தார். ''ஒங்களுக் கோசரம் இல்லன்னாலும், மல்லிக்கோசரமாவது, சோறாக்குங்க''

என்று கோவிந்தம்மா சமையலைத் தொடங்கும் வரை விடவில்லை.

லோகு இல்லாத 11ஆவது நாள் அது!

அடுத்த நாளும் விஜயாக்காவே தன் வீட்டில் சமைத்துக் கொண்டு வந்தார்.

"ஊர்ல இருந்து மல்லி வந்திருக்கா. நீங்களும் உடம்பு சரியில்லாம இருக்கீங்க. எந்திரிங்கம்மா... ஏதாச்சும் சாப்பிட்டாத் தான் உடம்புக்குத் தெம்பு வரும்" என்று கொண்டுவந்த சாப்பாட்டைக் கொடுத்துவிட்டுப் போனார்.

திருமலைச்சாமியும் காலையில் வேலைக்குக் கிளம்பும் முன்பும், மாலையில் வேலையிலிருந்து திரும்பியவுடனும் கோவிந்தம்மா வீட்டு வாசலில் நின்று, "எப்படி இருக்கீங்கம்மா? என்னன்னாலும் ஒங்க தம்பியா நெனச்சுக்கிட்டுக் கூச்சப்படாமச் சொல்லுங்க" என்று கரிசனையாகக் கேட்பார். லோகு இல்லாத மனவெறுமைக்கு, பக்கத்து வீட்டார் கவனிப்பும் பாசமும் மல்லியை நெகிழ வைத்தன. ஆனாலும் அடுத்தவர்கள் தயவில் வாழ வேண்டியிருக்கிறதே!" என்ற கழிவிரக்கம், சோற்றோடு உப்பாகக் கண்ணீரைச் சேர்த்தது.

லோகுவைப் பற்றி எந்த தகவலும் கிடைக்கவில்லை. பேச்சுக் கிடையே, "மேல என்ன செய்யப் போற மல்லி?" என்று கேட்ட விஜயாக்காவிடம், "அது அண்ணன்தான் முடிவு செய்யணும்" என்ற மல்லி, மறுபடியும் காலண்டரைப் பார்த்துக் கொண்டாள்.

தான் குறித்து வைத்திருந்த நாளுக்கு முந்தைய இரவு மல்லி, கொட்டக் கொட்ட முழித்துக் கிடந்தாள். வாசல் கதவை அண்ணன் எந் நேரமும் தட்டலாம் என்ற எதிர்பார்ப்பு ஏக்கமாக மாறிக் காத்திருந்தாள்.

"என்னடி சுவத்துல சாஞ்சுக்கிட்டே தூங்கறவ?" என்று கோவிந்தம்மா எழுப்பியபோது விடிந்திருந்தது. லோகு வரவில்லை. மல்லியின் அத்தனை நம்பிக்கை உடைந்து பொடிப்பொடியானது. "அண்ணன் இன்னிக்கும் வரலியாம்மா?" என்று குரல் வெடித்து அழத் தொடங்கினாள் மல்லி.

●

26

சீருடை இல்லாச் சிறை

மல்லியின் அழுகைச் சத்தம் கேட்டதும், மில்லுக்குக் கிளம்பிக் கொண்டு இருந்த திருமலைச்சாமி, என்னவோ ஏதோ என்ற பதற்றத்துடன், வாசல்படி தாண்டி உள்ளே வந்தார். “அச்சச்சோ!” என்று விஜயாக்காவும் ஓடி வந்தார். மல்லியின் அழுகை இன்னும் அதிக மானது. இனியும் மறைப்பது சரியில்லை என்று, லோகு சொல்லாமல் கொள்ளாமல் வீட்டை விட்டுப்போய் இரண்டு வாரங்களாகிவிட்ட செய்தியைச் சொன்னார் கோவிந்தம்மாள். “பன்னெண்டு நாளாச்சு, இன்னும் தகவலே இல்லை” என்று தானும் அழத் தொடங்கினார்.

திருமலைச்சாமியும் விஜயாவும் அதிர்ச்சியடைந்தனர். “ஏம்மா, இதை எங்ககிட்ட சொல்லல” என்று விஜயா ஆதங்கப்பட்டார். “சரி, சரி, அதைப் பத்தி இப்பென்ன பேச்சு?” என்ற திருமலைச்சாமி, “மதுரைக்கு தங்கச்சி வீட்டுக்குப் போயிருப்பாரா?” என்று கேட்டார். “அவன் அப்பிடி போக மாட்டான். பரீட்சை முடிஞ்சு மல்லி வருவா, காலேஜ்ல சேக் கணும்னு சொல்லிட்டிருந்தானே. இப்ப எங்களை அநாதையாக்கிட்டு எங்கேயோ போயிட்டானே” என்று வாய்விட்டு அழத் தொடங்கினார்.

“ஏம்மா அழுவுறீங்க?” என்று வாசலில் குரல் கேட்டது. விசுக்கென்று எழுந்த மல்லி, “அண்ணா” என்று கதறிக் கொண்டே ஓடி, வீட்டு வாசலில் லோகுவைப் பிடித்து கொண்டு

தேம்பித் தேம்பி அழுதாள். லோகுவுக்கும் கண்கள் கலங்கிவிட்டன. திருமலைசாமிக்கும் விஜயாவுக்கும் எதுவும் சொல்லத் தோன்றவில்லை. மெள்ள வெளியேறினர். வெள்ளைச் சேலையால் கண்களைத் துடைத்துக் கொண்ட கோவிந்தம்மா, "ஏம்ப்பா இப்பிடி செஞ்சே? ரெண்டு வாரமா எங்களை உசுரோட பொண மாக்கிட்டியேப்பா!" என்று அழுகையைத் தொடர்ந்தார்.

"சரிம்மா, அதான் வந்துட்டேன்ல!" என்று அம்மாவைத் தேற்றினான் உலகநாதன்.

"நீங்க எப்படியும் இன்னிக்கு வந்திடுவீங்கன்னு எனக்குத் தெரியும்" என்று மகிழ்ச்சியுடன் மல்லி, தான் காலண்டரில் தேதி குறித்து வைத்திருந்ததை எடுத்து அண்ணனிடம் காட்டினாள். மல்லிக்கு அற்புதங்களில் நம்பிக்கையில்லை, என்றாலும் ஏதோ தன்னுணர்வு!

கோவிந்தம்மாதான், "எங்கப்பா போயிருந்தே இம்புட்டு நாளா?" என்று ஆற்றமாட்டாதவராக கேட்டார். "இப்ப என்னை ஒண்ணும் கேக்காதீங்கம்மா. நேரம் வர்றப்போ, சொல்லணும்னு தோணும்போது நானே சொல்றேன்" என்று மென்மையான குரலில் அழுத்தமாக லோகு சொன்னதும் கோவிந்தம்மா மௌனமானார். அண்ணன் தந்த பதில், தனக்கும் சேர்த்துத்தான் என்று புரிந்துகொண்ட மல்லி, அதுபற்றிக் கேட்கவில்லை.

பேச்சின் திசை மாறியது. "ப்ளஸ் டூ ரிசல்ட் வந்திருக்கும்ல, என்ன மார்க்கு?" என்று லோகு கேட்டதும், மல்லி, தன் மதிப்பெண் அட்டையை எடுத்து நீட்டினாள். "ஆயிரத்து நூத்து முப்பத்தேழா... சூப்பர்" என்று பாராட்டியவன், "ஒங்க பள்ளிக்கூடத்துல முதல் மார்க்கா?" என்று கேட்டான். 'இல்லை' என்று தலையாட்டினாள். அண்ணன் முகம் ஏமாற்றம் அடைவதைப் பார்த்ததும், கலகலவென்று சிரித்தவள், "எங்க ஸ்கூல்ல மட்டும் இல்ல, மாவட்டத்திலேயே நான்தான் முதல் மார்க்" என்றாள். லோகுவுக்குப் பெருமையாக இருந்தது. "ச்சே. இப்படி ஒரு முக்கியமான நேரத்துல நான் ஊர்ல இல்லாமப் போயிட்டேனே... மார்க் ஷீட் வந்து இத்தனை நாளாகிருச்சே... காலேஜுக்கெல்லாம் அப்ளிகேஷன் போட கடைசி நாள் முடிஞ்சிருக்குமே?" என்ற தன் சந்தேகத்தை வெளிப் படுத்தினான்.

“என்னண்ணா சொல்றீங்க? நான் காலேஜ்ல சேர முடியாதாண்ணா?” மல்லியின் குரல் ஏமாற்றத்தையும், அதிர்ச்சி யையும் ஒரு சேர வெளிப்படுத்தியது.

“முயற்சி பண்ணுவோம்!” என்று எழுந்த உலகநாதன், குளித்து உடை மாற்றிக் கொணடு அலுவலகம் கிளம்பும்போது, “மார்க் ஷீட்டைக் குடு” என்று வாங்கிக் கொண்டான். “அண்ணா எப்டியாச்சும் முயற்சி பண்ணுங்கண்ணா” என்று தழுதழுத்த மல்லியிடம் தலையாட்டிவிட்டுப் புறப்பட்டான்.

“ஏன்டி, அவனே எங்கெல்லாமோ அலைஞ்சு திரிஞ்சு நொந்து நூலாகி வந்திருக்கான். இப்ப காலேஜ்ல சேர்க்கணும்னா, பணத்துக்கு எங்கடி போவான்?” என்று கோவிந்தம்மா எச்சரித்தார். மல்லியின் அத்தனை நம்பிக்கையும் காற்றுப்போன பலூன் ஆனது.

இரவு சிரித்துக் கொண்டே உள்ளே நுழைந்த அண்ணனைப் பார்த்ததும், மல்லியின் முகத்திலும் மகிழ்ச்சி ரேகைகள். “எங்க மேனேஜர்கிட்ட மார்க்கை சொன்னியாமே? மார்க் ஷீட்டை பார்த்ததும், அவருக்கு ரொம்ப சந்தோஷம். ஒன்னோட படிப்புச் செலவை எங்க ஆபீஸ்லயே ஏத்துக்கறதா சொல்லிட்டாங்க! அப்ளிகேஷன் தேதி முடிஞ்சுட்டதால, நாம் கேக்கிற பாடம் கிடைக்கிறது கஷ்டம். எதுல இடம் இருக்குதோ, அதுலதான் சேர முடியும். பரவாயில்லையா?” என்றான் உலகநாதன்.

பாடம் எதுவாக இருந்தால் என்ன? தனக்குக் கல்லூரியில் சேர வாய்ப்பு இருக்கிறது என்பதே மல்லிக்கு மகிழ்ச்சியைத் தந்தது. நீண்ட நாட்களுக்குப்ப் பின் அன்றிரவுதான் மல்லி நிம்மதியாக உறங்கினாள்.

“மார்க்ஷீட், டி.சி. எல்லாத்தையும் எடுத்து ஃபைல்ல வெச்சுக்கோ. நாம இன்னிக்கு நிர்மலா காலேஜுக்குப் போறோம்” - காலையில் எழுந்ததும் லோகு சொல்ல, மல்லி முகத்தில் மல்லிப்பூ சிரிப்பு.

குளித்துவிட்டு, இருந்ததிலேயே புதிதாக இருந்த தன் பள்ளிக்கூட யூனிஃபார்மை போட்டுக் கொண்டாள். “இடம் கிடைச்சிரும் இல்லண்ணா?” - மல்லியின் தவிப்பு லோகுவைச்

சங்கடப்பட வைத்தது. "தேதி முடியறதுக் குள்ள, அப்ளிகேஷன் போட்டிருந்தம்னா, உன் மார்க்குக்கு ஜாம்ஜாம்னு சீட் கிடைச் சிருக்கும். ம்... இப்ப அதைப்பத்திப் பேசிப் பிரயோஜனமில்ல. எங்க மேனேஜருக்கு இந்த காலேஜ் பிரின்சிபல் தெரிஞ்சவர். 'வரச் சொல்லுங்க'ன்னு சொல்லியிருக்காங்களாம். பார்ப்போம் என்றான்.

அது பெண்களுக்கான கல்லூரி. கிறித்துவ மதத்தைச் சேர்ந்த அருட்சகோதரிகளால் நடத்தப்படுவது. நேரே கல்லூரி அலுவலகத் துக்குள் சென்றனர். வரவேற்பு மேசையில் இருந்த ஆங்கிலோ - இந்தியப் பெண், "என்ன வேண்டும்?" என்று ஆங்கிலத்தில் கேட்டார். 'அட்மிஷன்' என்று ஒற்றை வார்த்தையில் லோகு பதிலளித்தான். "அப்ளிகேஷன் போட்டிருக் கீங்களா?" என்று அவர் கேட்க, 'இல்லீங்க' என்று தலையாட்டினான். "அப்ளிகேஷன் போடாம, அட்மிஷனுக்கு வந்திருங்கீங்களா?" என்ற அவர் குரல் உயர்ந்திருந்தது. "நேத்து எங்க ஆபீஸ்லயிருந்து பிரின்சிபல்ட்ட பேசியிருக்கோம். இன்னிக்கு வரச் சொன்னாங்க" என்றான் தயக்கமாக. "வரச் சொன்னாங்களா! அதை மொதல்ல சொல்லுங்க" என்றவர், மல்லி கையிலிருந்த சான்றிதழ்களை வாங்கிக் கொண்டு, முதல்வர் அறைக்குள் நுழைந்தார்.

மல்லியின் மனது திக்திக்கென்று அடித்துக் கொண்டது. இடமில்லை என்று சொல்லிவிடுவார்களோ என்ற பயத்தில் பிரின்சிபல் அறைக் கதவையே பார்த்துக் கொண்டு உட்கார்ந் திருந்தாள். சில நிமிடங்களில் வெளியே வந்த வரவேற்பாளர், "உளளே போங்க!" என்று அனுமதித்தாள்.

வலது தோளின் மீது புடவையை கொஞ்சம் இழுத்துப் போர்த்தியவாறு அமர்ந்திருந்த முதல்வர் அம்மையாருக்கு, உணர்ச்சிகளை வெளிப்படுத்தாத முகம். தடித்த மூக்குக் கண்ணாடி. "சீட் தருவாரா, மாட்டாரா?' என மல்லியால் யூகிக்க முடியவில்லை. எதிரே இருந்த நாற்காலிகளைக் காட்டினார். லோகு மட்டும் உட்கார, மல்லி நின்றுகொண்டே இருந்தாள்.

"ஒங்க தங்கச்சியா! இவ்வளவு மார்க் எடுத்திருக்கா... வெரிகுட். நுழைவுத் தேர்வு எழுதியிருந்தா, மெடிக்கல் சீட்

கிடைச்சிருக்குமே'' என்றவரிடம், ''அவ்வளவெல்லாம் படிக்க வைக்க வசதியில்லீங்க'' என்றான் லோகு தணிந்த குரலில்.

''ஓ, சயின்ஸ் டிபார்ட்மென்ட்ஸ்ல எல்லா சீட்டும் முடிஞ்சுபோச்சு. ஆர்ட்ஸ்லதான் இடம் இருக்கும். எக்னாமிக்ஸ், ஹிஸ்டரி, தமிழ், இங்கிலீஷ் லிட்டரேச்சர்னு எதில் சேர விருப்பம்?'' என்று கேட்டார் மல்லியைப் பார்த்தவாறு.

மல்லி நிமிர்ந்து அண்ணன் முகம் பார்த்தாள். சில விநாடிகள் யோசித்த லோகு, ''எகனாமிக்ஸ் கொடுங்க மேடம்'' என்றான். ''எனக்கே கஷ்டமா இருக்கு தம்பி. இன்ஜினீயிரிங் லிஸ்ட் வந்தா, ரெண்டு மூணு மாணவிங்க போவாங்க. அப்ப அந்த இடத்துல, ஒங்க தங்கையை சேர்க்க முயற்சிக்கிறேன்'' என்றவர், வரவேற்பாளரைக் கூப்பிட்டார்.

சேர்க்கைப் படிவத்தில் பொருளாதாரப் பாடத்தில் சேர்த்துக் கொள்ள உத்தரவிட்டுக் கையெழுத்திட்டார். ''ஆபீஸ்ல ஃபீஸ் கட்டிடுங்க'' என்று படிவத்தை உலகநாதன் கையில் கொடுத்தார்.

''பணம் கொண்டாரலைங்க. நாளைக்குக் கட்டலாமுங் களா?'' - லோகு பவ்யமாகக் கேட்டான். 'ஆகட்டும்' என்று சேர்க்கை அட்டையில் 'அடுத்த நாள் சேரலாம்' என எழுதிக் கையெழுத்திட்டார். கட்டணம் எவ்வளவு என்று கேட்டுத் தெரிந்துகொண்டு இருவரும் வெளியே வந்தனர்.

வராந்தா முழுக்க மாணவிகள். பள்ளி போலல்லாது விதவிதமான, வண்ண வண்ண உடைகளில், பட்டாம்பூச்சிகள் நீளக் கால் கொண்டு நடந்து செல்வதுபோல் சலசலத்தவாறு சென்று கொண்டு இருந்தனர்.

மல்லியைப் பார்த்த ஒரு சீனியர் மாணவி, ''புது அட்மிஷனா?'' என்றாள். ''இன்னும் சேரலைக்கா. நாளைக்குத் தான் அட்மிஷன்'' என்றாள் மல்லி அப்பாவியாக.

''இப்படி ஸ்கூல் யூனிஃபார்ம்ல வராத. அந்த ஜெயில்ல இருந் துதான் தப்பிச்சு வந்துட்டமே. இந்தப் புது ஜெயில்ல யூனிஃபார்ம் எல்லாம் கிடையாது'' என்று அவள் சொல்ல, மற்ற மாணவிகள் சில்லறைக் காசுகள் சிதறுவதுபோல் சிரித்தனர்.

மல்லியும் லோகுவும் புன்னகைத்தபடி, வளாகத்திலிருந்து வெளியே வந்தனர்.

மல்லி அப்படியே வீடு திரும்ப, லோகு தன் அலுவலகத்துக்குக் கிளம்பிப் போனான். இரவு வீடு வந்த லோகு கையில் உப்பலான துணிப்பை. உள்ளே இரண்டு செட் பாவாடை, சட்டை, தாவணிகள். மல்லிக்கு ஆச்சர்யம். மகிழ்ச்சி.

"எப்பிடின்னா? அளவு துணியைக்கூட எடுத்துட்டுப் போகாம?" - வியப்பு மாறாத குரலில் கேட்ட மல்லியிடம், "அதான் லோகு! தையல்காரர் ரொம்ப கெட்டிக்காரர். சும்மா ஒரு யூகமா சொன்னேன். அஞ்சடிக்குக் கொஞ்சம் கம்மியா, எத்தியோப்பியா பஞ்சத்துல அடி பட்டது கெணக்கா இருக்குற ஒரு பொண்ணுக்குன்னு சொன்னேன்" என்றான் கேலியாக. 'போங்கண்ணா' என்று மல்லி சிணுங்கினாள்.

அடுத்த நாள், புதுப் பாவாடை, தாவணி அணிந்துகொண்டு கிளம்பத் தயாரான மல்லியிடம், பணத்தை நீட்டினான் லோகு. "நீயே பணத்தைக் கட்டிருவியா? நானும் வரணுமா?" என்று கேட்டான். "நானே கட்டிருவேண்ணா" என்று மல்லி அட்மிஷன் அட்டையையும், பணத்தையும், ரஃப் நோட்டு ஒன்றையும், தன் ஜோல்னா பையில் வைத்தாள். "பணம் பத்திரம்டி" என்று கோவிந்தம்மா எச்சரித்தார்.

கல்லூரி அலுவலகம் சென்று, அட்மிஷன் அட்டையைக் காட்டி, பணத்தைச் செலுத்தினாள். ரசீதைத் தந்த கணக்கர், "இன்னிக்கே கிளாஸ் போலாம்" என்றார்.

வகுப்பறை எங்கிருக்கிறது என்று அவரிடமே கேட்டுத் தெரிந்து கொண்ட மல்லி, தன் புதிய வகுப்பறையைத் தேடிக் கண்டுபிடித்து வாசலில் நின்றாள். 'எக்ஸ்க்யூஸ் மி மேடம்' என்று குரல் கொடுக்க, வகுப் பெடுத்துக் கொண்டு இருந்த விரிவுரையாளர் திரும்பிப் பார்த்தார். "புது அட்மிஷனா, உள்ளே வரலாம்" என்று அனுமதித்தார்.

நெஞ்சுகொள்ளா பூரிப்புடன் வகுப்பறையினுள் நுழைந்து, முதல் வரிசை பெஞ்ச்சில் இடது கோடியில் உட்கார்ந்த மல்லியின் மனதில் ஓடிய ஒரே வரி, "இனி நான் மல்லி, பி.ஏ.!"

பள்ளிக்கும் கல்லூரிக்கும் ரொம்பவே வேறுபாடு இருப்பதாக மல்லி நினைத்தாள்!

பள்ளியில் புத்தகங்களை வைத்துக் கொண்டு, ஆசிரியர்கள் பாடம் நடத்த, மாணவிகள் கைகளிலும் புத்தகங்கள் இருக்கும். கல்லூரி யில் பேராசிரியர்களின் விரிவுரைகளைக் குறிப்பெடுத்துக் கொள்ள வேண்டும். தமிழ் தவிர, பிற வகுப்புகளில் தமிழ்க் குரலே இருக்காது.

மாணவிகளில் பலர் ஆங்கிலத்தில் சரளமாகப் பேசுவது, மல்லிக்கு வியப்பாக இருந்தது. தன்னால் அப்படிப் பேச முடியவில்லையே என்ற தாழ்வு மனப்பான்மை மனதில் முளைவிட்டது.

அண்ணனிடம் இது குறித்து குறைபட்டுக் கொண்டாள். "எல்லாம் போகப் போகச் சரியாயிடும் மல்லி. உன் வகுப்பிலேயே பாதிக்கு மேல் தமிழ் மீடியம் படிச்சவங்கதான் இருப்பாங்க. கொஞ்சம் கவனம் செலுத்தினா, சீக்கிரமா பிக்கப் பண்ணிரலாம்" என்று நம்பிக்கை ஊட்டினான் லோகு.

27

மேடையில் ஒரு குத்துக்கல்

இளங்கலை (பொருளாதாரம்) முதலாம் ஆண்டு என்ற சிறிய பெயர்ப் பலகை பொருத்தப்பட்டு இருந்த வகுப்பறைக்குள், அரக்கப் பரக்க நுழைந்தாள் வகுப்புப் பிரதிநிதி மீரா. பணக்காரத் தோற்றம் கொண்ட அழகான பெண். “கேர்ள்ஸ், கொஞ்சம் கவனிங்கப்பா! ஒரு குட் நியூஸ்!” என்று ஆரம்பித்தவளை, “மேடம் வர்லியா? இந்த பீரியட் ஃப்ரீயா? ஹை ஜாலி!” என்று எதிர்கொண்டது ஒரு குறும்புக் குரல். வகுப்பில் சிரிப்பலைகள் தெறித்தன. “ஹேய்...! வர்ர வாரம் ஃபர்ஸ்ட் இயர் ஸ்டூடண்ட்ஸுக்கு வெல்கம் ஃபங்ஷன்! நமக்கெல்லாம் கட்டுரைப் போட்டி, பாட்டுப் போட்டி, பேச்சுப் போட்டி நடத்துறாங்க. ஒவ்வொரு வகுப்பிலிருந்தும் கட்டாயம் பங்கேற்கணும்னு பிரின்சி உத்தரவு. ப்ளீஸ் பேர் குடுங்கப்பா!” என்று கேட்கும்போதே, மேடம் வகுப்பினுள் நுழைந்தார். “என்ன மீரா, என்ன அறிவிப்பு?” என்று கேட்டுத் தெரிந்து கொண்டவர், “வெரிகுட்! நானே கேக்கறேனே” என்றவர், யாரெல்லாம் பாடுவீங்க?” என்று கேட்டார். மூன்று மாணவிகளின் பெயர்கள் முணுமுணுக்கப்பட, மீரா அந்தப் பெயர்களை எழுதிக் கொண்டாள். கட்டுரைப் போட்டிக்கு இரண்டு மாணவிகள் தாங்களாகவே எழுந்து நின்றனர். “சரி, பேச்சுப் போட்டிக்கு?” என்ற கேள்விக்கு, யாருமே எழவில்லை. “என்ன இது! பேச்சுப் போட்டிக்கு யாருமே இல்லையா! கட்டாயம் ஒருத்தர் பேராவது வேணுமே!” என்று ஆசிரியை சற்று குரலை உயர்த்த, பின் வரிசையிலிருந்து ஒரு மாணவி, “மேடம்! மல்லிகா

பள்ளிக்கூடப் பேச்சுப் போட்டியில் நிறைய பரிசு வாங்கியிருக்கா" என்று கூறினாள். முன் பெஞ்சில் இடம்பெற்றிருந்த மல்லி பயந்து எழுந்தாள். "இல்ல மேடம், வேண்டாம் மேடம்! என்னால் முடியாது" என்று பதறினாள்.

"ஏன் என்ன பயம்? மீரா, பேச்சுப் போட்டிக்கு மல்லிகா பேரை எழுதிக்கோ!" என்றவராய், மாணவிகளின் வருகைப் பதிவேட்டைக் கையிலெடுத்தார் மேடம்.

மல்லி ப்ளஸ் 2 வரை ஆங்கிலத்தை ஒரு பாடமாக மட்டுமே கொண்டிருந்த, பள்ளிகளில் படித்தவள். பொதுத் தேர்வில் நல்ல மதிப்பெண்கள் பெற்றிருந்தாள் என்றாலும், ஆங்கிலத்தில் தடுமாற்ற மின்றி சரளமாகப் பேசிப் பழக்கம் இல்லை. பயமும், கூச்சமும் சக மாணவிகளிடம்கூட இயல்பாக இருக்கவிடாமல் தடுத்தது. நகர்ப்புறக் கலாச்சாரத்தையும் நுனி நாக்கு ஆங்கிலத்தையும் கண்டு நடுக்கத்தில் இருந்தாள் மல்லி. இந்த நிலையில், 'பேச்சுப் போட்டி' என்ற எண்ணமே, அவள் தொண்டைக் குழியை உலர வைத்தது.

வகுப்பு முடிந்ததும், மீராவிடம் போன மல்லி, "தயவுசெஞ்சு, என் பேரை அடிச்சிருப்பா! என்னால பேச முடியாது. ரொம்ப பயமாயிருக்கு" என்று இறைஞ்சும் குரலில் சொல்லும்போதே, கண்களில் நீர் முட்டி நின்றது. தர்மசங்கடத்தில் நெளிந்த மீரா, 'என்னப்பா நீ! மேடமே சொல்லிட்டாங்க. நானெப்படி மாத்த முடியும்!" என்று கூறினாள். குனிந்த தலையுடன் தன் இடத்தில் வந்த அமர்ந்த மல்லிக்கு, அடுத்த பாட வகுப்புக்கென்று ஆசிரியை நுழைந்ததோ, அவர் எடுத்த பாடமோ கவனத்தில் பதியவில்லை. விளக்க முடியாத திகில் மனதைச் சூழ்ந்து கொள்ள, இந்த இக்கட்டி லிருந்து மீள்வதற்கான வழிகளை யோசிக்கத் தொடங்கினாள்.

வீட்டுக்கும் கல்லூரிக்கும் நடந்தே செல்ல வேண்டிய பொருளாதாரச் சூழல் மல்லிக்கு. குறைந்தது முக்கால் மணி நேரமாவது பிடிக்கும். அன்று, பேச்சுப் போட்டி மல்லியின் மண்டையைக் குடைந்து கொண்டு கூடவே வந்தது.

உலகநாதன் இரவு எட்டு மணிக்கு வீட்டுக்கு வந்தான். காத்திருந்த மல்லி கடகடவென்று தன் கோபத்தை, ஆற்றாமையைக்

சரசுவதி | 189

கொட்டினாள். "பாருங்கண்ணா, என்னாலே எப்படி இங்கிலீஷ்ல பேச முடியும்? பயமா இருக்கு. நீங்க வந்து எங்க மிஸ்கிட்ட சொல்லுங்க. இல்லேண்ணா, நான் காலேஜுக்கே போகல!" என்றாள் பாவமாக.

"போட்டிங்கிறது நல்ல விஷயம் தானே! உன் திறமையைக் காட்ட ஒரு வாய்ப்பு" என்று அண்ணன் கூற, "என்னால, சேர்ந்தாப்பல இங்கிலீஷ்ல ரெண்டு வரிகூட பேச முடியா தேண்ணா, இந்த லட்சணத்துல போட்டியில எப்படிப் பேசுறது?" என்று படபடத்தாள். "இரு, இரு! எப்படியும் பேச்சுப் போட்டிக்கானத் தலைப்பை முன்கூட்டியே சொல்லிடுவாங்க. நல்லா தயாரிச்சு, மனப்பாடம் பண்ணி மேடையில பேசறது ஒண்ணும் கஷ்டமில்லை. உனக்குத்தான் நல்ல ஞாபகசக்தி உண்டே! யோசிச்சுப் பார். அவ்வளவு பேர் மத்தியில மல்லி நல்ல பேச்சாளர்னு பேர் வாங்கற சந்தர்பபத்தை நழுவ விடலாமா?" என்று, பந்தை மல்லியின் பக்கம் தள்ளினார். உரசப்பட்ட தீக்குச்சியின் ஜுவாலை போன்ற சிறிய வெளிச்சம், மல்லிக்குள் தோன்றியது.

வியாழன் அன்று போட்டிகளுக்கான தலைப்புகள் தரப்பட்டு, அவை அறிக்கைப் பலகையிலும் ஒட்டப்பட்டன. வீடு வந்த மல்லி, அண்ணனிடம் அந்தத் தலைப்பில் உடனடியாகப் பேச்சு தயாரித்துக் கொடுக்கும்படி கெஞ்சினாள். "நீ ப்ளஸ்-ஒன் படிக்கும்போது, இதே தலைப்பில்தானே பள்ளிக்கூடத்திலே பேசி முதல் பரிசு வாங்கினே?" என்று கேட்ட அண்ணனிடம், "ஆமா! ஆனா, அது தமிழ்ல! நீங்கதான் குறிப்பு தந்தீங்க" என்றாள்.

"அந்தப் போட்டியில நீ பேசினதை, கடகடன்னு ஒப்பி! நான் அதையே இங்கிலீஷ்ல எழுதித் தந்துடறேன்" என்றான் லோகு. மல்லிகா மடை மாற்றம் செய்யப்பட்ட வாய்க்கால் நீராக, தன் முந்தைய தமிழ்ப் பேச்சை நினைவிலிருந்து வெளிப்படுத்த, அதை ஆங்கிலத்தில் மொழி மாற்றம் செய்து எழுதினான் லோகு. பேச்சில் ஆழம் வேண்டி சில புதிய செய்திகளையும் கருத்துகளையும் சேர்த்தான். "இந்தா, இனி உன்பாடு" என்று தங்கையிடம் குறிப்பேட்டைக் கொடுத்தான். மொத்தம் 20 பக்கங்கள். அதைத் தயாரிக்க அண்ணன் அரைமணி நேரமே எடுத்துக் கொண்டது மல்லிக்கு வியப்பாக இருந்தது.

மல்லி, உடனடியாக மனப்பாடம் செய்யத் தொடங்கினாள். ஒரு தடவை உரத்த குரலில் அண்ணனிடம் படித்துக் காட்டி, வார்த்தைகளின் உச்சரிப்பைச் சரி செய்து கொண்டாள். பத்து மணி அளவில் பாயை உதறிப் போட்டு படுக்கப் போனவனிடம், "அண்ணா! இன்னும் ஒரே ஒரு தடவை சொல்லிப் பார்த்துக் கறேன், கேளுங்க" என்று நோட்டை அண்ணனிடம் கொடுத்து விட்டு, கடகடவென்று ஒப்பிக்கத் தொடங்கினாள். லோகுவுக்கு கொஞ்சம் ஆச்சர்யமாகக்கூட இருந்தது. எப்படி அதற்குள் மொத்தத்தையும் மனப்பாடமாகச் சொல்கிறாள் என்று வியந்தவன், எங்கெல்லாம் ஏற்ற இறக்கம் வேண்டும் என்று ஆலோசனை வழங்கினான்.

அடுத்த நாள் காலையில் நம்பிக்கையும் தைரியமுமாகத் தன் வெற்றி உறுதி என்ற நம்பிக்கையுடன் கல்லூரி நோக்கி நடந்தாள் மல்லி. வழி நெடுக, தன் பேச்சை, மனதில் திரும்பத் திரும்ப சொல்லிப் பார்த்துக் கொண்டே நடந்தாள். உற்சாகக் காய்ச்சல் எல்லோரிடமும் தொற்றி யிருந்தது. அதனால் மல்லியைப் பேசிக் காட்டச் சொன்னார்கள். முதலில் தயங்கிய மல்லி, பின்பு மேஜையருகே நின்றபடி, சக மாணவிகளைப் பார்த்துப் பேசத் தொடங்கினாள். தங்குதடையில்லாத பேச்சு. மல்லி பேசி முடித்ததும், அனைவரும் படபடவென்று கைதட்டி மகிழ்ச்சி ஆரவாரம் செய்தனர். "இவ்வளவு நல்லா பேசுறியே, பின்னே அன்னக்கி ஏன் பிகு பண்ணினே?" என்று மீரா எழுந்து மல்லியின் கன்னத்தில் செல்லமாகத் தட்டினாள்.

பிற்பகல் உணவு இடைவேளைக்குப் பின்பு, மாணவிகள் கூட்டம் வெள்ளி விழா கலை அரங்கை நிரப்பி இருந்தது. ஆயிரம் பேர் உட்காரக் கூடிய அரங்கு. போட்டியாளர்கள் என்ன வரிசையில் பேசுவது என்று பாரபட்சமில்லாமல் தீர்மானிப்பதற்காக, சீட்டு குலுக்கிப் போடப்பட்டது. மல்லிகாவின் கைக்கு ஒன்றாம் எண் போட்ட துண்டுச்சீட்டு வர, முதலில் அவளே மேடையேற வேண்டியவள் ஆனாள். "மல்லி, வகுப்போட மானமும் கௌரவமும் இப்ப உன்கிட்டதான் இருக்கு. ஆல் தி பெஸ்ட்!" - வாழ்த்துக்களோடு மேடைக்கு அனுப்பி வைத்தனர், வகுப்புத் தோழிகள்.

சரசுவதி

மேடையின் இடப்புறம் இருந்த படிகள் வழியாக ஏறி மேலே வந்த மல்லி, நேரே மைக் அருகே சென்றாள். அரங்கத்தைப் பார்த்தாள். அரங்கின் முதல் வரிசையின் மையத்தில், போட்டியின் நடுவர்களாக மூன்று பேர், அடுத்த வரிசையில் கல்லூரி முதல்வர், துணை முதல்வர், துறைத் தலைவர்கள், அவர்களுக்குப் பின் இரண்டு மூன்று வரிசைகளில் பேராசிரியைகள், அவர்களுக்குப் பின்னால் மாணவிகள் என பிரமாண்டமான அரங்கம்.

மல்லிகா மைக் முன் நின்றதும், அவள் வகுப்பு மாணவிகளிட மிருந்து உற்சாகக் கூச்சல். "ஹேய்ய்ய் மல்ல்ல்லீ !" என்ற வாழ்த் தொலிகள். மல்லி பேசத் தொடங்குவதற்கான மணி ஒலித்தது. "மரியாதைக்குரிய நடுவர்களே..." என்று விளித்து கண்களை நிமிர்த்தி நடுவர்களைப் பார்த்தாள். "கல்லூரி முதல்வர் அவர்களே..." என்றபடி முதல்வரைப் பார்வையால் தொட்டாள். "ஆசிரியப் பெருமக்களே, என் அன்புக்குரிய மாணவத் தோழிகளே, உங்கள் அனைவருக்கும் வணக்கம்" என்றதும் அரங்கில் ஒரே கைதட்டல்.

"நான் பேச எடுத்துக் கொண்ட தலைப்பு... தலைப்பு..." ஐயய்யோ ! மல்லிக்குச் சுத்தமாக ஆங்கிலத் தலைப்பு மறந்தே போய்விட்டது. ப்ளஸ்-ஒன்னில் பேசிய தமிழ்த் தலைப்பு மீண்டும் மீண்டும் நினைவில் பளிச்சிட, மேடைப் பொறுப்பாசிரியை மெல்லிய குரலில் தலைப்பைக் கூற மல்லி பிடித்துக் கொண்டாள். இதற்குள் அரங்கிலிருந்து, கேலியும் கிண்டலும், சீழ்க்கை ஒலியும், காகித அம்புகளும் மேடையை நோக்கிப் பறக்க, ஏக களேபரம். மல்லியின் மூளை தடாலென்று வெற்றிடமாகி விட்டது. நாக்கு புரள மறுத்தது. தொண்டையிலிருந்து வார்த்தைகள் கிளம்பவில்லை.

மல்லிக்கு ஒன்றும் தோன்றவில்லை. பேச்சு மேடையை வெறித்தாள். மெல்லிய புழுதிப் படலத்துடன் இருந்த பலகையில் ஒரு நீள்கோடு இழுத்தாள். அரங்கத்திலிருந்து வரும் குரல்கள் எதுவுமே காதில் விழவில்லை. வலது மூலைக்குக் கொண்டு வந்த தும்பை, குறுக்காக கீழ் மூலைக்கு இழுத்தாள். ஒரு குறுக்குக்கோடு பளிச்சிட்டது. அங்கிருந்து அந்த தும்பை அப்படியே நேராக இழுத்து கீழ் வலது மூலைக்குக் கொண்டு சென்றாள். அரங்கத்தில் கட்டுப்படுத்த முடியாத அளவு கூச்சல்.

பேச்சை முடித்துக் கொள்ள இன்னும் ஒரு நிமிடம் இருக்கிறது என்பதை அறிவிக்கும் நான்காவது நிமிட மணி ஒலித்தது. மல்லி அவசர அவசரமாக தும்பை அப்படியே குறுக்கால் இழுத்து, அது தொடங்கிய இடத்திற்குக் கொண்டு சேர்த்தாள். ரோஸ்ட்ரம் X தோற்றம் கொடுத்தது. அதையே வெறிக்கப் பார்த்துக் கொண்டு நின்றவளின் அருகில், மேடைப் பொறுப்பாசிரியை வந்து மெள்ளத் தோளில் கைவைத்து "சரிம்மா, நீ போகலாம்" என்றார். மேடையைவிட்டு இறங்கினாள் மல்லி. அரங்கம் முழுவதும் கேலி ஆரவாரம்.

வெறிகொண்ட கூட்டமாக ஓடி வந்த வகுப்புத் தோழிகள், "சனியனே ! கிளாசோட மானத்தைக் கப்பல் ஏத்திட்டியே... என்னடி ஆச்சு உனக்கு ? காலையில நல்லாத்தானேடி பேசிக் காட்டினே !" என்று ஆளுக்காள் கேட்க, மல்லி அவமானத்தில் துடித்தாள். அங்கேயே உயிர் போய்விடக் கூடாதா என்று தோன்றியது. விடுவிடுவென அரங்கத்தை விட்டு வெளியேறினாள். மனதைப் பாறாங்கல்லாக அழுத்திய உணர்ச்சிகளுடன் வீடு நோக்கி நடந்தாள்.

"என்னடி, சீக்கிரமே வந்துட்டே ? ஏதோ போட்டிக்கீட்டினு சொன்னே ?" என்று கேட்ட கோவிந்தம்மாவிடம் எதுவும் கூறவில்லை. அறைக்குள் நுழைந்து, முகம் கவிழ்ந்து படுத்த மல்லியின் மௌனக் கண்ணீர் தலையணையை நனைத்தது.

மல்லியின் பேச்சுப் போட்டி முடிவைத் தெரிந்து கொள்ளும் ஆவலில் வீடு திரும்பிய உலகநாதனுக்கு, தங்கையைப் பார்த்ததுமே தெரிந்துவிட்டது. அருகே வந்தவன், அவள் முதுகைப் பரிவுடன் தடவிக் கொடுத்து, "பரவால்ல மல்லி, பெட்டர் லக் நெக்ஸ்ட் டைம் !" என்றான் ஆறுதலாக.

மல்லி, அண்ணனின் தோளில் சாய்ந்து வாய்விட்டு அழுதாள் !

"எதுக்கு இப்ப மயான காண்ட சந்திரமதி கெணக்கா அழுதுட்டி ருக்கவ ? ஜெயிச்சிருந்தா, எதுக்கும் உதவாத ஒரு கப்பைத் தூக்கிக் குடுத்திருப்பாங்க... சோத்துக்காவுமா ? சாத்துக்காவுமா ? வெளக்குவெச்ச நேரம் கண்ணீர் வடிக்கிறத

மொதல்ல நிறுத்து. குடும்பத்துக்காவாது!" - கோவிந்தம்மாவின் ஆறுதல் மல்லிக்குப் போதுமானதாக இல்லை.

"மேடையில் பேசித் தோத்திருந்தாக்கூட பரவாயில்லண்ணா. அவ்ளோ பேர் முன்னால குத்துக்கல்லாட்டமா பேசாம நின்னதுதான் அவமானமா இருக்குண்ணா. ஸ்கூல்ல எத்தனை போட்டியில பேசியிருக்கேன். ஒரு தபாகூட இப்பிடி ஆனதில்லையேண்ணா" என்று குமைந்தாள்.

"அட, இப்பக்கூட உன்னைத் தமிழ்ல பேசச் சொல்லியிருந்தா, பின்னியெடுத்திருப்ப. தமிழ் நம்ம தாய்மொழி. வீட்லயும் வெளியிலயும் பேசற மொழி. உணர்வுபூர்வமா, அறிவுபூர்வமா பதிஞ்ச மொழி. இங்கிலீஷ் அப்பிடி இல்லியே. பள்ளிக் கூடத்துல நீ அதை ஒரு பாடமா மட்டும்தான் படிச்சிருக்கே. அதனால, இங்கிலீஷ்ல சரளமா பேச முடியாம நின்னது சகஜம்தானே. அதுவுமில்லாம, மொத்தப் பேச்சையும் மொத நாள் ராத்திரி தான் உன் மூளைக்குள்ளே திணிச்சே. அவளோ பெரிய கூட்டத்தைப் பார்த்ததுமே, டென்ஷன்... பயம்... எல்லாம் மறந்துபோச்சு. அதான ?"

அண்ணன் சொல்லச் சொல்ல, பூம்பூம் மாடாகத் தலை யாட்டினாள் மல்லி.

"இப்ப பேசிப் பாரு. அதே பேச்சை உன்னால் சரளமாப் பேச முடியும்" - என்றபடி உலகநாதன் எழுந்து போக, மல்லி அந்தப் போட்டிப் பேச்சை மனதுக்குள் சொல்லிப் பார்த்தாள். மொத்தப் பேச்சும் தடதடவென நினைவுக்கு வந்தது. "அட, அண்ணன் சொன்னது சரிதான்!" என்று யோசித்த மல்லி களுக்கென்று சிரித்தாள்.

மேல் துண்டால் முகத்தைத் துடைத்துக்கொண்டே வந்த லோகு, "அழுவாச்சி போய் சிரிப்பா ? நல்லதுதான்! போட்டின்னா ஜெயிக்கிறதும் தோக்குறதும் சகஜம். போ... போய் முகம் கழுவிட்டு வா. காத்தாட நடந்துட்டு வரலாம்" - மல்லியின் சோகத்தை மாற்ற முயன்றான் உலகநாதன்.

காந்திபுரம் கடைத் தெருவை அடைந்தனர். மின் விளக்குகளின் ஒளி மழையில், சாலைகளும் கடைகளும் நனைந்து

கொண்டு இருந்தன. தொழில் நகரத்துக்குரிய சுறுசுறுப்பும் சலசலப்புமாக ஊரே உயிரோட்டமாக இருந்தது. வேடிக்கைப் பார்த்துக் கொண்டே நடக்க நடக்க, மல்லியின் மன இறுக்கம் மெள்ள நெகிழ்ந்தது.

●

28

மாடர்ன் அம்மா

தன் அலுவலகத்தில் அன்று நடந்த தமாசான நிகழ்ச்சியை சொல்லிக் கொண்டு சிரித்தபடி நடந்த லோகநாதன், உணவு விடுதியொன்றுள் மல்லியை அழைத்துக்கொண்டு நுழைந்தான். “எதுக்குண்ணா ? வீட்ல அம்மா சமைச்சதெல்லாம் வீணாயிடும் !” என்ற மல்லியிடம், “அதெல்லாம் கவலைப்படாத. ராத்திரிச் சாப்பாடு, புளிச்சோறா அவதாரம் எடுத்து, காலையில நம்ம தட்டுல வந்து ஒக்காரும்” என்று லோகு சிரித்தபடி மல்லிக்குப் பிடித்த மசால் தோசைக்கு ஆர்டர் கொடுத்தான்.

பேசிக்கொண்டு இருக்கும்போதே லோகுவின் பேச்சு தொனி மாறியது. முகம் இறுக்கமானது. லோகு பேசிய ஒவ்வொரு வார்த்தையும் அடக்கி வைக்கப்பட்டு இருந்த கனத்த உணர்வுகளை வெளிப் படுத்துவதாக இருந்தது. “என்னண்ணா சொல்றீங்க ? பெரியண்ண னுக்கு நெறய வயசாச்சே. அவரோட மொத சம்சாரம் செத்துப்போய் ரொம்ப வருஷ மாச்சுன்னு சொல்வாங்களே ?” என்று கேட்டாள். “ஆமா, பெரியண்ண னுக்குக் கல்யாணம்னு தகவல் அரசல் புரசலா வெளியானதும் பழநிமுத்து எனக்கு போன் பண்ணி, ‘உடனே பொறப்பட்டு வாஆளே’ன்னு கூப்பிட்டாப்ல. நான் போறதுக்குள்ள அவர் கல்யாணம் முடிஞ்சு போச்சு. எனக்குப் பெரியண்ணன் முகத்துல முழிக்கவே பிடிக்கலை !” என்று பேச்சை நிறுத்தியவன், “எனக்கு மனசே ஆறலை மல்லி. அதான் பழநிமுத்துகிட்ட கொஞ்சம் பணம் கடன் வாங்கிட்டு, ராமேஸ்வரம், கன்னியாகுமரின்னு பரதேசியாத் திரிஞ்சேன்” என்றான் குரல் கம்மலாக !

“ஓ. அதானா நான் மதுரையிலிருந்து வந்தப்ப நீங்க வீட்டில இல்லையே?” என்று கேட்ட மல்லிக்குத் தலையாட்டிய லோகு, “நீ இது எதையும் அம்மாகிட்ட சொல்லிடாத, நொறுங்கிப் போயிடுவாங்க” என்று எச்சரித்தான்.

“இவ்வளவு வயசு வித்தியாசம் இருக்குறவரை கல்யாணம் பண்ணிக்க அந்தப் பொண்ணு எப்பிடிண்ணா ஒப்புக்கிச்சு?” என்று மல்லியின் கோபம் கேள்வியாக, “பாவம், அவங்க சம்மதத்தை யார் கேட்டிருக்கப் போறாங்க? பெரியண்ணனுக்கு நாம எழுதிக்குடுத்த நிலத்தை அந்தம்மா பேருக்கு எழுதி வைக்கச் சொல்லியிருக்காங்க. இவரும் குடுத்துட்டாரு. அப்பறம் கழுத்தை நீட்டுன்னா, நீட்ட வேண்டியதுதான். கிராமத்துல பெண்களை அப்படித்தானே வெச்சிருக் காங்க” என்றவன், “நிலம் போனதுகூட எனக்குச் சங்கடமில்லை மல்லி, பெரியண்ணன் இப்பிடி நடந்துக்கிட்டதும் அந்த விஷயத்தை மறைச்சதும்தான் தாங்க முடியலை” என்ற உலகநாதனின் குரல் கரகரத்திருந்தது.

“விடுங்கண்ணா, யாரு எப்பிடிப்பட்டவங்கன்னு தெரிஞ்சுக்க நமக்கு ஒரு வாய்ப்பு. நம்ம கையில் நிலம் இருந்திருந்தாலும் இப்போ ஒரு பிரயோசனமும் இல்லை. உங்களுக்குச் சீக்கிரமே நல்ல வேலை கிடைச்சா, அது போதும்ணே அம்மாவுக்கு!” என்று மல்லி, அண்ணனைத் தேற்றினாள். லோகுவின் பெரிய சோகத்துக்கு முன், மல்லியின் வருத்தம் வலுவிழந்து, அர்த்தமற்றதாகி நீர்த்தது.

மறுநாள் காலை, அலுவலகத்தில் அதிக வேலை என்று லோகு சீக்கிரமே புறப்பட்டுச் சென்றுவிட்டான். எட்டு மணியாகியும் தூங்கிக் கொண்டு இருந்த மல்லியை, எழுப்பக் குனிந்த கோவிந்தம்மா துணுக்குற்றார். பரபரப்பாக பக்கத்து வீட்டினுள் நுழைந்தவர், விஜயாவிடம் போய் குசுகுசுவென்று ஏதோ சொன்னார், “பூவும் பொட்டும் இல்லாத நான் மொதல்ல பாக்கறது நல்லதில்ல. நீ சரியாப் பாத்துச் சொல்லு” என்று வெளியிலேயே நின்று கொண்டார்.

அறைக்குள் நுழைந்து, குனிந்து குறுஞ்சிரிப்போடு, மல்லியை எழுப்பிய விஜயா, “ஆமாம்மா, மல்லி பெரிய மனுஷியாகிட்டா” என்றபடி அவள் கன்னத்தை வழித்து திருஷ்டி சொடுக்கினாள். மகிழ்ச்சி, வருத்தம் என்ற இரு வேறு உணர்வுகளின் பிடியில்

சிக்கிய கோவிந்தம்மாவுக்கு, என்ன செய்வதென்று தோன்ற வில்லை. "மொத தண்ணிய நீயே ஊத்திடு விஜயா. இந்தா கடைக்குப் போய் வேண்டியதை வாங்கிட்டு வந்துடு" என்று அஞ்சறைப் பெட்டியிலிருந்த சில பத்து ரூபாய் நோட்டுகளை எடுத்து நீட்டினார். "அட இருக்கட்டும்மா" என்று மகிழ்ச்சி பொங்கக் கிளம்பினாள் விஜயா.

மல்லிக்குத் தன் உடலில் ஏற்பட்டிருக்கும் மாற்றம் குறித்து ஒரு மாதிரியாக இருந்தது என்றாலும் எத்தகைய பரபரப்பும் கொள்ள வில்லை. இந்த உடல்ரீதியான நிகழ்வு எல்லாப் பெண்களுக்கும் இயற்கையாக நிகழ்வது என்ற புரிதல் மல்லிக்கு இருந்தது. தங்கள் குடும்பத்தின் அன்றைய வாழ்க்கைச் சூழலில், இது குறித்து அலட்டிக் கொள்வதற்கு ஏதுமில்லை.

இரவு வீட்டுக்கு வந்த லோகுவிடம் கோவிந்தம்மா விஷயத்தைக் கூறினார். "நம்ம கிராமமா இருந்தா, நாலு பேரைக் கூப்பிடணும், தட்டு சுத்தணும். இந்த ஊருல நமக்கு யார் இருக்கா ? தாரா வீட்டுக்கும் இப்ப ஒண்ணும் சொல்ல வேண்டாம். அஞ்சாம் நாள் தலைக்கு ஊத்துனதும் அவ எப்பவும் போல காலேஜுக்குப் போவட்டும்" என்றதும், "அட அம்மாகூட மாடர்னா மாறிட்டாங்களே" என லோகு வியந்தான்.

விஜயாக்கா வாங்கிக் கொடுத்த புதுப் பாவாடை, தாவணியோடு கல்லூரிக்குச் சென்ற மல்லிக்கு எதிர்பாராத வரவேற்பு. "ஹேய் மல்லி, என்னடி லீவு? நாங்க பயந்துக்கிட்டே இருந்தோம்ப்பா!" என்று இழுத்தனர். பேச்சுப் போட்டியில், மல்லி சரியாகப் பேசவில்லை என்ற கோபத்தில் திட்டியதில், அவமான மடைந்து மல்லி படிப்புக்கே முழுக்குப் போட்டு விட்டாளோ என்ற குற்ற உணர்வில் இருந்தவர்களுக்கு, மல்லியின் வருகை மன நிம்மதியைத் தந்தது. சக மாணவிகளுடன் நட்பை வளர்த்துக் கொள்ள, சில நாட்கள் தான் கல்லூரிக்கு வராமலிருந்தது காரணமாக அமைந்து விட்டதை எண்ணி சிரித்துக் கொண்டாள் மல்லி.

மீரா, சபிதா, சரஸ்வதி என்று இன்னும் சில நல்ல தோழிகள் கிடைத்தார்கள். சுவாரஸ்யமாகவும் அறிவுபூர்வமாகவும் உரை யாடும் மல்லிக்கு தோழிகளின் எண்ணிக்கையும் அதிகரித்தது.

தேசியக் கட்சி ஒன்று மாநில வாரியாக கல்லூரி மாணவர்களுக்குக் கட்டுரைப் போட்டி அறிவித்திருந்தது. தலைப்பு... 'இந்தியாவுக்கு உகந்தது, ஒற்றையாட்சியா... கூட்டாட்சியா?'. கட்டுரை, தமிழிலோ ஆங்கிலத்திலோ இருக்கலாம். ஒவ்வொரு மாநிலத்திலும் தேர்ந்தெடுக்கப் படும் சிறந்த முதல் மூன்று கட்டுரைகளுக்குப் பாராட்டுப் பத்திரங்களும் ரொக்கப் பரிசும் வழங்கப்படும் என்றும், முதல் பரிசு பெறுபவர்கள் புது டெல்லியில் தலைவரிடமிருந்தே பரிசைப் பெறலாம் என்றும் தெரிவித்திருந்தது.

கல்லூரி அறிக்கைப் பலகையில் இந்த அறிவிப்பைப் பார்த்ததும், மல்லிக்கு தன்னால் எழுத முடியும் என்று தோன்றியது. மல்லியின் பொருளாதாரப் படிப்புக்கு இணைப் பாடம், 'தற்கால அரசுகள்'. ஆர்வ மிகுதியால் அந்தப் பாடத்துக்கான புத்தகத்தை வகுப்பில் நடத்தத் தொடங்குவதற்கு முன்பே, ஊன்றிப் படித்து முடித்திருந்தாள். அதோடு நிகழ்கால அரசியல் குறித்த ஆர்வமும் சேர்ந்து கொள்ள, கட்டுரைப் போட்டிக்குத் தன் பெயரைக் கொடுத்தாள்.

லோகுவிடம் செய்தியைச் சொன்ன மல்லி, தான் முதல் பரிசு பெறுவது உறுதி என்றும், தான் டெல்லி செல்லும்போது லோகுவும் உடன் வர வேண்டும் என்றும் வற்புறுத்தினாள். "அப்பிடிப் போடு. அதுக்குள்ள டெல்லிக் கனவா? அந்தக் கட்சியில உறுப்பினரா வதற்கான தகுதி உனக்கு இருக்கு!" என்று கேலி செய்தான்.

"விஷயம் தெரியுமா? அந்தக் கட்சியில் இருக்கிறவங்க எல்லாருக்கும் வயசாயிடுச்சு. புதுசா யாரும் கட்சியில சேர மாட்டேங்கிறாங்க. இளைஞர்கள் யாரும் இவங்க கட்சிக்கு வர்றதில்லை. அதான் இப்படி ஏதாவது செஞ்சு இளைஞர்களை இழுக்க முயற்சி பண்றாங்க. உன் விருப்பம் போல செய். ஆனா, நீதான் விஷயங்களைச் சேகரிச்சு எழுதணும். என்னைத் தொந்தரவு செய்யக் கூடாது" என்றவனிடம், "ரொம்ப பிகு பண்ணிக்கிடாதீங்க. நான் எங்க மிஸ் கிட்ட கேட்டுக்கிறேன்" என்று நொடித்தாள் மல்லி.

மல்லிக்குப் புது குரு, சரளா மிஸ். இணைப் பாட விரிவுரையாளர். தன் முதுகலைப் படிப்பை டெல்லிக் கல்லூரி

ஒன்றில் முடித்த கையோடு இங்கே வேலைக்குச் சேர்ந்திருந்த சரளாவை எல்லோருக்கும் பிடிக்கும். மாணவிகளுக்கு அவரை அணுகுவத எளிதாக இருந்தது. மல்லி, சரளா மிஸ்ஸை அணுகி, தான் கட்டுரைப் போட்டியில் கலந்துகொள்ள உதவ வேண்டும் என்று பணிவோடு கேட்டாள். சரளா மிஸ்ஸுக்கு மகிழ்ச்சி. கல்லூரி நூலகத்திலிருந்து கட்டுரை தொடர்பான சில புத்தகங்களை எடுத்துத் தந்து உற்சாகமூட்டினார். மல்லிக்கு மகிழ்ச்சியாக இருந்தது. லோகுவும் தனிப் பயிற்சிக் கல்லூரி நூலகத்திலிருந்து சில புத்தகங்களைக் கொண்டுவந்து கொடுத்தான்.

கல்லூா, வீடு என்று ஏழு நாட்கள் இரவு பகலாகப் புத்தகங்களை அலசி ஆய்ந்த மல்லி, விஷயங்களைத் தெளிவாக உள்வாங்கிக் கொண்டாள். இரண்டு நாட்கள் விடுப்பெடுத்துக் கொண்டு, பத்து பக்க அளவில் கட்டுரையைத் தயார் செய்தான். "நம்ம நாட்டுக்கு உகந்தது கூட்டாட்சியே!" என்று நிறுவினாள்.

லோகு சுட்டிக்காட்டிய சின்ன சின்னத் திருத்தங்களைச் செய்து முடித்து, சரளா மிஸ் முன்னால் கட்டுரையை வைத்தாள். "ரொம்ப நல்லா இருக்கு" என்ற பாராட்டுடன், துறைத் தலைவரின் சான்று பெற்று, கட்டுரையை அனுப்பி வைக்கும் பொறுப்பையும் தானே ஏற்றுக் கொண்டார் சரளா மிஸ்.

தனக்காக இல்லாவிட்டாலும், சரளா மேடத்துக்காகவாவது தன்னுடைய கட்டுரை தேர்ந்தெடுக்கப்பட வேண்டும் என்று மல்லி மனதார விரும்பினாள். நாட்கள் வேகமாக ஓடின. மல்லி கட்டுரை அனுப்பி வைத்ததையே மறந்து விட்டாள்.

●

29

டில்லியில் மல்லி

தமிழ் இலக்கிய வரலாறு வகுப்பு நடந்துகொண்டு இருந்தது. ரொம்பவும் ஈடுபாட்டோடு சிலப்பதிகாரம், ஒரு பொது மக்கள் காப்பியம் என்று அழைக்கப்படுவதற்கான காரணங்களை விளக்கிக் கொண்டு இருந்த மிஸ், கல்லூரி முதல்வர் வகுப்புக்குள் நுழைந்ததைக் கவனிக்க வில்லை. மாணவிகள் எழுவதைக் கண்டதும், திரும்பிப் பார்த்தவர் தானும் நாற்காலியிலிருந்து விசுக்கென்று எழுந்தார்.

உள்ளே நுழைந்த கல்லூரி முதல்வர், "யாரும்மா மல்லிகா ?" - என்று அழுத்தமான குரலில் கேட்டதும், பயத்தில் எழுந்தாள் மல்லி.

"முதல்ல கையைக் குடு. வாழ்த்துக்கள் !" - என மல்லியின் கை குலுக்கிப் பாராட்டிய கல்லூரி முதல்வர், "கட்டுரைப் போட்டியில் உனக்கு முதல் பரிசு கிடைச்சிருக்கும்மா !" என்றதும் வகுப்பறை முழுக்க ஆரவாரம்.

"ஹேய் மல்லி, யூ ஹேவ் டன் இட் யா !" - முதல்வர் இருப்பதையும் பொருட்படுத்தாது ஓடி வந்து ஆளாளுக்கு மல்லியின் கைபிடித்துக் குலுக்க... ஈஈஈயெனப் பற்கள் காட்டி தொடர்ந்து சிரித்துக் கொண்டே இருந்தாள்.

முதல்வர் வெளியேறியதும், பேராசிரியர்கள் அறைக்கு ஓடினாள் மல்லி. சரளா மிஸ்ஸைப் பார்த்து, விஷயத்தைச் சொல்லி, "உங்களால தான் மிஸ் கட்டுரை நல்லா அமைஞ்சது. ரொம்ப ரொம்ப

நன்றி மிஸ்!" என்றபோது மல்லிக்குக் கண்ணீரே வந்துவிட்டது. "அதெல்லாம் ஒண்ணுமில்லை பொண்ணே, நீ கஷ்டப்பட்டு தயார் செஞ்சே, அத்தனை பெருமையும் உனக்குத்தான்" என்றார் வாஞ்சையாக.

மகிழ்ச்சித் துள்ளலுடன் வீட்டுக்குள் நுழைந்த மல்லிக்கு, அவ்வளவு சீக்கிரமே வீடு திரும்பியிருந்த அண்ணனைப் பார்த்ததும் கொஞ்சம் ஆச்சர்யம். "என்னண்ணா, சீக்கிரமா வந்திருக்கீங்க...?" என்றவளிடம், "ஒரு சந்தோஷமான சேதி!" என்று பீடிகை போட்டான். "எங்கிட்டயும் ஒரு சந்தோஷமான சேதி இருக்கே!" என்று மல்லி அழகு காட்ட, "அப்ப நீ மொதல்ல சொல்லு" என்றான் லோகு. "இல்லல்ல, பெரியவங்கதான் மொதல்ல!" என்று மல்லி கலாய்க்க, "சனியன்களா, ரெண்டு பேர்ல யாராச்சும் ஒருத்தர் சொல்லித் தொலைங்க!" என்று கோவிந்தம்மா பொய்க் கோபம் காட்டினார்.

உலகநாதன், தான் மத்திய அரசின் தபால் துறை சேவைப் பணிக்குத் தேர்வாகி இருப்பதாகவும், பணியில் சேர வேண்டிய இடம் சூலூர் என்றும் மகிழ்ச்சியோடு சொன்னான். மல்லியும் கோவிந்தம்மாவும் மனங்கொள்ளா மகிழ்ச்சியில் திக்குமுக்காடினர். "நாங் கும்புட்டு வந்த சாமி கண்ணைத் தொறந்திடுச்சு!" என்று வானத்தைப் பார்த்து கும்பிடு போட்டார் கோவிந்தம்மா. மல்லிக்கு என்ன சொல்வதெனத் தெரியவில்லை. "ரொம்ப சந்தோஷம்ணா!" என்று திரும்பத் திரும்பச் சென்னாள். "சரி, நீ சொல்ல வந்த சேதி என்ன?" என்று கேட்ட லோகுவிடம், "அது வந்துண்ணா... நான் எழுதின கட்டுரைக்கு முதல் பரிசு கிடைச்சிருக்குண்ணா!" என்றவளின் கையைப் பிடித்து குலுக்கி, "வாழ்த்துக்கள். இப்பப் புரியுதா உன்னோட திறமை எவ்வளவுன்னு... கீப் இட் அப்!" என்று வாழ்த்தினான். "நன்றிண்ணா, இன்னும் பத்து நாள்ல டெல்லிக்குப் புறப்பட வேண்டியிருக்கும்னு மிஸ் சொன்னாங்க!" என்றாள்.

"அட! நானும் ஒரு வாரத்துக்குள்ள வேலையில சேரணும். சூலூர் இங்க இருந்து பக்கம் தான். நான் முதல்ல போய் வாடகைக்கு வீடு பாத்துட்டு, அப்புறம் இந்த வீட்டைக் காலி பண்ணிக்கலாம். அது வரைக்கும் நான் இங்கிருந்தே போய் வர்றேன்" என்றான்.

“அப்ப டெல்லி ?” என்று குறுக்கிட்ட மல்லியிடம், “வேலையில சேர்ந்ததும் உடனே லீவு போட முடியாது மல்லி. நீ தைரியமா போயிட்டு வா. இந்த மாதிரி வாய்ப்பு எல்லாருக்கும் கிடைக்காது” என்றான்.

“நல்லாயிருக்குடா நீ பேசுறது ! அம்மாந் தொலவுக்கு, முன்ன பின்னத் தெரியாத ஊருக்கு, வயசுப் பொண்ணைப் போயிட்டு வரச் சொல்றியா ? நீ வேலையில சேர்றது முக்கியம். இவ பிரைசு வாங்க, கூடப் போற சாத்தியப்பாடு இல்லைன்னா, அந்த எளவு பிரைசே வேணாம்” என்றார் கோவிந்தம்மா எரிச்சலுடன்.

மல்லியின் புது டெல்லிப் பயணம் தொடங்கப்படாமலேயே முடிந்துவிட்டதோ !

அடுத்த நாள் மதிய உணவு இடைவேளையின்போது, முதல்வர் மல்லியைக் கூப்பிட்டனுப்பினார். “என்னம்மா, டெல்லி போறதைப் பத்தி வீட்ல சொல்லிட்டியா ?” என்று கேட்டார். “சொன்னேன் மேடம், ஆனா, எங்கண்ணனுக்கு இப்பதான் வேலை கிடைச்சிருக்கு. அவரால லீவு போட்டுட்டு வர முடியாது மேடம். நான் தனியா போகக் கூடாதுன்னு அம்மா சொல்லிட்டாங்க மேடம்” என்றாள் வருத்தம் தோய்ந்த குரலில்.

மல்லியின் முகத்தையே சில விநாடிகள் பார்த்தவாறு யோசித்த முதல்வர், “இது நம்ம கல்லூரிக்கே பெருமை சேர்க்கிற விஷயம் மல்லிகா. ஒங்க மிஸ் யாராவதுகூட வந்தாங்கன்னா போறியா ? அப்ப உங்கம்மா அனுப்பி வெப்பாங்களா ?” என்று கேட்டார். “அம்மாவைக் கேட்டுட்டு வந்து சொல்றேன் மேடம்” என்றாள் மல்லி. மல்லியை மறுபடியும் பார்த்த முதல்வர்... கம்மலோ, கைக் கடிகாரமோ இல்லாத மல்லியின் குடும்பப் பொருளாதார நிலையை யூகிக்க முயன்றார்.

இரவு, கல்லூரி முதல்வர் அழைத்துப் பேசிய விவரத்தைச் சொன்னாள் மல்லி. எங்கே அம்மா மறுபடியும் மறுப்பு தெரிவித்து விடுவாரோ என்று உள்ளூர உதறல். “மேடம் யாராச்சும் பொறுப்பாக் கூட்டிட்டுப் போறாங்கன்னா, அம்மா ஏன் வேணாம்னு சொல்லப் போறாங்க, என்னங்கம்மா ?” என அம்மாவின் ஒப்புதலை லோகுவே முன்மொழிந்தான். கோவிந்தம்மா ஒன்றும் பேசவில்லை. மௌனம் சம்மதத்துக்கு அறிகுறி !

மறுநாள், டெல்லிப் பயணத்துக்கு, தம் அம்மா சம்மதித்து விட்டதை முதல்வரிடம் மகிழ்ச்சியோடு தெரிவித்தாள் மல்லி. "ரொம்ப நல்லது" என்றவர், தன் உதவியாளரை அழைத்து, ஒரு தொகையைக் குறிப்பிட்டு, மாணவிகள் நிதியிலிருந்து எடுத்துவரச் சொன்னார். பணத்தை மல்லியிடம் கொடுத்து, பதிவேட்டில் கையெழுத்திடச் சொன்னார். "எதுக்கு மேடம்?" என்று திகைத்து நின்ற மல்லியிடம், "இது வசதியில்லா மாணவிகளுக்கு உதவுறதுக்காக, கல்லூரி நிர்வாகமே ஏற்படுத்தியிருக்கும் நிதி!" என்றவர், "டெல்லியில இப்ப குளிரா இருக்கும். ஸ்வெட்டர், சால்வை வாங்கிக்கோ. வேணும்னா ஒரு செட் டிரெஸ் வாங்கிக்க!" என்றார். தங்களின் இயலாமையும் ஏழ்மையும் மறைமுகமாகச் சுட்டப்பட்டது, மல்லியின் சுயமரியாதையைக் கீறியது. அதற்காக முதல்வர் நீட்டும் உதவியை மறுப்பது ஒழுங்கற்ற செயலாகக் கருதப்படும் அபாயமும் இருக்கிறதே என்றும் யோசித்தாள்.

"சரளா மேடம்தான் உன்னோட வருவாங்க. புது டெலலி அவங்க ஊராச்சே!" என்று முதல்வர் சொன்னதும், மல்லிக்குக் குப்பென மகிழ்ச்சி. சரளா மிஸ்ஸுடன் டெல்லி போவது என்பது அவள் கனவிலும் எண்ணிப் பார்க்காத ஒன்று. கையெழுத்திட்டுப் பணத்தைப் பெற்றுக் கொண்டவள், முதல்வருக்கு நன்றி தெரிவித்துவிட்டு, வெளியே வந்தாள். நேரே சரளா மிஸ்ஸைத் தேடி ஓடினாள்.

"உன்னால எனக்கும் ஒரு வாய்ப்பு. நான் படிச்ச கல்லூரி, பேராசிரியைகள், தோழிகள் எல்லாரையும் சந்திக்கலாம்" என்று சிரித்தார் சரளா மிஸ்.

இரண்டு பகல், இரண்டு இரவு என்று நீண்ட இரயில் பயணம். சரளா மிஸ்ஸுக்கும் மல்லிக்கும் இடையேயான ஆசிரிய - மாணவ உறவை, நட்பாக மாற்றியது. சரளா மிஸ்ஸுக்கு பூர்விகம் தமிழ்நாடு என்றாலும் பிறந்தது, வளர்ந்தது, படித்தது எல்லாம் டெல்லி. அரசியல் மற்றும் பொது நிர்வாகத்தில் முதுகலைப் பட்டம் பெற்றவர். இப்போது இந்திய நிர்வாகப் பணி (ஐஏஎஸ்) தேர்வுக்காகத் தயார் செய்வதையும் ஐ.ஏ.எஸ்., அதிகாரி ஆவதுதான் தன் லட்சியம் என்றும் சொன்னார்.

"அது ஏன் மிஸ், ஐஏஎஸ். ஆகணும்னு ஆசை?"

"ரெண்டு காரணங்கள் உண்டு மல்லி. முதலாவது, அது எங்கம்மாவின் லட்சியம். எதிர்பாராத ஒரு விபத்தில் எங்கப்பா செத்துப் போக, கருணை அடிப்படையில் அம்மாவுக்கு அப்பா அலுவலகத்திலேயே வேலை கிடைச்சுது. மனிதாபிமானமே இல்லாத ஒரு முரட்டு ஐஏஎஸ். அதிகாரியிடம் சில வருடங்கள் வேலை பார்த்தப்போ, அம்மா பட்ட அவமானங்கள், கஷ்டங்கள் தான், தன் ஒரே பொண்ணை ஒரு நல்ல ஐஏஎஸ். அதிகாரியா ஆக்கிக் காட்டணும்னு வைராக்கியத்தை ஏற்படுத்தியிருக்குது. அதைச் சொல்லிச் சொல்லியே என்னை வளர்த்தாங்க!

ரெண்டாவது காரணம், நான் ஒரு பெண்ணியவாதி. இத்தனை ஆண்டு சுதந்திரத்துக்குப் பின்னும், பெண்களுக்கு இங்கே முழுமையான சுதந்திரம், விடுதலை கிடைக்கலை. குடும்பத்தாலும் சமூகத்தாலும், பெண்கள் ஒடுக்கப்படுறாங்க. அவங்க உரிமை மறுக்கப்படுது. டாக்டர் அம்பேத்கர் சொன்ன மாதிரி, இங்கே பெண்களின் நிலைமையும் தலித்துகளின் நிலைமையும் ஒரே மாதிரிதான் இருக்குது. தலித் மக்களுக்கு இடஒதுக்கீடு என்ற ஏற்பாடாவது இருக்குது. பெண்களுக்கு அப்படி எதுவும் கிடையாது. பெண்கள் நிலையை மாத்தணும்னா, பெண்கள் அதிகாரமுள்ள பதவிகளுக்கு வரணும். பெண்களால் எதையும் சாதிக்க முடியும்னு நிரூபிச்சுக் காட்டணும்கிற தீ எனக்குள் எரிஞ்சுட்டே இருக்கு மல்லி!"

சரளா பேசப் பேச... மல்லி அவர் முகத்தையே பார்த்துக் கொண்டு இருந்தாள். குழந்தை முகத்துடன், மென்மையாக எப்போதும் சிரித்துக் கொண்டே பேசும் மிஸ்ஸுக்குள் இப்படி ஒரு வேகமா!

கிராமத்து மனுஷியான தன் அம்மாவுக்கு இப்படிப்பட்ட லட்சியக் கனவுகள் இருக்க வாய்ப்பே இல்லை. மிஞ்சிப் போனால், தன் மகள் ஒரு டீச்சர் என்று சொல்லிக் கொள்வதே அவருக்குப் பெருமைக்குரிய விஷயமாக இருக்கும். ஐஏஎஸ்., ஐபிஎஸ். என்ற வார்த்தைகளைக்கூட அவர் கேட்டிருக்க மாட்டார்.

"ஆமா, என்னைத் தோண்டித் துருவிக் கேக்கிறியே... உன் லட்சியம், குறிக்கோள் என்னன்னு சொல்ல மாட்டியா?" என்று சிரித்தபடி கேட்டார் சரளா மிஸ்.

சரசுவதி

"எனக்கு அப்பிடில்லாம் யோசிக்கணும்னுகூட இதுவரை தெரியாது மிஸ். ஆனா, ஒரு உறுத்தல் என் மனசுல எப்பவும் இருந்துட்டே இருக்குது. 'கொடிது கொடிது வறுமை கொடிது. அதனினும் கொடிது இளமையில் வறுமை'ன்னு ஒரு பாட்டு இருக்குல்ல. வறுமையின் காரணமா சின்னப் புள்ளைங்க பட்டினியால் கஷ்டப்படுறது, படிக்காம, பள்ளிக்கூடம் போக முடியாம இருக்கிறது, மத்தவங்ககிட்ட அடி வாங்கி அவமானப் படுறதுன்னு இதையெல்லாம் தடுத்து நிறுத்தணும். அவங்க சந்தோஷமா இருக்கிறதுக்கு ஏதாவது செய்ய எனக்கு வாய்ப்பு கிடைச்சா, அதை ஈடுபாட்டோட செய்வேன் மிஸ்!" என்றாள்.

"அடேங்கப்பா! லட்சியமே இல்லைன்னுட்டு, பெரிய பெரிய கனவுகளுடன் இருக்கியே. ஆல் தி பெஸ்ட்!" என வாழ்த்தினார் சரளா மிஸ்.

டெல்லியைப் பார்த்து மிரண்ட மல்லியை, விழா மண்டபம் பிரமிக்க வைத்தது. சின்ன வயதில் பெரியம்மா சொன்ன புராணக் கதைகளில் வரும் இந்திர லோகம், சொர்ணபுரி எல்லாம் இப்படித்தான் இருந்திருக்கும் என்று சம்பந்தமில்லாத ஞாபகம் வந்தது. பரிசு வாங்க மேடையருகே வரிசையில் நிற்கவைக்கப் பட்டபோது பயமாகவும் கூச்சமாகவும் இருந்தது. வெள்ளிக் கோப்பை, பாராட்டுப் பத்திரம், பரிசுத் தொகை மூன்றையும் பெற்றுக் கொண்டு, நன்றி தெரிவித்துவிட்டுக் கீழே இறங்கினாள். சரளா மிஸ்ஸின் புன்னகை விரிந்து, மல்லியைப் பாராட்டியது.

மதியம், சரளா மிஸ், மல்லியை அழைத்துக்கொண்டு, தான் படித்த கல்லூரிக்குச் சென்றார். பெண்கள் கல்லூரி. பெரும்பாலான மாணவி களின் தோற்றம், அவர்களின் நடை, உடை, பாவனை என எல்லாம் மல்லிக்குப் பரிச்சயமில்லாத ஒரு புதிய உலகம். அவர்கள் பேசிக் கொண்ட இந்தியும் ஆங்கிலமும் மல்லியை அந்நியப்படுத்த, சரளா மிஸ் பக்கத்தில் வாய் பேசாது பொம்மையாக நடந்து சென்றாள். பேராசிரியர்கள் அறைக்குள் நுழைந்த சரளா மிஸ்ஸை அங்கிருந்தவர்கள் உற்சாகமாக வரவேற்றனர். சரளா மிஸ், மல்லியை அறிமுகப்படுத்தி வைத்தார். அவள் கட்டுரைப் போட்டியில் முதல் பரிசு பெற்ற விவரத்தைச் சொன்னதும், "ஓ கிரேட்! பாராட்டுக்கள்!" என்று மல்லியின் கையைப் பிடித்துக் குலுக்க,

கூச்சத்துடன் நெளிந்தாள் மல்லி.

இருவரும் ஊர் திரும்ப, அடுத்த நாள் இரவு ரயிலேற வேண்டும். "நாளைக்கு பகல் முழுக்க நமக்கு வேலை இல்லை. இங்கே முக்கியமா, எந்தெந்த இடங்கள் பாக்கணும்னு விரும்பறே?" என்று கேட்டதும், "நாடாளுமன்றம் நடக்கிற இடத்தைப் பாக்கலாமா மிஸ்?" என்றாள்.

நாடாளுமன்ற வளாகம். அனுமதி பெற்று உள்ளே நுழைந்தார்கள். பிரமாண்டமான கட்டடம். அவை நடக்கும் அரங்கத்தை மல்லி பார்த்தாள். இந்திய அரசியலின் தலைமைப் பீடம் பல கோடி மக்களின் பிரதிநிதிகளாக சில நூறு உறுப்பினர்கள். கொள்கைகளை வகுக்கவும், முடிவுகளை எடுக்கவும், சட்டங்களை இயற்றவும் கூடி விவாதிக்கும் இடம். பிரமிப்பின் உச்சத்தில் இருந்தாள் மல்லி.

மதியம் வரை சுற்றிக் கொண்டே இருந்ததால், இருவருக்கும் களைப்பும் சோர்வும் மிகுந்தன. பசி வேறு. வெளியே வந்து ஒரு தென்னிந்திய உணவு விடுதியில் சாப்பிட்டார்கள்.

"இந்தத் தடவை, இவ்வளவுதான் முடியும் மல்லி. அடுத்த தடவை மத்த இடங்களைப் பாத்துக்கலாம்!"

"அபபோ, நமக்கு மறுபடியும் டெல்லி வர வாய்ப்பிருக்குன்னு சொல்றீங்க... அப்பிடித்தானே மிஸ்!" என்றாள் மல்லி சிரித்தபடி.

"உங்க வீட்டுக்கு ஏதாவது வாங்கணுமா?" என்று கடைத் தெருவுக்கு அழைத்துச் சென்றார். கிடைத்த பரிசுத் தொகையில் அம்மாவுக்கு ஒரு கம்பளிப் போர்வையும் அண்ணனுக்கு ஸ்வெட்டரும் வாங்கினாள் மல்லி. "உனக்கொண்ணும் வாங்கலியா?" என்ற சரளாவிடம், "ஒரு நல்ல பேனா செலெக்ட் பண்ணுங்க மிஸ்!" என்று கேட்டுக் கொண்டாள்.

ஐந்தாறு பேனாக்களை எடுத்து சோதித்துப் பார்த்த சரளா, கொஞ்சம் விலையுயர்ந்த, பார்ப்பதற்கு அழகாக இருந்த சாம்பல் நிறப் பேனாவைத் தேர்ந்தெடுத்தார்.

கடைக்காரர் சொன்ன விலையைக் கொடுத்து வாங்கிய மல்லி, "இது உங்களுக்குதான் மிஸ். இந்தப் பேனாவால்,

தேர்வெழுதி நீங்க ஐ.ஏ.எஸ். ஆகணும்!" என்றதும், சரளா நெகிழ்ந்து போனார்.

"எனக்கா வாங்கினே? நான் உனக்குன்னு நினைச்சேன். ரொம்ப தேங்க்ஸ் பொண்ணே! ஆனா, உனக்கு ஏதாச்சும் வாங்கித் தரணும்னு எனக்குத் தோணவே இல்லியே. ச்சே, நான் மோசம்!" என்று தன் மீதே குறை கண்டார்.

"எனக்குக் கிடைச்ச பரிசு, நான் டெல்லி வந்தது.... ரெண்டுமே உங்களாலதானே மிஸ்!" என்ற மல்லியைக் கட்டிக் கொண்டார் சரளா மிஸ்.

டெல்லியிருந்து திரும்பிய மல்லியை அழைத்துச் செல்ல, ஸ்டேஷனில் காத்திருந்தான் உலகநாதன்.

'உங்க தங்கச்சியை நினைச்சு நீங்க பெருமைப்படணும் சார். அன்பான, அறிவான பொண்ணு!' என்று சரளா மிஸ் சொன்னது, லோகுவுக்குப் பெருமையாக இருந்தது.

அண்ணனோடு சூலூர் வந்த சேர்ந்த மல்லிக்கு முதல் பார்வையிலேயே அந்தப் புதிய வீடு பிடித்துவிட்டது. கோவிந்தம்மாவிடமும் லோகுவிடமும் டெல்லி கதைகளை மல்லி சுவை சேர்த்துச் சொன்னாள். அம்மாவுக்குப் போர்வையையும் அண்ணனுக்கு ஸ்வெட்டரையும் இனிப்புப் பொட்டலத்தையும் கொடுத்தாள். "எனக்கெதுக்குடி இதெல்லாம்?" என்று வாங்கிக் கொண்ட கோவிந்தம்மாவுக்கு கொள்ளை மகிழ்ச்சி.

அசெம்பிளி ஹால். கடவுள் வாழ்த்து முடிந்ததும், கல்லூரி முதல்வர் மேடையேறி, மல்லி பரிசு பெற்ற விவரத்தை மைக்கில் கூறினார். "மல்லியால் நம் கல்லூரிக்கே பெருமை" என்றதும், மேடையேறிய மல்லி, தான் வாங்கி வந்த கோப்பையை இரண்டு கைகளாலும் தலைக்கு மேல் தூக்கிக் காட்ட, ஒட்டுமொத்த மாணவிகளின் கரவொலியும் அரங்கத்தை அதிர வைத்தது.

30

கடனை அடைத்த ஸ்காலர்ஷிப்

சூலூர்... கொங்கு நாட்டு மண்வாசனையும் பண்பாட்டு அடையாளமும் முச்சூடுமாக மறைந்துவிடாத சற்றே பெரிய கிராமம். எளிய மக்கள். 'ங்க' போட்டு இனிமையாக விளிக்கும் மரியாதையும் பாசமும் கலந்த மொழி.

'உதவி போஸ்ட் மாஸ்டர்' என்று தனக்குக் கிடைத்திருக்கும் அடையாள அந்தஸ்தும், உத்தரவாதமுள்ள மாதச் சம்பளமும், உலகநாதனின் உள்காயங்களுக்கு ஒத்தடம் கொடுத்தன. அலுவலக உதவியாளர் மூலம் வாடகைக்கு அமர்த்திக் கொண்ட வீட்டுக்கும், லோகு பணியாற்றிய அஞ்சல் அலுவலகத்துக்கும் ஐந்தே ஐந்து நிமிட நடைதான்.

மல்லி, கல்லூரிக்குப் பேருந்தில்தான் செல்ல வேண்டும். சலுகையோடு கூடிய மாதாந்திர பஸ் கட்டணம். கோவைப் பள்ளி களிலும், கல்லூரிகளிலும் படித்துக் கொண்டு இருந்த மாணவர்களோடு தினம் தினம் பயணம். மாணவர்களின் உற்சாக ரகளை. பேருந்துச் சத்தத்தையே மூழ்கடித்துவிடும்.

கிருஷ்ணவேணி, திலகவதி, மாராத்தாள் என ஒரே பேருந்தில் பயணித்ததால், புதிய தோழிகள். அன்று ஏனோ கிருஷ்ணவேணி யும் திலகவதியும் பஸ் கிளம்பும் வரை வரவில்லை. ஏன் ?

மாலை பேருந்திலிருந்து இறங்கியதும் மல்லி நேரே வேணி யின் வீட்டுக்குப் போனாள். அப்போதுதான் கிருஷ்ணவேணியைப் பெண் பார்க்க வந்த தகவல் தெரிந்தது. “பையன் யாருப்பா ?” என

மல்லி கேட்டாள். "தூரத்துச் சொந்தக்காரங்க. வசதியானவங்க. பையன் அரசியல்வாதி" என்றாள் வேணி. "எப்பப்பா கல்யாணம்?" என்ற மல்லியின் அடுத்த கேள்விக்கு, "ச்சீ. அந்த ஆளோடவா? சொட்டத் தலை, முட்டக் கண்ணு, குள்ளம், புளி மூட்டைக்கணக்கா... எனக்குப் பிடிக்கலைன்னு அம்மாட்ட சொல்லிட்டேன். அப்பாதான் சொந்தம் விட்டுப் போகும், நல்ல இடம்னு புலம்பிக்கிட்டு இருக்கார்" என்று சிரித்தாள்.

மல்லிக்கு ஆச்சர்யமான ஆச்சர்யம். அப்பா சொன்ன மாப்பிள்ளையை கிருஷ்ணவேணியால் மறுக்க முடிந்திருக்கிறது. ஆனால், வயது வித்தியாசம் நிறைய இருந்தும், பெரியண்ணனை ஏற்றுக் கொள்ள வேண்டிய நிர்ப்பந்தம், அவர் மனைவிக்கு ஏன்?

வீட்டுக்குப் போனதும், வேணியைப் பற்றி அம்மாவிடம் கூறினாள். "பெத்தவங்க பெரியவங்க சொல்றதைக் கேக்காத அடங்காமாரித்தனம். காலங்கெட்டுப் போச்சு. அதான், பொம்பளைப் புள்ளைங்களை ஒரு அளவுக்கு மேல் படிக்க வைக்கக் கூடாதுங்கிறது" என்று தீர்ப்பளித்தார்.

இரவு அண்ணனிடம் கிருஷ்ணவேணி விஷயத்தை மல்லி பேச, "பரவாயில்லையே, உன் ஃப்ரெண்ட் துணிச்சலானவங்க தான். மனசுக்குப் பிடிக்கலைன்னா, வேணாம்னு சொல்றதுதான் சரி!" என்றதும், "நல்லா இருக்குடா நீ பேசறது" என்று குறுக்கிட்ட கோவிந்தம்மாவைக் கையமர்த்தினான் லோகு. "உங்க காலம் மாதிரி இல்லம்மா. பொம்பளப் புள்ளைங்க, ஆம்பளைப் பையன்களைவிட, நல்லா படிச்சு நெறைய மார்க் வாங்குறாங்க. அவங்களுக்கும் நோக்கம், லட்சியம்லாம் இருக்கும்ல. படிக்கிற பெண்கள், தங்களுக்கு என்ன தேவைன்னு தெளிவாச் சிந்திச்சு முடிவெடுக்கறாங்கம்மா!" என்று சிலாகித்தான்.

திடீரென்று மல்லி கேட்டாள், "நீங்க ஏன்ணா, ஐ.ஏ.எஸ்., ஐ.பி.எஸ். தேர்வெல்லாம் எழுதலை?"

லோகு எதிர்பார்க்காத கேள்வி. "ஏன் கேட்குறே?" என்றான்.

"இல்ல. எங்க சரளா மிஸ், ஐ.ஏ.எஸ். எழுதப் போறாங்க. அதான்... நீங்க ஏன் எழுதலைன்னு கேட்டேன்" என்றாள்.

“சரியான வழிகாட்டி இல்லாததுதான் முதல் காரணம். என்னை மாதிரி முதல் தலைமுறையாப் படிக்க வர்றவங்களுக்கு, கல்லூரிப் படிப்புங்கிறதே கண்ணைக் கட்டிக் காட்டுல விடுற மாதிரிதான். தத்தித் தடுமாறி விஷயங்களைப் புரிஞ்சுக்கிறதுக் குள்ள, குடும்பப் பொறுப்பு, சம்பாதிக்கணும், அம்மா அப்பாவைக் காப்பாத்தணும்னு கட்டாயம் வந்துடுது. பாரதி சொல்வான், ‘சின்னக் கவலைகள் என்னைத் தின்னக் கூடாது’ன்னு. எனக்குப் பெரிய பெரிய கவலைகள், சோகங்கள்... ஐஏஎஸ், ஐபிஎஸ்-ங்கிறதெல்லாம் எனக்கு எட்டாப் பழத்துக்குக் கொட்டாவி விடுறி மாதிரி. அதான்!” என்று நீண்ட விளக்கமளித்தான்.

“அப்ப எங்களாலதான்னு சொல்லுங்க!” என்ற மல்லியிடம், “சேச்சே! அப்படி இல்ல. நான் பொதுவாச் சொன்னேன். சரி, என்னைக் கேக்கற நீ அதுக்காக முயற்சி பண்ணலாமே? உனக்கு வழிகாட்ட நிறைய பேர் இருக்கோமே... உங்க மிஸ் உட்பட!” என்றான். லோகுவின் யோசனை மல்லியின் மனதில் விதையாகப் புதைந்தது.

மேல்நிலைப் பள்ளித் தேர்வில், அதிக மதிப்பெண் பெறுபவர் களுக்கு அரசு வழங்கும் ‘மெரிட் ஸ்காலார்ஷிப்’ மல்லிக்குக் கிடைத் திருந்தது. திறமையின் அடிப்படையில் தனக்கு உதவி கிடைத்ததில், மல்லிக்கு மகிழ்ச்சி. வீடு திரும்பியதும் மொத்த பணத்தையும் அம்மாவிடம் கொடுத்தாள்.

முன்னிரவு நேரம். லோகுவுக்குச் சோறு போட்டுக் கொண்டே, “மல்லியோட படிப்புப் பணத்துல, அவளுக்கொரு கம்மலும், கடிகாரமும் வாங்கிக் குடு தம்பி! கூடப் படிக்கிற புள்ளைகளெல்லாம் காலேஜுக்கு எப்பிடி எப்பிடியோ போவுதுங்க, பாவம் இவ மட்டும் தொடச்சி வச்ச மரப்பாச்சி கணக்கா போயிட்டிருக்கா” என்றார். ‘ஆகட்டும்’ என்பதாகத் தலையாட்டிய அண்ணனிடம், “என்னையும் அழைச்சுட்டுப் போங்கண்ணா. கடிகாரத்தை நான் செலெக்ட் பண்றேன்” என்றாள் ஆசையாக!

சாப்பிட்டுக் கொண்டு இருக்கும்போது, மதுரையிலிருந்து முத்து கிருஷ்ணன் வந்தான். சூலூர் வீட்டுக்கு அவன் வருவது முதல் தடவை. வாய் நிறைய வரவேற்ற கோவிந்தம்மாவும் உலகநாதனும் சாப்பிடச் சொன்னார்கள். “இருக்கட்டுங்கா”

என்ற முத்துகிருஷ்ணனிடம், "மதுரையில் எல்லாரும் நல்லா யிருக்காங்களா தம்பி! தாரா எப்படி இருக்கு?" என்றார். "எல்லாம் நல்லா இருக்காங்க. என் நேரந்தான் சரியில்ல. ஓட்டல் யாவாரம் ரெண்டு மாசமா டல் அடிக்குது. மளிகைக் கடை பாக்கி நின்னு போச்சு. செட்டியார், கடனை செட்டில் பண்ணுன்னு நெருக்குறார். அதான்... கொஞ்சம் பணம் கடனா வாங்கிட்டுப் போலாம்னு வந்தேன். உங்ககிட்ட இல்லைன்னாலும், யாருகிட்டயாவது வாங்கிக் கொடுத்தீங்கன்னா, யாவாரம் சரியானதும் திருப்பித் தந்துடறேன்" என்று குனிந்த தலையோடு உள் அடங்கிய குரலில் கேட்டான்.

கோவிந்தம்மா, லோகுவின் முகத்தைப் பார்த்தார். "அம்மா, மல்லியோட ஸ்காலர்ஷிப் பணத்தை எடுத்தாந்து கொடுங்க" என்றவன், "மல்லி, உனக்கொண்ணும் சங்கடம் இல்லியே?" என்று கேட்டான்.

"கம்மல், வாட்ச் வாங்குறதவிட, மாமாவோட கடனை அடைக்கிறது முக்கியம்னுகூடவா எனக்குப் புரியாது... பிரச்னையே இல்லண்ணா!" என்று புன்னகைத்தாள்.

பணத்தைப் பெற்றுக்கொண்ட முத்துகிருஷ்ணன், உடனடியாக மதுரை திரும்ப விரும்பினான். இரவு தங்கச் சொல்லி எவ்வளவோ வற்புறுத்தியும் கேட்கவில்லை. கோவிந்தம்மா வார்த்துக் கொடுத்த தோசையைச் சாப்பிட்டுவிட்டுக் கிளம்பினான்.

ஒரு வேலையாக கோவை செல்லத் தயாராகிக் கொண்டு இருந்த லோகு, "மல்லி, காலைல ரத்தினம் சார் கூப்பிட்டார்ல, அவங்க வீட்டுக்குப் போய்ட்டு வா. நல்ல மனுஷங்க தொடர்புல இருக்கிறது நல்லது" என்றான்.

வீட்டு சுற்றுச் சுவரைத் தாண்டும்போது குனியும் லோகுவின் தலை, அலுவலகத்துக்குள் நுழையும்போதுதான் நிமிரும். தொடர்ந்து சில நாட்கள் கவனித்த உள்ளூர் நூலகர் ரத்தினத்துக்கு, லோகுவின் மீது மரியாதை ஏற்பட்டது. ஒரு ஞாயிற்றுக்கிழமை அவராகவே வீடு தேடி வந்தார். பேசிக்கொண்டு இருந்தவர், கோவிந்தம்மா கொடுத்த மோரைக் குடித்துவிட்டுக் கிளம்பும்போது மல்லியிடம், "நேரம் கிடைக்கும்போது வீட்டுப் பக்கம் வாம்மா.

செண்பகா, தனாவோட பேசிட்டிருக்கலாம். அவங்களும் சந்தோஷப்படுவாங்க" என்று அழைத்துவிட்டுச் சென்றார்.

லோகு, அலுவலகம் செல்லும் வழியில்தான் இரத்தினத்தின் வீடு. இரத்தினம் திருமணம் செய்து கொள்வதில்லை என்ற முடிவோடு இருப்பவர். அவருடைய மூத்த தங்கை, செண்பகா என்கிற செண்பக வல்லி, ஆரம்பப் பள்ளி ஆசிரியை. திருமணம் ஆகாதவர். சின்னத் தங்கை தனலட்சுமி என்கிற தனா, ஒன்பதாம் வகுப்பு படிக்கிறாள்.

மல்லி தயங்கியபடியே செண்பகா டீச்சர் வீட்டுப் படியேறினாள். எட்டிப் பார்த்த செண்பகா டீச்சர், "அடடே, போஸ்டாபீஸ் சாரோட தங்கை, வாங்க... உங்க பேரு மல்லிகாதானே ? ரத்தினம் அண்ணன் உங்க வீட்டுக்கு வந்திருந்தார்ல ?" என்று வரவேற்றார். பாயை உதறி இரண்டாக மடித்துப் போட்டவர், "ஒக்காருங்க" என்று உபசரித்தார்.

செண்பகா டீச்சர், தன்னை 'ங்க' போட்டு அழைப்பது மல்லிக்குக் கூச்சமாக இருந்தது. "சும்மா வா, போன்னே சொல்லுங்க டீச்சர். நான் உங்களவிடச் சின்னவதானே !" என்றாள். "சின்னவங்களா இருந்தாலும் நாம மரியாதை கொடுத்து தான் பேசணும். நாங்க சின்னப் புள்ளைகளா இருந்தப்பவே, எங்கப்பா எங்களை 'ங்க' போட்டுத்தான் கூப்பிடுவார். எங்கம்மா வையும் வாங்க போங்கன்னுதான் சொல்வார். நாங்களும் அப்படியே வளந்துட்டோம் மல்லிகா" என்று விளக்கினார்.

"என்னை மல்லிகான்னு நீளமாக் கூப்பிடாம மல்லின்னு கூப்பிடறதுல ஒங்களுக்கு ஒண்ணும் பிரச்னை இல்லியே. இல்ல, 'மல்லிங்க'ன்னு கூப்பிடுவீங்களா ?" என்று சிரிப்பூட்ட முயன்றாள்.

"கிண்டல் பண்றீங்களா மல்லி ?" என்ற டீச்சரிடம், "சும்மா விளையாட்டுக்குச் சொன்னேன். ஒங்க அப்பா என்ன செஞ்சுட்டிருந்தார் டீச்சர் ?" என்று கேட்டாள்.

"நாங்க அடிப்படையில விவசாயக் குடும்பம். கொஞ்சம் நிலம் இருந்தது. இப்ப இல்ல. அப்பா, பெரியார் இயக்கத்தைச் சேர்ந்தவர். சுயமரியாதைக் கொள்கையில் ரொம்ப ஈடுபாடு. அய்யாவோட கூட்டம் இந்தப் பக்கம் எங்கே நடந்தாலும் போயிடுவாரு" என்று

செண்பகா டீச்சர் சொல்லச் சொல்ல, மல்லிக்கு ஆத்தூர் கடைத் தெருவில் பார்த்த கறுப்புச் சட்டையினர் ஊர்வலமும், கோஷங்களும், அது குறித்து மாணிக்கம் சார் தந்த விளக்கமும் நினைவுக்கு வந்தன. மாணிக்கம் சார் இப்போ எங்கே இருக்கிறாரோ என்று நினைத்தவள், கூடவே பாரத தேவி வேஷம் மறுக்கப்பட்டதால் அடைந்த ஏமாற்றமும் நினைவுக்கு வர, மனசுக்குள்ளேயே சிரித்துக் கொண்டாள்.

"உங்ககிட்ட பெரியார் புத்தகங்கள் இருக்கா டீச்சர்?" என்று ஆர்வத்துடன் கேட்டாள் மல்லி. "ஓ... இருக்கே, தர்றேன்!" என்றார் செண்பகா.

"உங்க வீடு மாதிரியே, எங்க வீட்லயும் ஒரு அண்ணன், ரெண்டு தங்கச்சி. உங்களுக்கு அம்மா இருக்காங்க, எங்க வூட்ல அம்மா, அப்பா ரெண்டு பேரும் இல்ல. ஒங்க அக்காவுக்கு கல்யாணமாயிடுச்சு. எங்க அக்காவுக்கு மாப்பிள்ளை தேடிட்டே இருக்கோம். படிச்ச மாப்பிள்ளை கிடைக்கிறது கஷ்டமா இருக்குன்னு அண்ணன் சொல்றார்" என்று வெகுளியாகப் பேசிக் கொண்டு இருந்தாள் தனா.

"உங்க வீட்டுச் சொந்தக்காரி சுப்புலட்சுமி, ஒரு வகையில் எங்களுக்குத் தூரத்துச் சொந்தம் மல்லி. உங்க அண்ணன் வீடு கேட்டு வரும்போதே, அவங்க ஆதியோடந்தமா எல்லாத்தையும் விசாரிச்சிருக் காங்க. அவங்கதான் எங்ககிட்ட எல்லாம் சொன்னாங்க. ஆனா, சுப்புலட்சுமி அவ்வளவா சரியானவங்க இல்லை. அவங்ககிட்ட மட்டும் கொஞ்சம் கவனமா இருக்கிறது நல்லதுன்னு அண்ணன் சொல்வார்" என்றார்.

தலையாட்டிய மல்லி, "நான் கிளம்பறேன் டீச்சர். இன்னொரு நாளைக்கு வர்றேன். நீங்களும் வீட்டுக்கு வாங்க" என்று எழுந்தாள்.

மூன்று புத்தகங்களை மல்லியிடம் கொடுத்தார் செண்பகா டீச்சர். புத்தகங்கள் பெயரை நோட்டமிட்டாள் மல்லி. 'தமிழர் தலைவர்' எழுதியது சாமி. சிதம்பரனார், 'நான் ஏன் நாத்திகன் ஆனேன்' - பகத்சிங், 'பெண் ஏன் அடிமையானாள்?' - தந்தை பெரியார்.

●

30

இராவணக் கூட்டம்

செண்பகா டீச்சர் தந்த புத்தகங்களோடு வீட்டுக்கு வந்த மல்லியிடம், "பாடப் பொஸ்தகமா? அவங்க வீட்ல யாரு காலேஜ்ல படிக்கிறாங்க?" என்று கேட்டார் கோவிந்தம்மா. "இது பெரியார் புத்தகங்கள்மா" என்றதும், "அந்த ராவணக் கூட்டத்தைச் சேந்தவரா நம்ம வீட்டுக்குக் காலையில வந்தவரு?" என்று கேட்டார் அம்மா. "ஏம்மா அப்பிடிச் சொல்றீங்க?" என்ற மல்லியிடம், "பின்ன என்னடி? பெரியாரு, கடவுள் இல்லைன்னு சொல்றவர்தானே. ராவணன் நல்லவன், ராமன்தான் சரியில்லன்னு சொல்ற கூட்டம் அது. ஆத்தூர்ல அந்தக் கச்சிக்காரங்க பேசுறது எங் காதுலயும் விழுந்திருக்கு. தெய்வ நிந்தனை செய்றவங்க உருப்படவே மாட்டாங்க" என்று சபித்தவர். "ஆமா நீயும் அந்தக் கூட்டத்துல சேந்துட்டியா?" என்றார்.

"எல்லாத்தைப் பத்தியும் தெரிஞ்சுக்கிறது நல்லதுதானேம்மா. பெரியார், கடவுள் பக்தியைவிட, சக மனுசங்களை நேசிக்கிறது உயர் வானதுன்னு சொல்லியிருக்கார். சாதி, மதம்னு மனுசங்களைப் பிரிச்சுப் பேதம் பார்க்கிறது தப்புன்னார். தீண்டாமைக் கொடுமை ஒழியணும் னார். பெண், ஆணுக்குச் சமம்னு வற்புறுத்துறார். யாரும் யாருக்கும் கீழானவங்க இல்லை, அடிமை இல்லைன்னு சொல்றார். இதெல்லாம் உங்களுக்குத் தெரியுமாம்மா?" என்று கேள்வி எழுப்பினாள்.

“அதெல்லாம் தெரிஞ்சு, நானென்ன பரீச்சையா எழுதப் போறேன் ? இதெல்லாம் படிச்சுட்டு, காலேஜ் படிப்பைக் கோட்டை விட்டுராத. அம்புட்டுதான் !”

மல்லி, தான் கொண்டு வந்திருந்த புத்தகங்களில் இரண்டை புத்தக அலமாரியில் வைத்தாள். ‘பெண் ஏன் அடிமையானாள் ?’ புத்தகத்தின் பக்கங்களைப் புரட்டினாள்.

போகிற போக்கில் மேலோட்டமாகப் படிக்கக் கூடிய புத்தகம் அல்ல என்பது முதல் பார்வையிலேயே புரிந்தது. வரிக்கு வரி, வார்த்தைக்கு வார்த்தை ஆழ்ந்து படிக்க வேண்டிய ஒன்று என்று தோன்றியது. தேர்வுகள் முடிந்த பின் நிதானமாகப் படிக்க வேண்டும் என்ற முடிவுடன் அதை, டீச்சரிடமிருந்து வாங்கி வந்த மற்ற இரண்டு புத்தகங்களோடு சேர்த்து வைத்தாள். பையிலிருந்து ஆங்கில உரைநடைப் புத்தகத்தை எடுத்துப் படிக்கத் தொடங்கினாள்.

இரவு வெகுநேரமாகியும் லோகு திரும்பவில்லை. “நீங்க படுங்க அம்மா ! அண்ணன் வந்தா நான் சோறு போடறேன்” என்ற மல்லி, விளக்கடியில் உட்கார்ந்து படித்துக் கொண்டு இருந்தாள்.

“வீட்டுக்குள்ள யார் வந்தாலும் தெரியாத அளவுக்கு ஆழ்ந்த படிப்புன்னா, நிச்சயம் அது பாடப் புத்தகமா இருக்காது” என்ற லோகுவின் குரல் கேட்டதும் நிமிர்ந்தவள், “இது ஹைதர் காலத்து ஜோக்னா ! நான் பாடப் புத்தகம்தான் படிச்சுட்டு இருக்கேன்” என்று புத்தகத்தைக் காட்டியதும், லோகு சிரித்தான்.

“செண்பகா டீச்சர் வீட்டுக்குப் போனியே, ஏதாவத கதைப் புத்தகம் வாங்கிட்டு வந்து படிச்சிட்டிருக்கியோனு நெனச்சேன்” என்றவனிடம், டீச்சரிடமிருந்து வாங்கி வந்த புத்தகங்களை எடுத்துக் காட்டினாள் மல்லி.

“பெரியாரோட புத்தகங்களா !” என்று வியந்தான். குரல் கேட்டுத் தூக்கம் கலைந்து எழுந்து வந்த கோவிந்தம்மா, “பாடப் புத்தகம் படிக்கிறதை விட்டுட்டு, இதெல்லாம் தேவையா தம்பி ?” என்று குறை கூறத் தொடங்கினாள்.

“அம்மா, மல்லிக்குத் தன்னோட பொறுப்பு என்ன, எல்லை என்னன்னு தெரியும்மா ! எதை எதை எப்பப்ப செய்யணும்கிற வெவரம் அதுக்கு இருக்கு” என்று லோகு கூறியதைக் கேட்டு,

“ரொம்ப நன்றிண்ணா, என் மேல இவ்வளவு நம்பிக்கை வெச்சிருக்கிறதுக்கு” என்று நெகிழ்ந்த மல்லியின் கண்கள் பனித்தன.

“ரத்தினம் சார் இருந்தாரா ?” என்று கேட்ட லோகுவுக்கு, தலையாட்டலில் ‘இல்லை’ என்று பதில் சொன்ன மல்லி, “டீச்சரும் தனாவும் ரொம்ப நல்லவங்கண்ணா ! எனக்கு அவங்களை ரொம்பப் பிடிச்சுப் போச்சு” என்று சிரித்தாள்.

நள்ளிரவு தாண்டியும் படித்துக்கொண்டு இருந்த மல்லியை, ‘வெளக்கை அணைச்சுட்டு வந்து படு. காலைல படிச்சுக்குவ” என்று அதட்டினார் கோவிந்தம்மா.

அம்மாவின் அருகே பாயில் படுத்த மல்லிக்குத் தூக்கம் வரவில்லை. படித்தவற்றையெல்லாம் ஒருமுறை நினைவுபடுத்திக் கொண்டாள். மனதுக்குள் புத்தகத்தைப் பக்கம் பக்கமாகத் திருப்பி மறுபடியும் படிப்பது போன்ற உணர்வு உண்டானது. நிழற்பட நினைவாற்றல் கூறுகள் சிறு வயதிலிருந்தே மல்லிக்கு இருந்தன. அப்படியே தூங்கிவிட்டாள்.

பேச்சுச் சத்தம் கேட்க, கண்ணைத் திறந்தாள். பொழுது விடிந்திருந்தது. எழுந்து வெளியே வந்தவள்... கோவிந்தம்மா, செண்பகா டீச்சரோடு பேசிக்கொண்டு இருந்ததைப் பார்த்து, “உள்ளே வாங்க டீச்சர்” என்று அழைத்தாள். “நீங்க ராத்திரி ரொம்ப நேரம் படிச்சிட்டிருந்ததா அம்மா சொன்னாங்க. பூ வாங்கிக் கட்டினேன். ஒங்களுக்கும் கொஞ்சம் குடுத்துட்டுப் போலாம்னு வந்தேன். மல்லிக்கு மல்லி” என்று மெலிதாகச் சிரித்து, “இன்னொரு நாளைக்கு சாவகாசமா வரேன்” என்று விடை பெற்றார் டீச்சர்.

“என்ன செம்பகா ? நாங்கள்லாம் ஒங் கண்ணுக்குத் தெரிய மாட்டமா ? மல்லி வீட்டோட திரும்புற ?” என்று வழிமறித்தாள் சுப்புலட்சுமி. “இல்லக்கா, பள்ளிக்கூடத்துக்கு லேட்டாயிடும். ஒங்க வீட்டுக்கு வர்றதுக்கு எனக்கு நீங்க வெத்தல பாக்கா வெக்கணும் ?” என்று சிரித்தபடி விடுவிடுவென வெளியேறினார்.

“ஹூம் செம்பகாவுக்கு வயசு ஏறிக்கிட்டே போவுது. இவ சம்பாதிக்கிற காசுக்கு ஆசைப்பட்டு அண்ணங்காரன் வர்ற

மாப்பிள்ளை யெல்லாம் தட்டிவுட்டுக்கிட்டே இருக்கான். ஆத்தா அப்பன் இருந்திருந்தா, அவளுக்கு எப்பவோ கல்யாணம் முடிஞ்சிருக்கும். ரெண்டு புள்ளை களுக்குத் தாயாகியிருப்பா" என்று பெருமூச்சுவிட்டார் சுப்புலட்சுமி.

முதல் நாள், சுப்புலட்சுமி குறித்து டீச்சர் சொன்ன எச்சரிக்கை வார்த்தைகள் மல்லியின் நினைவுக்கு வர, "அம்மா! எனக்குக் காபி குடுங்கம்மா" என்று கோவிந்தம்மாவை வீட்டுக்குள் இழுத்தாள்.

"என்னாடி... மக்க மனுசாளோட வாய் வார்த்தை பேசவுட மாட் டேங்கிற!" என்று குறைபட்ட கோவிந்தம்மா, "இத்தனை வயசாகியும் ஒரு வாய் காபி போட்டுக்கத் துப்பில்ல. வாய் மட்டும் கிழியுது" என்றபடி, உள்ளே வந்தார். சுப்புலட்சுமி அந்த இடத்தைவிட்டு நகர்ந்தார்.

குளித்துவிட்டு அலுவலகம் செல்லத் தயாராகிக் கொண்டு இருந்த லோகுவிடம் மல்லி, "அம்மாகிட்ட சொல்லுங்கண்ணா! நம்ம வீட்டுக்காரம்மா அவ்வளவு சரியானவங்க இல்லன்னு செண்பகா டீச்சர் நேத்தே சொன்னாங்க. அவங்ககிட்ட ரொம்ப வெச்சுக்க வேணாம்ணா!" என்று முறையிட்டாள்.

"நான் இப்ப என்ன பேசிட்டேன்னு அண்ணங்காரங்கிட்ட போட்டுக் குடுக்குற?" என்று கோவிந்தம்மா கோபமாகத் திரும்ப, "இல்லம்மா, அவங்க சொல்றதைக் காது குடுத்துக் கேட்டோம்னா, அவங்க இல்லாததும் பொல்லாததுமாச் சொல்றதை ஊக்கப் படுத்துறதா ஆகிடும்ல" என்று சமாதானப்படுத்தினன் லோகு.

"அதெப்பிடிப்பா! வீடு தேடி வர்றவங்க மூஞ்சை முறிச்சு அனுப்புறது?" என்று பரிதாபமாகக் கேட்டார் கோவிந்தம்மா. "இந்த மாதிரி விஷயங்களைப் பேசவோ கேக்கவோ பிடிக்காதுன்னு நாசூக்கா வெளிப்படுத்திட்டீங்கன்னாவே வம்பு பேச வர்றவங்க புரிஞ்சுக்கு வாங்க" என்றபடி, இட்லி சாப்பிட உட்கார்ந்தான்.

மல்லியின் தேர்வுகள் முடிந்தன. சிறப்பாக எழுதியிருந்தாள். கோடை விடுமுறை. டீச்சருக்கும் தனாவுக்கும்கூட விடுமுறைதான். லோகு அலுவலகம் சென்றபின், அம்மாவுக்கு வீட்டு வேலைகளில்

கூடமாட ஒத்தாசை செய்யும் மல்லி, மீதி நேரத்தை செண்பகா டீச்சருடனும் புத்தகங்கள் படிப்பதிலும் செலவிட்டாள். குறிப்பாக, பெரியாரின் 'பெண் ஏன் அடிமையானாள்' அவளுள் நிறைய பாதிப்பை ஏற்படுத்தியது. திரும்பத் திரும்பப் படித்தாள்.

பெண்கள் குறித்த அவளது சிந்தனை கூர்மையடைந்தது. சரளா மிஸ், தன்னை ஒரு பெண்ணியவாதி என்று சொல்லிக் கொண்டதன் அர்த்தம் மல்லிக்குப் பிடிபடத் தொடங்கியது. பெரியாரைக் குறித்த பிரமிப்பும் மரியாதையும் கூடின.

புத்தகம் வெளியான வருடம் 1942. அரை நூற்றாண்டு காலத்துக்கு முன்னரே, பெரியாரால் இப்படியெல்லாம் புரட்சிகரமாகச் சிந்திக்க முடிந்திருக்கிறது என்பதே அவளுக்கு வியப்பை ஏற்படுத்தியது. பெண்களுக்கு எதிரான, பெண் சுதந்திரத்துக்கு எதிரான அனைத்தையும்... கடவுள் தொடங்கி, கற்பு வரை கேள்விக்கு உட்படுத்தியிருக்கிறார். பெண்கள் முன்னேற்றத் துக்குத் தடையாக இருக்கும் அனைத்தையும் உடைத்து நொறுக்கும் அவரின் வாதத் திறமை மல்லிக்குப் பிடித்திருந்தது.

வேறு யாராவது இந்த அளவு வீச்சாக, பெண்களுக்காக, பெண் உரிமைக்காகக் குரல் கொடுத்திருக்கிறார்களா என்று யோசித்தாள். ஆண்டாண்டு காலமாக ஒடுக்குமுறையையும், சுரண்டலையும் அனுபவித்து வரும் பெண்களில் யாராவது இப்படித் துணிச்சலாகச் சிந்திக்கிறார்களா? தெரியவில்லை. சிந்தித் திருந்தாலும் வெளிப் படுத்துகிற துணிச்சல் இருந்திருக்காது.

விதவைகள் குறித்த பெரியாரின் எழுத்தைப் படிக்கும்போது, மல்லிக்கு கோவிந்தம்மா குறித்த எண்ணங்கள் மிகுந்தன. "பாவம், அம்மா! 16 வயதில் திருமணம். 25 வயதில் விதவை... அம்மாவை வெள்ளைப் புடவையில் அன்றி வேறெந்த வண்ணப் புடவையிலும் பார்த்ததே இல்லை. பிள்ளைகளை நம்பி, பிள்ளைகளுக்காக மட்டுமே வாழ்கிற வாழ்க்கை!" அம்மாவின் மீது பாசமும் பரிதாபமும் மேலிட்டன.

அறுபதாண்டு காலம் பெண்ணுரிமைப் போர்க்களத்தில் நின்ற பெரியாரை, எத்தனை பெண்களுக்குத் தெரிந்திருக்கிறது என விசனித்தாள். தன் அம்மாவைப் போல் பெரும்பாலானவர்கள்

அவரை வெறும் கடவுள் மறுப்பாளராகத்தானே அடையாளப் படுத்தி இருக்கிறார்கள்.

பெரியாருக்குள் பொங்கிப் பிரவாகமெடுத்த சாதி, மதம், இனம் கடந்த மானுடப் பற்றும் மனித நேயமுமே, சுயமரியாதை மற்றும் மனித உரிமை குறித்த அவரின் உறுதியான நிலைப்பாட்டுக்குக் காரணமாக இருந்தன. இதைப் புரிந்துகொள்ள ஏன் தவறி விட்டார்கள் என்ற கேள்வி மல்லியின் மனதைக் குடையத் தொடங்கியது.

"மல்லிக்கு லீவுதானே தம்பி!" மதுரைக்குப் போய், தாராவை பார்த்துட்டு வரட்டா?" - லோகு பதிலேதும் சொல்லாததைப் பார்த்து, "ரெண்டே ரெண்டு நாள். அவ கண்ணுக்குள்ளாறவே நிக்கிறா" என்றார் கோவிந்தம்மா. "அதுக்கில்லம்மா! எனக்கும் அடிக்கடி கோயம்புத்தூர் போற வேலை இருக்கு. வீட்ல மல்லி தனியா இருக்க வேண்டி வருமேனு யோசிக்கிறேன்" என்றான். "பாவம்னா அம்மா! போய் வரட்டும். எனக்கொண்ணும் பயமில்லை" என்று பரிந்துரை செய்தாள் மல்லி.

"நீயும் கூட போயிட்டு வாயேன், உனக்கும் லீவுதானே" என்ற லோகுவிடம், "இல்லண்ணா, அம்மா போய்ட்டு வரட்டும். அப்புறம் பாத்துக்கலாம்" என்றாள் மல்லி.

"உன் இஷ்டம்! அப்ப நாளைக்குக் காலைல அம்மாவைக் கூட்டிட்டுப் போய் மதுரை ரயில்ல ஏத்தி வுட்டுடு. நான் தாரா வீட்டுக்காரருக்கு தொலைபேசியில் சொல்லிடறேன். மதுரை ரயிலடியில அழைச்சுக்கிட்டுப் போயிடுவாரு" என்றான்.

அடுத்த நாள் காலையில், அம்மாவுடன் கோவை ரயிலடி செல்ல, பேருந்தில் பயணித்துக்கொண்டு இருந்தபோது, அக்கா, நாடாரய்யா எல்லாரையும் பார்க்கலாம்தான். ஆனாலும், மதுரைக்குப் போகத் தனக்கு விருப்பம் இல்லாதிருப்பது எதனால்? ஏன் தவிர்க்கத் தோன்றுகிறது?" என்று மல்லி யோசித்தாள். விடை காண முடியவில்லை. அவளின் சுயமரியாதை உணர்வைக் குதறி கூறுபோட்ட மதுரைச் சூழல் ஏற்படுத்திய உள் மன ரணங்கள் இன்னும் ஆறவில்லை என்பதை மல்லியால் புரிந்துகொள்ள முடியவில்லை. அவள் உளவியல் மாணவி அல்லவே!

அம்மாவை ரயிலேற்றிவிட்டு, வீடு திரும்பினாள். வீடு பூட்டப்பட்டு இருந்தது. அண்ணனிடம் சாவி வாங்க தபாலாபீஸ் நோக்கிச் சென்றவளை வழி மறித்த தனா, ஒங்க வீட்டுச் சாவி எங்ககிட்டதான் இருக்குது. ஒங்கண்ணன் குடுத்தாரு" என்று உள்ளே அழைத்தாள். செண்பகா டீச்சர் இருந்தார். "என்ன மல்லி, அம்மா ரயிலேறிட்டாங்களா ?" என்று கேட்டார். "ஆமா டீச்சர். ரெண்டு நாள்ல வரேன்னு சொன்னாங்க. தாராக்கா அவ்வளவு சுருக்கா அனுப்ப மாட்டாங்க. இருந்துட்டு வரட்டும். அவங்கதான் வேற எங்க போறாங்க, வாராங்க ?" என்றவள், "சாவி குடுங்க. போய் ஏதாச்சும் சமைக்கணும். மத்தியானம் அண்ணன் வருவாரு" என்றாள்.

"ஒங்களுக்கு காபிகூட போடத் தெரியாதுன்னு கேள்விப்பட்டேனே ! என்னா சமைக்கப் போறீங்க ?" - டீச்சர் சிரித்தபடி கேட்டார். "வீட்டுக்குப் போய்தான் முடிவு பண்ணணும்" என்றாள் மல்லி. "நீங்க ஒண்ணும் சிரமப்படாதீங்க. மத்தியானம் ஒங்க ரெண்டு பேருக்கும் நான் சாப்பாடு குடுத்து அனுப்புறேன்" என்றபடி டீச்சர் சாவியைக் கொடுத்தார்.

"இல்ல டீச்சர்...! நானே முயற்சி பண்றேன். சாப்பிடத் தெரியற நமக்குச் சமைக்கவும் தெரியணும் இல்லயா ? கத்துக்க எனக்கு இது ஒரு வாய்ப்பு. லீவுதானே ?" என்று விடை பெற்றாள்.

கோவிந்தம்மா பருப்புப் பொடி, புளிச்சக் கீரை தொக்கு போன்றவற்றைச் செய்து வைத்திருந்தார். மல்லிக்கு ரசம் வைக்கத் தெரியும். புளித் தண்ணீரில் ஒரு தக்காளியைக் கரைத்து விட்டு, ரசப் பொடி போட்டு பச்சை மிளகாய், பூண்டைத் தட்டிப் போட்டு உப்பு சேர்த்துக் கொதிக்கும் பதத்தில் இறக்கி வைத்துத் தாளிக்க வேண்டும். அவ்வளவுதான் !

ரசம் நன்றாகவே வந்திருந்தது. ஊதி, உள்ளங்கையில் ஊற்றி ருசி பார்த்தாள். கத்தரிக்காயை நறுக்கி வெறுங் கறி செய்து தேங்காய்ப் பூ தூவி அலங்கரித்தாள். சூப்பராக இருந்தது. குக்கரில் சாதம் வைக்க மல்லிக்குத் தெரியும். ஜமாய்த்துவிட்டோம் என்ற திருப்தியுடன் திண்ணைக்கு வந்தாள்.

ஆபீசிலிருந்து வந்த லோகுவைத் தொடர்ந்து வந்த தனா, "அக்கா குடுத்துட்டு வரச் சொன்னாங்க" என்று சிறிய மூன்றடுக்கு டிபன் கேரியரை வைத்துவிட்டு ஓடிப் போனாள்.

உடை மாற்றிக் கொண்டு லோகு சாப்பிட உட்கார்ந்தான். "நீ என்ன செஞ்சிருக்கே! ரத்தினம் சார் வீட்லருந்து என்னா வந்திருக்கு?" என்றவனாக, டிபன் கேரியரைப் பிரித்தான். பருப்பு உருண்டைக் குழம்பு, புடலங்காய் கூட்டு, அவரைக்காய் பொரியல், மல்லி, தான் சமைத்தச் சோற்றையும், ரசத்தையும், கத்தரிக்காய்ப் பொரியலையும் கொண்டு வந்து வைத்தாள்.

"ராஜ போஜனம்தான் போல" என்றவன், "எனக்கும் நல்லா சமைக்கத் தெரியும் மல்லி. சென்னையில் கொஞ்ச நாள் என் நண்பனோட ரூம்ல தங்கியிருந்தப்ப, நாங்களேதான் சமைப்போம். நான் சமைக்கிறது நல்லா இருக்குன்னு சொல்வாங்க" என்றான்.

"சமைக்கிறதுல ஒரு ஆர்வம் ஏற்பட்டுட்டா, அது ஒரு வேலையா தெரியாது. ஆர்வம் இல்லைன்னா, அதைப் போல பெருஞ்சுமை வேறெதுவும் கெடையாது. யோசிச்சுப் பாரு. தினம் மூணு நேரம், வாரம் முச்சூடும், வருசம் முழுக்க, வாழ்க்கை முழுக்க சமைக்கிறதுங்கறது போரடிக்கிற வேலை தானே? இப்பவும் பாரேன்... பெரிய பெரிய உணவு விடுதிகள், கல்யாண வீடுகள், விழாக்கள்ல நடக்கிற சமையல் வேலைகளை முழுக்க முழுக்க ஆம்பளைங்கதான் செய்றாங்க. இன்னும் சொல்லப் போனா, புராண, இதிகாச காலத்திலேயே, ஆண்கள் சமையல் வேலை செஞ்சிருக்காங்க. 'நள பாகம்', 'பீம பாகம்'னு சொல்ற வழக்கு பின்னே எப்படி வந்திருக்கும்?" என்றவன், தொடர்ந்து -

"வீட்ல சமைக்கிறதுக்கு சம்பளம் இல்லை. வெளியில சமைக் கிறதுக்குப் பணம் கிடைக்கும். வருமானம் இல்லாததைக் கடமை'ங்கிற பேர்ல பெண்கள் மேல சுமத்திட்டு, வெளியில சமைக்கிறதைத் 'தொழில்'னு சொல்லித் துட்டு பார்க்கிறது ஆண்களின் தந்திரம்!"

நீண்ட விளக்கமளித்த லோகுவை ஆச்சர்யத்துடன் பார்த்தாள் மல்லி.

"நாளையில் இருந்து நானே சமைக்கிறேன் மல்லி. நமக்காக அவங்க சிரமப்பட வேண்டாம்!" என்றபடி சாப்பிட்டு எழுந்தான் லோகு.

மாலையில் டிபன் கேரியரைக் கொடுக்கச் சென்ற மல்லி, "நன்றி டீச்சர். அண்ணனே நல்லா சமைப்பாராம். நானும் கத்துக்கறேன்" என்று அழுத்திச் சொன்னாள். டீச்சரிடமிருந்த எத்தகைய எதிர்வினையும் இல்லை.

கோவிந்தம்மா, ஒரு வாரம் கழித்துத்தான் திரும்பினார். லோகு மாலை ரயிலடியிலிருந்து அழைத்து வந்தான். டீச்சர் டிரெய்னிங் முடித்திருந்த செல்வநாயகியை, லோகுவுக்குத் திருமணம் செய்து வைக்கலாம் என தாராவின் மாப்பிள்ளை கேட்டதாகச் சொன்னவர், "நானொண்ணும் பிடி குடுக்கலப்பா. நீயே முடிவு பண்ணு!" என்றவர், மல்லியைப் பார்த்து, "சாப்பாட்டுப் பிரச்சினையை எப்படிச் சமாளிச்சே?" என்றார். "உங்களை விட அண்ணன் சூப்பரா சமைக்கறாரும்மா" என்றாள். "ஆம்பளப் புள்ளைய சட்டி, பானை உருட்ட வெச்சு முழுங்கிட்டு இருந்தியாக்கும்!" என்று நொடித்தார்.

"மத்த வேலையெல்லாம் நாந்தானேம்மா பாத்துக்கிட்டேன். பாருங்க, வீட்டை எவ்வளவு சுத்தமா வெச்சிருக்கேன். துணியெல்லாம் தொவைச்சேன். இதெல்லாம் ஒங்க கண்ணுக்குத் தெரியாதே" என்றாள்.

கோவிந்தம்மா, தாரா கொடுத்துவிட்ட மல்லிகைப் பூவையும் அல்வாவையும் எடுத்துத் தந்தார். கூடவே ஒரு பாவாடை, சட்டை, தாவணி. லோகுவுக்கு ரெடிமேட் ஷர்ட்.

"பூ நெறைய இருக்கே. செண்பகா டீச்சருக்கும் தனாவுக்கும் குடுத்துட்டு வாரேன்" என்று கிளம்பினாள்.

●

32

மாற்று கலாச்சாரம்

இன்னிக்கு “சாயங்காலம் வேலுச்சாமி நம்ம வீட்டுக்கு வர்றாரும்மா. மல்லியையும், அம்மாவையும் பாத்து நாளாச்சு, வர்றேன்னு போன் பண்ணாப்ல.”

வேலுச்சாமி, லோகுவைவிட இரண்டு, மூன்று வயது மூத்தவர். அவனுடன் தனிப் பயிற்சிக் கல்லூரியில் வேலை பார்த்தவர். தொடர்ந்து அங்கேயே பணியாற்றுபவர். வீட்டுக்கு இரண்டு, மூன்று முறை வந்திருக்கிறார். பாசமாகப் பழகுவார். லோகு கோவை செல்லும் போதெல்லாம் வேலுச்சாமியைப் பார்த்துவிட்டுத்தான் வருவான்.

நாலரை மணியளவில் வீட்டுக்கு வந்த வேலுச்சாமி, “என்ன மல்லிம்மா, படிப்பெல்லாம் எப்பிடிப் போவுது ?” என்று கேட்டார். மல்லிம்மா என்று வேலு தன்னைப் பாசத்தோடு அழைப்பது மல்லிக்கு ரொம்பப் பிடிக்கும். “வாங்கண்ணா” என வரவேற்றவள், திண்ணையில் பாயை விரித்தாள். “வீடு அம்சமா இருக்கும்மா. திண்ணையும் அவரைப் பந்தலுமா ஊர் நெனைப்பு வருது” என்றபடி வேலு அமர, நூலகர் ரத்தினம் உள்ளே வந்து எதிர்த் திண்ணையில் அமர்ந்தார். இருவரையும் லோகு ஒருவருக்கு ஒருவர் அறிமுகப்படுத்தினான். “வேலுச்சாமி, பி.ஏ., பி.எட்., தனிப் பயிற்சிக் கல்லூரியில் ஆசிரியர். அரசு வேலைக்கு முயற்சி பண்ணிட்டிருக்காரு. ரத்தினம் சார், இங்கே நூலகரா இருக்காரு” என்றவன் தொடர்ந்து “வேலுவுக்கும் எனக்கும் ஒரு எண்ணம் சார்.

நாமே ஏன் ஒரு தனிப் பயிற்சிக் கல்லூரியும் நர்சரி ஸ்கூலும் தொடங்கக் கூடாதுன்னு. தொடங்கிடுவோம்னு நம்பிக்கை இருக்கு" என்றான்.

"உங்க நண்பருக்குத் திருமணம் ஆயிடுச்சா ?" என்று ரத்தினம் லோகு விடம் கேட்க, முந்திக் கொண்ட வேலு, "நிரந்தர வேலை இல்லாதவனுக்கு யார் சார் பொண்ணு குடுப்பாங்க" என்று கேள்வியையே பதிலாக்கினார்.

"அப்படியொண்ணும் இல்லை ரத்தினம் சார். இவர் சும்மா சொல்றாரு. ஊர்ல நெலபுலமெல்லாம் இருக்கு. அப்பா மட்டும்தான். அவரும் சொல்லிட்டேதான் இருக்காரு. இவர்தான் தட்டிக் கழிச்சிக்கிட்டு வர்றாரு" என்று லோகு சிரிக்க, தட்டில் மூன்று காபி டம்ளர்களோடு வந்தாள் மல்லி.

டம்ளரைக் கையில் எடுத்துக் கொண்டு திண்ணையைவிட்டு இறங்கிய ரத்தினம், "மல்லி, குடிக்கக் கொஞ்சம் தண்ணி குடும்மா" என்றவாறு வீட்டுக்குள் நுழைந்தவர், "லோகு சார், ஒரு நிமிஷம்" என்று உள்ளே அழைத்தார். அருகே வந்த லோகுவிடம், "ஏன் சார், செண்பகாவுக்கு இவரைப் பாத்தா என்ன ?" என்று தணிந்த குரலில் கேட்டார். தண்ணீர் டம்ளருடன் வந்த மல்லியும் இவர்கள் பேசுவதைக் கேட்டுக் கொண்டு நின்றாள்.

ரத்தினத்தின் கேள்வி லோகு எதிர்பார்க்காதது. "பாக்கலாந் தான் சார். வேலு ரொம்ப நல்ல மாதிரி. ஆனா, வேலையும் வருமானமும் அவரே சொன்ன மாதிரி, ரொம்ப சுமார்தான்" என்றான். "அதைவிடுங்க லோகு! தம்பி படிச்சிருக்காப்ல. அரசாங்க உத்தியோகம் கிடைக்கறப்போ கிடைக்கட்டும். ஒண்ணும் அவசரமில்ல. நீங்க நிதானமா கேட்டுச் சொல்லுங்க" என்றவர் வெளியே வந்து, சிறிது நேரம் பொதுவான விஷயங்களைப் பேசிவிட்டு விடை பெற்றார்.

அடுக்களையிலிருந்து கோவிந்தம்மா குரல் கொடுத்தார். "லோகு, வேலு சாப்பிட வாங்கப்பா." இருவருக்கும் தட்டுகளை எடுத்துவைத்த மல்லி, "வேலு அண்ணனுக்கு யோகந்தான் !" என்றபடி அடைகளைப் பரிமாறினாள். "என்னா யோகம். அம்மா கையால் அடை சாப்பிடுறதா ?" என்ற வேலுவிடம், "அதில்ல வேலு,

சரசுவதி | 225

ரத்தினம் சாரும் நானும் பேசினதை மல்லியும் கேட்டுக்கிட்டு இருந்தது. அதான் கலாட்டா பண்ணுது" என்றான்.

"என்ன பேசிக்கிட்டீங்க?" என்று வேலு பார்வையாலேயே கேட்க, "அவரோட தங்கச்சிக்கு உங்களை மாப்பிள்ளை பாக்கலா மான்னு கேட்டாரு" என்று இயல்பாகச் சொன்னான் உலகநாதன். பதிலேதும் சொல்லாத வேலுவைப் பார்த்த மல்லி, "டீச்சர் ரொம்ப நல்லவங்கண்ணா. எல்லார்க்கும் உதவுற குணம். பெருந்தன்மை யானவங்க. அவங்களைக் கல்யாணங் கட்டிக்க நீங்க குடுத்து வெச்சிருக்கணும்" என்று பெரிய மனுஷி தோரணையில் பேச, "என்ன ரெகமண்டேஷனா?" வேலு கேலி செய்தான்.

குறுக்கிட்ட லோகு, "நீங்க முதல்ல டீச்சரைப் பாருங்க வேலு. பிடிச்சிருந்தா பேசுவோம். அவங்க குணத்துக்கும் குடும்பத்துக்கும் நாங்க கேரன்ட்டி!" என்றான்.

அடுப்படியில் இருந்த கோவிந்தம்மா, வெளியே வந்தார். "வேலுத் தம்பி கல்யாணத்தைப் பத்தி பேசற கையோட, உங் கல்யாணத்தையும் முடிவு செய்யப்பா. மதுரக்காரங்க சொல்லிவிட்டு, எம்மாம் நாளாச்சு? நம்மைப்பத்தி என்ன நெனப்பாங்க?" என்று குறைபட்டவர், வேலுவிடம் விஷயத்தைச் சொன்னார்.

"அட! அப்படியா? எனக்குத் தெரியாதே!" என்று வியப்பை வெளிப்படுத்திய வேலு, "என்ன முடிவு செஞ்சிருக்கீங்க லோகு?" என்று கேட்டார். "இல்ல வேலு! அது சரிப்பட்டு வராது. பொண்ணு குடுத்த இடத்துலயே பொண்ணெடுக்கிறது தேவை யில்லாத சிக்கல்களை ஏற்படுத்தும். அதுவும் இல்லாம, மல்லி படிச்சுட்டு இருக்கு... முதல்ல... அதோட படிப்பு முடியட்டும்" என்றான்.

"என் படிப்பையும் உங்க கல்யாணத்தையும் சம்பந்தப்படுத்தா தீங்கண்ணா. நான் நிறையப் படிக்கணும். பிஏவோட நிறுத்திக்க மாட்டேன். பெரியார் சொல்லியிருக்கார்... "ஒரு பெண் எவ்வளவு படிக்க விரும்புகிறாளோ, அவ்வளவு படிக்க வைக்கணும். அதுக்கப் புறம் அவள் வாழ்க்கையை அவளே தீர்மானித்துக் கொள்ளட்டும்னு"... "நான் படிக்கணும்ணா" என்றாள் உறுதியான குரலில்.

"ஆமா, நீ காலமுச்சூடும் படிச்சுக்கிட்டே இருப்ப. ஒனக்கு ஆக்கிப்போட்டு, செலவு செஞ்சுக்கிட்டு இருக்க, ஒங்க தாத்தா

ஜமீன்லருந்து லச்ச லச்சமாக வருமானம் வருதில்ல" என்று சிடுசிடுத்த கோவிந்தம்மா, "இவ கெடக்கா தம்பி, வெவரங்கெட்ட கழுத. அந்தந்த வயசுல அதது நடக்கணும்" என்றவர், ஏதோ நினைவு வந்தவராக, "ஏந் தம்பி லோகு, நீ நம்ம ஊருப் பக்கம் போறதே இல்லியா ? நெலம் நீச்செல்லாம் என்னாச்சு ? ஒஞ் சித்தப்பா பயிர் வெக்கிறாரா, பாழ் நெலமாக் கெடக்குதான்னு வெசாரிச்சியா ?" என்று கேட்டார்.

உலகநாதன் விக்கித்தான். மிரண்ட ஆடுபோல மல்லியும் விழித்தாள். "அது... போய்ப் பாக்க எங்க நேரங் கெடைக்குதும்மா. பெரியண்ணன் பயிர் செஞ்சுக்கிட்டுத்தான் இருப்பாரு" என்று மழுப்பினான். 'தெரிந்த உண்மைகளை மறைப்பதும் பொய்தானே' என்ற அறக் கேள்வி மல்லியின் மனதில் முளைத்தது என்றாலும், அவள் வாய் திறக்கவில்லை.

"சரி வேலு, அப்ப ஒங்க முடிவை எப்ப சொல்றீங்க. ரத்தினம் சார் கேப்பாரே !" என்றான் லோகு.

"வேலு அண்ணன், முதல்ல டீச்சரைப் பாக்கட்டும். டீச்சரும் அண்ணனைப் பாக்கணும்ல. அவங்களுக்கும் புடிக்கணும்ல" என்று மல்லியும் உற்சாகமானாள்.

நான் பார்க்கணுங்கிறதில்ல லோகு, உங்களுக்கெல்லாம் பிடிச் சிருந்தா, எனக்கும் பிடிச்ச மாதிரிதான். ஆனா, மல்லி சொன்ன மாதிரி, அவங்க என்னைப் பாக்கணும். என்னைப்பத்தி தெரிஞ்சுக்கணும்ல. நான் ஞாயித்துக்கிழமை வர்றேன். அப்ப உன் ஃப்ரெண்டையும் வரச் சொல்லு மல்லிம்மா. அதுக்கப்புறம் முடிவு பண்ணிக்கலாம்" என்றதும்...

மல்லிக்கு மகிழ்ச்சி. அப்போதே ஓடிப்போய் டீச்சரிடம் சொல்ல வேண்டும் என்று மனசு பட்டாம்பூச்சியாகப் பறந்தது.

திட்டமிட்டபடி, அடுத்த ஞாயிற்றுக்கிழமை மாலை தற்செயலாக வருவதுபோல், செண்பகா டீச்சர், மல்லி வீட்டுக்கு வந்தார். கூடவே தனா. மூவரும் திண்ணையில் உட்கார்ந்தபடி அரட்டையில் இருக்க, லோகுவுடன் வேலு உள்ளே வர, டீச்சர் எழுந்து நின்றார். "நீங்க உக்காருங்க" என்று வேலுவும் எதிர் திண்ணையில் உட்கார்ந்தார். மல்லி அணி மாறி, வேலு பக்கத்தில்

சரசுவதி | 227

போய் உட்கார்ந்தாள். வீட்டினுள் சென்ற லோகு, செம்பில் தண்ணீர் கொண்டுவந்து வேலுவிடம் குடிக்கக் கொடுத்தான்.

மல்லிதான் முதலில் பேசத் தொடங்கினாள். "டீச்சர், இவர் தான் வேலுண்ணா, நல்லாப் பாத்துக்குங்க. ஏதாவது கேக்கணும் னாலும் பயப்படாமக் கேளுங்க. நாங்கள்லாம் இருக்கோம்ல" என்று இறுக்கத்தைக் குறைத்து, கலகலப்பாக்கினாள்.

சில விநாடிகள், மௌனமாக இருந்த டீச்சர், பின் நிமிர்ந்து மல்லியைப் பார்த்தாள். "சொல்லுங்க டீச்சர்" என்று மல்லி ஊக்கப் படுத்தினாள். "ஒரு விஷயத்தைப் பகிர்ந்துக்கிடலாம்னு நினைக்கிறேன் மல்லி. தங்கச்சி தனாவைப் படிக்கவெச்சு, அவளுக்கொரு வாழ்க்கையை அமைச்சுக் கொடுப்பது என்னோட கடமை, எனக்கான பொறுப்பு‌ன்னு நான் தீர்மானிச்சிருக்கேன். எங்க அப்பா, அம்மா போனதுக்கப் புறம் எங்களுக்காக, தன்னுடைய வாழ்க்கையையே தியாகம் பண்ணிட்டார் எங்கண்ணன். அவரோட சுமையைக் கொஞ்சமாவது நான் வாங்கிக்கணும் கிறது என்னோட விருப்பம். திருமணம் நடக்குற பட்சத்துல, என்னோட விருப்பத்தைச் செயல்படுத்துறதுக்கு அவரும் சம்மதிக்கணும்" என்று பிசிறில்லாமல் பேசி முடித்தார். பேச்சில் கூச்சமோ, தயக்கமோ இல்லை. அசட்டுச் சிரிப்பில்லை. தலைகுனிந்து தரை பார்க்கவில்லை. மல்லிக்குப் பூரிப்பாக இருந்தது.

"என்னண்ணா சொல்றீங்க?" மல்லி துரிதப்படுத்தினாள். "கதைகள்ல வர்ற மாதிரி போய்ட்டு லெட்டர் போடறேன்னெல்லாம் சொல்லாதீங்க. டென்ஷன்! என்னால தாங்க முடியாது" என்று படபடத்தாள்.

"எனக்கு உங்க டீச்சரைப் பிடிச்சிருக்கு மல்லிம்மா! அவங்களோட வெளிப்படையான பேச்சை நான் வரவேற்கிறேன். அவங்க விருப்பத்தை நான் மதிக்கிறேன். எங்க அப்பாவும் வந்து பார்க்கணும். அவரு என் விருப்பத்துக்கு குறுக்கே நிக்க மாட்டாரு. இருந்தாலும், அவரும் பார்த்து, பேசின பிறகு முடிவு செஞ்சுக்கலாமே?" என்றார் தெளிவான குரலில்.

நிகழ்வுகள் வேகமடைந்தன. வேலுவின் அப்பாவுக்கு செண்பகா டீச்சரையும் அவரது குடும்பத்தாரையும் பிடித்து விட்டது.

ரத்தினம் கேட்டுக் கொண்டபடி, எல்லோருக்கும் வசதியான ஒரு ஞாயிற்றுக் கிழமை மாலை திருமணம். உள்ளூர் தலைவர் ஒருவரின் தலைமையில், சுயமரியாதைத் திருமணம். மணமக்கள் உறுதிமொழி எடுத்துக்கொண்ட பின், மணமகள் மணமகனுக்கும், மணமகன் மணமகளுக்கும் மாலை அணிவித்து, மோதிரம் போட்டனர். மூன்று பெரியவர்கள் வாழ்த்துரை வழங்க, திருமணம் நிறைவு பெற்றதாக அறிவிக்கப்பட்டது.

"ஐயர் இல்லாம இப்பிடியும் ஒரு கல்யாணமா? கலி முத்திப் போச்சு" என்று கோவிந்தம்மா தன் வியப்பை மல்லியிடம் வெளிப்படுத்தினார். சில ஆண்டுகளுக்கு முன்பு, தாராவின் திருமணத்தைப் பார்க்கக்கூட மறுத்த கோவிந்தம்மா, இன்று திருமண மண்டபத்தில் நாற்காலியில் அனைவரோடும் உட்கார்ந்து திருமண நிகழ்வுகளை முழுதாகப் பார்க்கும் வாய்ப்பு... எப்பேர்ப்பட்ட கலாசார மாற்றம். அந்த ஆண்டு மல்லிக்கு கொடுக்கப்பட்ட படிப்பு உதவித் தொகையிலிருந்து, வேலுச்சாமி அண்ணனுக்கு ஒரு பேனாவும் செண்பகா டீச்சருக்கு அழகிய சூட்கேஸும் வாங்கியிருந்தாள்.

தேர்வுகள் தொடங்கும் நாள். அண்ணன், அம்மாவிடம் சொல்லிக் கொண்டு பேருந்து பிடிக்க வேகமாக வெளியே வந்த மல்லியை எதிர்கொண்ட செண்பகம் டீச்சர், "கிளம்பிட்டீங்களா மல்லி, ஒரே ஒரு நிமிஷம்" என்றவர், ஒரு சிறிய பெட்டியைக் கொடுக்க, உள்ளே... கறுப்புப் பட்டையுடன் கூடிய அழகான கைக் கடிகாரம் எடுத்து மல்லியின் கையில் கட்டிய டீச்சர், சிரித்தபடி, "காலத்தை உங்கள் கையில் கட்டுகிறேன்" என்றார். "நன்றி டீச்சர். ஆனா, இது குறிஞ்சி மலர் டயலாக். நா.பா.கிட்ட இருந்து திருடாதீங்க. அப்புறம் நான் சொல்லணும்... தவறு டீச்சர். நாம்தான் காலத்தின் கையில் கட்டுண்டு இருக்கிறோம்னு... அதை என்னால் ஒப்புக்க முடியாது. காலத்தைத் தாண்டிச் சிந்திக்கணும்" என்றதும் இருவரும் வாய்விட்டுச் சிரித்தார்கள்.

எங்கே பேருந்தை விட்டுவிடுவோமோ என்ற தவிப்பில், மல்லி, தோளில் ஜோல்னா பை ஊஞ்சலாட நிறுத்தத்தை நோக்கி ஓடத் தொடங்கினாள்.

●

சரசுவதி | 229

33

யாதும் ஊரே; யாவரும் கேளிர்

ஞாயிற்றுக்கிழமை இரவு வீடு திரும்பிய லோகு, உள்ளே நுழையும் போதே உற்சாகம் குரலில் தெறிகக, "மல்லி நாம திரும்பவும் கோயம்புத்தூருக்கே குடிபோகப் போறோம்" என்றான்.

பகத்சிங்கின், 'நான் நாத்திகன்... ஏன் ?' வாதங்களை ஊன்றி படித்துக் கொண்டிருந்த மல்லி, பக்கம் மாறாமல் புத்தகத்தைத் தரையில் கவிழ்த்து வைத்துவிட்டு எழுந்தாள்.

"ஏன்ணா, உங்களுக்கு கோயம்புத்தூருக்கு மாத்தலா யிருக்காண்ணா ?" என்றாள் மல்லி வியப்பாக!

"இல்லையில்லை. தபால் ஆபீஸ் வேலையை ராஜினாமா பண்ணிடலாம்னு..." என்றதும், திடுக்கிட்ட கோவிந்தம்மா, "ஏந் தம்பி ?" என்று பதறினார்.

"தனிப் பயிற்சிக் கல்லூரிக்கா மறுபடியும் போகப் போறீங்க ?" என்று மல்லி கேட்க, லோகு சிரித்தான். "நானும் வேலுச்சாமியும் சேர்ந்து, தனியா ஒரு தனிப் பயிற்சி மையம் தொடங்கப் போறோம். தமிழ்ல மழலையர் பள்ளியும் நடத்தப் போறோம். இடமெல்லாம் பார்த்து அடவான்ஸூம் குடுத்துட்டோம்" என்றான் உற்சாகமாக.

"கோயம்புத்தூர்ல எந்த இடம்ணா ?" என்ற மல்லியிடம், "பாப்ப நாயக்கன்பாளையம், பிள்ளையார் கோயில்கிட்ட" என்றான் லோகு. மல்லிக்கு, அது பரிச்சயமான பகுதி. "எப்பண்ணா போகப் போறோம் ? - சுரத்தில்லா குரலில் மல்லி கேட்டாள்.

"உன் குரலே சரியில்லையே. கோயம்புத்தூர் போறது உனக்குப் பிடிக்கலியா!" என்று லோகு கேட்டான்.

'அப்படியெல்லாம் இல்லண்ணா' என்று மல்லி தொடருமுன் குறுக்கிட்ட கோவிந்தம்மா,

"ஏம்ப்பா, வருஷா வருஷம், இப்பிடி பொட்டிசட்டியைத் தூக்கிக்கிட்டு, பழகின மனுசாளப் பிரிஞ்சு, ஊரு ஊராப் போறது நல்லாவா இருக்கு?" என்று சிடுசிடுத்தார்.

"என்னோட மனசு உங்களுக்குப் புரியாதும்மா. படிப்பு சொல்லிக் குடுக்கிறதும் மாணவர்களோட பழகுறதும்தான் எனக்குப் பிடிச்ச விஷயம். தனிப் பயிற்சிக் கல்லூரியிலிருந்து நான் வேலை பிடிக்கலைன்னு அப்போ விலகலை. அந்தச் சம்பளம் கட்டுப்படியாகலை. அதோட உங்களை மாதிரியே அரசாங்க வேலை பாதுகாப்பானதுன்னு அப்போ நினைச்சேன். ஆனா, எப்போ பார்த்தாலும் கடிதங்கள், மணியார்டர், பேப்பர், ஃபைலு, கணக்கு வழக்குன்னு வேலை எனக்கு திருப்தியா இல்லைம்மா. பிடிக்காத வேலையைப் பார்க்கிறது, என்னை நானே தண்டிச்சிக்கிற மாதிரி இருக்கு மல்லி. அதான் நானும் வேலுச் சாமியும் யோசிச்சு இந்த முடிவுக்கு வந்தோம்" என்றான் உருக்கமாக.

அண்ணன் மனது நோகக் கூடாது என்பதில் மல்லி எப்போதும் கவனமாக இருப்பாள். "நீங்க நல்லா யோசிச்சுதான் முடிவெடுத் திருப்பீங்கண்ணா. கோயம்புத்தூர் அழகான ஊராச்சே!" என்றவள், அம்மாவின் இறுக்கத்தைப் போக்கு வதற்காக, "'யாதும் ஊரே; யாவரும் கேளிர்'னு ஒரு பாட்டு உண்டும்மா. கேளிர்ன்னா சொந்தங்காரங்க!" என்றாள். "ஆமா, உன் சொந்தக்காரங்களை நீதான் மெச்சிக்கணும்" என்றபடி அடுக்களையில் நுழைந்தார்.

கோவிந்தம்மாவின் முதுகுக்குப் பின்னால் சிரித்த மல்லி, "அப்ப டீச்சர் வீடும் நம்மளோட கோயம்புத்தூர் வந்துருவாங் களாண்ணா?" என்று கேட்டாள். "அவங்களுக்குச் சொந்த வீடு இங்கே இருக்கே. அவங்க இங்கதான் இருப்பாங்க. வேலு சார் மட்டும் தினம் இங்கிருந்து வருவாரு" என்று விளக்கியவன், "சோறு போடுங்கம்மா" என்று அம்மாவை அழைத்தான்.

சரசுவதி | 231

மல்லி புன்னகைத்தபடியே, பகத்சிங் புத்தகத்தை மீண்டும் கையிலெடுத்தாள். "உன் லீவு முடியுறதுக்குள்ள வீடு மாத்திட்டா நல்லது மல்லி. வர்ற வருஷம் நீ அங்கிருந்தே கல்லூரிக்குப் போயிக்கலாம்" என்றான். "அப்படின்னா, இன்னும் இருபது நாளைக்குள்ள சூலூருக்கு குட் பையா!" என்றபடி தான் நிறுத்திய இடத்திலிருந்து படிக்கத் தொடங்கினாள்.

தேசத் துரோகக் குற்றம் சாட்டப்பட்டு, தூக்குத் தணடனை விதிக்கப்பட்ட பகத்சிங், மரணத்தை எதிர்நோக்கி சிறைக் கொட்டடியில் இருக்கும்போது, "நான் ஏன் நாத்திகன் ஆனேன்?" என்பதைத் தன் தந்தைக்கு விளக்க வேண்டியது தன்னுடைய கடமை என்று கருதுகிறார். தன்னிலை விளக்கமாக அவர் எழுதிய கடிதமே அந்தப் புத்தகம். தூக்கி லிடப்படுவதற்குச் சரியாக இரண்டு வாரங்களுக்கு முன் எழுதப்பட்டது. தூக்கிலிடப்பட்டபோது பகத்சிங்கின் வயது இருபத்து நாலு. சில நாட்களில் மரணிக்கப் போகிறோம் என்பது உறுதியான பின்பும் பகத்சிங் இப்படித் தெளிவாகச் சிந்தித்து, ஆணித்தரமாக வாதங்களை முன் வைத்திருப்பது, மல்லியைப் பெரு வியப்பில் ஆழ்த்தியது.

காலையில் டீச்சர் வீட்டுக்குப் போனாள். "வாங்க மல்லி, கோயம்புத்தூர் கிளம்பறீங்களாமே. எனக்கு ரொம்ப வருத்தமா இருக்குது!" என்றார். "எனக்கும் தான் டீச்சர். உங்களையும் தனா வையும் நான் ரொம்ப மிஸ் பண்ணுவேன்!" என்று குரலுடைந்தாள்.

கோவையைவிட்டு, சூலூருக்குக் குடிவந்தபோது இருந்த மகிழ்ச்சி. சூலூரை விட்டுக் கிளம்பும்போது, மூவர் மனதிலும் இல்லை. "நீங்க அடிக்கடி வீட்டுக்கு வரணும் டீச்சர்!" - உன்னதமான நட்பைப் பிரியும் வேதனையுடன் கண்ணீர் மல்க மல்லி விடைபெற்றாள்.

"ரொம்பப் பெரிய வீடா இருக்கேண்ணா! வாடகை எக்கச்சக்கமா இருக்குமே!" என்று மல்லி வியந்தாள்.

"மொத்தமும் வீட்டுக்கு இல்லை மல்லி. முன்னால இருக்கிற நாலு பெரிய ரூமும் வகுப்பறைகளா மாறிடும். பின்னால இருக்கிற ஒரு ரூமும் அதை ஒட்டின சமையலறையும் மட்டும்தான் நமக்கு வீடு!" என்று லோகு விளக்கினான்.

வீட்டுக்குப் பின்புறம் அகன்று நீண்ட உள்வாசலை உள்ளடக்கிய சுற்றுச் சுவர் அதில் ஐந்து ஒண்டுக் குடித்தனங்கள். இவர்களின் சமையலறையை ஒட்டி மனோன்மணியின் வீடு. அவர் கணவர் சிவகுமாருக்கு பெட்டிக் கடை வியாபாரம். அடுத்தது, நடுத்தர வயது கொண்ட மாமியின் வீடு. ஒண்டிக்கட்டை, விதவை. அதையொட்டி, கொச்சம்மா வீடு. தாண்டினால், ரங்கநாயகி வீடு. கணவர், மில் தொழிலாளி. கடைசி வீடு. அங்காத்தம்மா. அவரும் மில் தொழிலாளிதான். ஒரு பெண்ணும் மூன்று பையன்களுமாக நான்கு குழந்தைகள். கணவர் வீட்டு நிர்வாகம்.

வீட்டின் வலது பக்கம் இருக்கும் வெளி வாசல் கதவைத் தாண்டி, லோகு, மல்லி, கோவிந்தம்மா உள்ளே நுழைந்தனர். முதலில் எதிர் கொண்டவர் அங்காத்தம்மாதான். அப்படியே ஒருவர் பின் ஒருவராக எல்லாக் குடித்தனக்காரர்களும் வந்து கூடினர். "நீங்க மூணு பேர்தானா? பள்ளிக்கூடம் நடத்தப் போறீங் களாமே? இங்கிலீசு பள்ளிக்கோடமா?" என்று விசாரித்தார். "தமிழ்ப் பள்ளிக் கூடமுங்க. இந்த வருஷம் மூணு வகுப்பு தொடங்குறோம். மொட்டுக்கள், பூக்கள்னு ரெண்டு பேபி கிளாஸ். அப்பறம் முதல் வகுப்பு. ஒவ்வொரு வருஷமும் ஒவ்வொரு வகுப்பு கூடிட்டே போவும்" என்றான்.

'ஐயே! தமிழ் பள்ளிக்கோடத்துக்கு யார் புள்ளைங்கல அனுப்புவா? நீங்க கைய சுட்டுக்கத்தான் போறீங்க. ஓசனை பண்ணி செய்யுங்க" என்று எச்சரித்த அங்காத்தம்மா, "நானொரு கிறுக்கி! வாசல்ல நிக்க வெச்சே பேசிக்கிட்டு இருக்கேன். நீங்க வீட்டுக்குள்ள போங்க. அப்புறம் பேசிக்கலாம். இங்க தானே இருக்கப் போறோம்" என்றபடி நகர்ந்தார். மற்றவர்களும் ஒதுங்கினார்கள்.

டெம்போக்காரர்கள் வந்து சாமான்களை இறக்கிவைக்க, மல்லியும் கோவிந்தம்மாவும் ஒழுங்குபடுத்தினர். அங்காத்தம்மா ஒரு எவர்சில்வர் சொம்பு நிறைய பாலோடு வந்தார். "இந்தாங்க, பாலைக் காய்ச்சிக் குடிச்சுட்டு மத்த வேலையைப் பாருங்க. வந்த இடத்துல, பாலைத் தேடுவீங்கன்னுதான், எம் பெரிய பையனை விட்டு வாங்கியாரச் சொன்னேன்" என்று கோவிந்தம்மாவிடம் கொடுத்து விட்டுப் போனார்.

“நான் அச்சகம் வரை போய்ட்டு வர்றேம்மா. நோட்டீஸ் எழுதிக் குடுத்திருக்கோம். வாங்கிட்டு வந்துடுறேன்” என்று லோகு கிளம்ப, “இருப்பா, பாலைக் காய்ச்சித் தர்றேன், குடிச்சுட்டுப் போ” என்று கோவிந்தம்மா ஸ்டவ்வைப் பற்ற வைத்தார்.

“நல்ல ஜனங்கண்ணா. கேக்காமலே பாலெல்லாம் வாங்கி வந்துட்டாங்க!” என்று மல்லி சிலாகித்தாள். “பால் வாங்கிக் குடுத்துட்டா, உடனே நல்லவங்களா? எந்தப் புத்துல எந்தப் பாம்பு இருக்குமோ?” என்று மல்லியை இடித்தார் கோவிந்தம்மா.

“அம்மா ஒரு ‘டவுட்டிங் தாமஸ்’, யாரையும் நம்பாத தோமையார்!” என்று சிரித்த மல்லி, “நம்ம பள்ளிக்கு என்னண்ணா பேரு?” என்று கேட்டாள்.

“திருவள்ளுவர் மழலையர் மற்றும் தனிப் பயிற்சிப் பள்ளி. நல்லா இருக்கா?” என்றான். “நல்லாயிருக்குண்ணா” என்று மல்லி தலையாட்ட, பாலைக் குடித்துவிட்டு லோகு கிளம்பினான்.

“இவன் பாட்டுக்கு நடையைக் கட்டிட்டான். காய்கறி எங்க வாங்கறதுன்னு தெரியலியே!” என்று கோவிந்தம்மாள் புலம்ப, “நான் பார்த்து வாங்கிட்டு வர்றேன்” என்று ஒயர் பையை எடுத்துக் கொண்டு மல்லி வெளியே வந்தாள். அங்காத்தம்மாவின் பெண் சரோஜினி, “நான் காட்டுறேன், வாங்கக்கா” என்று கடைக்குக் கூட வந்தாள்.

“ஏய், மல்லி! நீ எங்க இந்தப் பக்கம்!” வெண்டைக்காயின் நுனியை ஒடித்துப் பார்த்துப் பொறுக்கிக் கொண்டு இருந்த கலைக்கு ஆச்சர்யம். கலைச் செல்வி, மல்லியின் வகுப்புத் தோழி. இடது கை, சற்றே சூம்பியிருக்கும். கருவிலேயே ஏற்பட்ட குறையாம். மஞ்சள் கலந்த சிவப்பு நிறம். வட இந்தியப் பெண் போல இருப்பாள். புருவத்தின் இடையி லிருந்து வகிடு வரை, சிவப்பு சாந்தால் நீண்ட பொட்டாக இட்டுக் கொள்வது அவளது பழக்கம்.

“ஹாய் கலை!” என்று தோழியின் கையைப் பிடித்துக் கொண்ட மல்லி, “நாங்க இங்க குடி வந்துட்டம். பிள்ளையார் கோயில்கிட்ட வீடு!” என்றாள் மல்லி உற்சாகமாக.

“அங்காத்தம்மா மகதானே நீ?” என்று சரோஜினியிடம் கலை கேட்க, “ஆமாக்கா, எங்க வீட்டுகிட்டத்தான் வந்திருக்காங்க”

என்றதும், “நாகராஜ் வீட்டுக்கா குடி வந்திருக்கீங்க... அது பெரிய வீடாச்சே!” என்றாள் நம்ப முடியாமல். “எங்கண்ணன் அங்கே ஒரு நர்சரி ஸ்கூலும் டியூஷன் சென்டரும் தொடங்கப் போறார். அதான்!” என்றாள் மல்லி.

“எனக்கு ஒங்க வீடு தெரியும். நாளைக்கு வர்றேன்” என்று சாலையைத் தாண்டி எதிர்ப்பக்கச் சந்தில் நுழைந்தாள் கலை.

வகுப்புத் தோழியைச் சந்தித்ததில் மல்லிக்கு மகிழ்ச்சி. “உங்க கூட படிச்சவங்களாக்கா? எங்க அம்மாவும் அவங்க அம்மாவும் ஒரே மில்லுல தான் வேலை பாக்கிறாங்க. ஆனா, அவங்க வசதியானவங்க” என்றாள் சரோஜினி.

அடுத்த நாள், கலை தன் அப்பாவுடன் மல்லியின் வீட்டுக்கு வந்தபோது, லோகுவும் இருந்தான். அறிமுகத்துக்குப் பின் கலையின் அப்பா, “நீங்க நர்சரி ஸ்கூல் நடத்தப் போறதா சொன்னாங்க!” என்றதும் எட்டிப் பார்த்த அங்காத்தம்மா, “நீங்களே சொல்லுங்க! தமிழ்ப் பள்ளிக் கோடத்துக்கு யாராவது புள்ளைங்களை அனுப்புவாங்களா? அதுக்குத் தான் கெவர்மென்ட்டு பள்ளிக்கோடமே இருக்கே. சார், ஆளந் தெரியாம காலை உடுறாரு!” என்று தன் கருத்துக்கு ஆதரவு சேர்க்க முயன்றார்.

“இல்லை அங்காத்தா தம்பியோடது நல்ல முயற்சி. கவர்மென்ட் பள்ளிக்கூடங்க சரியா நடந்ததுன்னா பிரச்னையே இல்லியே. அது சரியா நடக்காததுனாலதான், தனியார் பள்ளிக்கூடத்துக்கு அனுப்புறோம். ஆனா, அங்கே இங்கிலீஷ் சொல்லிக் குடுத்து, நம்ம புள்ளைகளோட சிந்தனையை மழுங்கடிச்சுடுறாங்க. அஞ்சாம் வகுப்பு வரையாச்சும் தாய்மொழி யில்தான் படிக்கணும். அதுதான் புள்ளைங்களுக்கு நல்லது” என்றவர்,

“நீங்க தொடங்குங்க சார். நான் என்னால முடிஞ்ச எல்லா உதவியையும் செய்யறேன். நாங்க திருக்குறள் மன்றம்னு ஒரு அமைப்பு வெச்சிருக்கோம்” என்றார் உற்சாகமாக.

“ரொம்ப தங்கமாப் போச்சு. நம்ம பள்ளிக்கூடம் பேரும் திருவள்ளுவர் மழலையர் பள்ளிதான். என்ன ஒற்றுமை பாருங்க.

ரொம்ப நன்றி சார்! வீடு தேடி வந்து உதவுற உங்களைப் போன்றவங்க தான் எங்களுக்கு நம்பிக்கையே!" என்றான் லோகு.

மல்லி காபி எடுத்து வந்தாள். "கலை எங்கேம்மா?" என்றார் அப்பா. "உள்ள அம்மாகிட்ட பேசிக்கிட்டு இருக்கா" என்றாள் மல்லி.

"எல்லார்ட்டயும் சீக்கிரம் பழகிருவா. வரச் சொல்லு, கௌம்புறோம்" என்று விடை பெற்றார்.

இரவு சாப்பிடும்போது, "மல்லி, ஒனக்கு நான் நன்றி சொல்லணும். நல்ல ஒரு மனுசரை அறிமுகப்படுத்தி வெச்சிருக்கே! பள்ளிக்கூடம் நல்லா நடக்கும்னு நம்பிக்கை வருது" என்றான் லோகு.

"எனக்குந்தாண்ணா! நானும் நாளைக்கு வீடுவீடா போய் துண்டுப் பிரசுரம் குடுத்துட்டு, எத்தனை வீடுகள்ல மழலையர் வகுப்புக்கு வர்ற மாதிரி குழந்தைங்க இருக்காங்கன்னு ஒரு சர்வே எடுத்துட்டு வந்துடறேன்" என்றாள்.

"ஒங்க கல்லூரி சார்பா கிராமத்துல பண்ணினீங்களே... சமூக, பொருளாதார சர்வே, அது மாதிரியா?" என்று லோகு நினைவுகூர,

"ஆமா!" என்றாள் மல்லி பிரகாசமாக!

மல்லி, கலை, கலையின் அப்பா, சரோஜினி, அங்காத்தம்மா என ஒரு கூட்டமே பள்ளிக்கான துண்டுப் பிரசுரங்களைப் போட்டி போட்டுக் கொண்டு விநியோகித்தனர். திருக்குறள் மன்றத்து உறுப்பினர்களின் உதவியும், ஊக்கம் சேர்த்தது.

ஜூன் மூன்றாம் தேதி முதல் பள்ளி சேர்க்கை. மொட்டு வகுப்பில் முதல் நாளே, பதினைந்து மாணவர்கள் சேர்ந்தனர். அனைவரும் மில் தொழிலாளிகள் மற்றும் உடலுழைப்புத் தொழிலாளர்கள் வீட்டுக் குழந்தைகள். இருபதாம் தேதிக்குள் மூன்று வகுப்பிலும் ஐம்பது குழந்தைகள் சேர்ந்து விட்டனர். லோகுவும் வேலுச்சாமியும் உற்சாகத்தின் உச்சத்தில் இருந்தனர்.

பள்ளிக்கு மூன்று ஆசிரியைகளையும் ஓர் ஆயாவையும் நியமித்தனர். தனிப் பயிற்சி மையத்துக்கென ஒரு தமிழாசிரியரையும் சேர்த்தனர்.

மல்லியின் கல்லூரி தொடங்கியது. கல்லூரிக்குக் காலையில் நடந்து செல்வது என்றும் மாலையில் பேருந்தில் வந்துவிடுவது என்றும் மல்லி முடிவு செய்தாள். மாலையில் டியூஷனுக்கு வரும் சிறிய வகுப்பு பிள்ளைகளுக்கு பாடம் சொல்லித்தர முன்வந்தாள். "நீ படிக்க வேணாமா?" என்ற லோகுவிடம், "சூலூர்ல இருந்தப்போ, ஆறு ஆறரை மணிக்குத்தான் வீட்டுக்கு வருவேன். இப்போ அந்த நேரமெல்லாம் மிச்சந்தானே. அதுலதானே சொல்லித் தர்றேன். என் படிப்பு ஒண்ணும் கெடாது!" என்று உறுதியளித்தாள்.

படிப்பதைவிட சொல்லிக் கொடுப்பது, சிந்தனையையும் அறிவையும் ஆழப்படுத்துவதை மல்லி அனுபவபூர்வமாக உணர்ந்தாள்.

காலை நேரம்... "மல்லிகாங்கிறவங்க இங்கதான இருக்காங்க!" எனப் பெண் குரல் கேட்டதும், லோகு எழுந்து வெளியே சென்றான்.

"கலை இன்னிக்குக் கலேஜுக்கு வரலையாம். நான் அவங்க பக்கத்து வீடு. இந்த லீவு லெட்டரை மல்லிகிட்ட குடுக்கச் சொன்னாங்க" என்று லோகுவிடம் கொடுத்துவிட்டு திரும்பினாள். மல்லி வருவதற்குள் அந்தப் பெண் கிளம்பிவிட, முதுகை மட்டுமே பார்க்க முடிந்தது. லோகு, அந்தப் பெண் போவதையே பார்த்துக்கொண்டு இருப்பதை கவனித்தவளாய் மல்லி கல்லூரிக்குப் புறப்பட்டாள்.

பொருளாதாரத் துறை மாணவிகளைக் கையில் பிடிக்க முடியவில்லை. ஆசிரியர்கள் அறையிலிருந்து, பார்வையாளர்கள் ஹாலுக்கு சரளா மிஸ்ஸைக் கிளப்பிக் கொண்டு வந்தனர். கூச்சலிலும் மகிழ்ச்சியிலும் வகுப்புகள் துவங்குவதற்கான மணி ஒலித்ததையும் பொருட்படுத்தவில்லை. சற்றுத் தாமதமாகக் கல்லூரிக்கு வந்த மல்லி, மாணவிகள் கூட்டத்தில் சரளா மிஸ் மாட்டிக் கொண்டு இருப்பதைப் பார்த்தாள். அங்கிருந்த மாணவியிடம்,"என்னப்பா ஒரே ஆட்டம் பாட்டம் கொண்டாட்டம்?" என்று கேட்டதும், "மிஸ், ஐஏஎஸ். தேர்வாகி யிருக்காங்க. இந்திய அளவுல ஆறாவது ரேங்க்காம்!" என்றாள். மல்லியையும் மகிழ்ச்சி தொற்றிக் கொண்டது.

மதிய உணவு இடைவேளையில், மல்லி தன் துறை ஆசிரியர்களின் ஓய்வறைக்குச் சென்றாள். வாசலில் மல்லியைப் பார்த்த துறைத் தலைவர், "சரளா, உங்க பெட் வந்திருக்கா!" என்று சிரித்தார். புன்முறுவலோடு எழுந்து வந்த சரளா மிஸ்ஸின் கையைப் பிடித்துக் குலுக்கித் தன் மகிழ்ச்சியையும் பாராட்டுதலையும் வெளிப்படுத்திய மல்லி, "சாதிச்சுட்டீங்க மிஸ்! ரொம்ப சந்தோஷம். எனக்கு ரொம்ப பெருமையா இருக்கு" என்றாள். பாராட்டைச் சிரித்தபடி ஏற்றுக் கொண்ட சரளா, 'தேங்க்ஸ் மல்லி' என்றார்.

"தமிழ்நாட்டுலதானே இருப்பீங்க மேடம்?" என்றாள் ஆர்வமாக. "தெரியல மல்லி! டாப் ரேங்குல வர்றவங்களை மத்திய அரசு தனக்குன்னு ஒதுக்கிக்கும். சில சமயங்கள்ல ஐ.எஃப்.எஸ்.ங்கிற இந்திய அரசின் வெளிநாட்டுப் பணிக்கும் எடுத்துக்குவாங்க. எனக்கும் அப்படிப் போகத்தான் விருப்பம்!" என்றார். "என்னை மறந்துடாதீங்க மிஸ்" என்ற மல்லியைப் பார்த்துக் கொண்டே நின்றார் சரளா.

மாலை, மல்லி வீட்டுக்குள் நுழையும்போது, "எங்க சரளா மிஸ், ஐ.ஏ.எஸ். ஆயிட்டாங்கண்ணா! கல்லூரியில் இன்னிக்கு ஒரே திருவிழா தான்" என்று லோகுவிடம் மகிழ்ச்சிப் பொங்க கூறினாள். "நல்ல செய்தி தான். அவங்க சாதனைப் பெண்மணின்னு எனக்கு அன்னிக்கே தோணுச்சு. அவங்க கண்ணுலயே அப்படி ஒரு கூர்மை. தெளிவு!" என்று சிலாகித்தான். "அந்தக் கூர்மை, தெளிவு என் கண்லயும் இருக்கான்னு பாருங்கண்ணா. நானும் சாதனைப் பெண் ஆவேனா?" என்று வேடிக்கையாகக் கைகளால் தன் கண் இமைகளை அகற்றி விழித்தாள்.

"நீ சாதனைப் பொண்ணு இல்ல; ரோதனைப் பொண்ணு!" என்றபடி அங்கே வந்த வேலுச்சாமி, "உன் சிஷ்யகோடிகள் மூணு பேரும் வந்தாச்சு. போய் ரம்பம் போடு" என்று காதைத் திருகினான்.

"மொட்டுக்கள் வகுப்பு ஆசிரியைக்கு வேற வேலை கிடைச்சிருக்காம். நாளையிலிருந்து வர மாட்டாங்க. புதுசா ஒரு ஆசிரியை வேணும். உன் ஃப்ரெண்ட்ஸ்கிட்ட சொல்லி வை. நானும் கலை அப்பா கிட்ட சொல்லியிருக்கேன்" இரவு சாப்பிடும்போது லோகு

கூறினான். “புது டீச்சர் வர்ற வரைக்கும் மொட்டுக்கள் வகுப்பை யார் பாத்துக்கு வாங்க?” என்ற மல்லியிடம், “நம்ம அம்மாவைப் பாத்துக்கச் சொல்ல லாமா?” என்றான். “ஆஹா, அம்மா போடுற அதட்டல்ல, அடுத்த நாள் லருந்து ஒரு குழந்தையும் பள்ளிக்கூடத்தை எட்டிப் பார்க்காது. இழுத்து மூடி, ஜனகனமன பாடிட வேண்டியதுதான்” என்று மல்லி சிரிக்க,

“ஆமாண்டி அல்லிராணி, நான் கொடுமைக்காரிதேன். ஒங்கள மாடு மேய்க்க, சாணி பொறுக்க, வெறகொடிக்க அனுப்பாம, அரும்பாடுபட்டு வளத்து, படிக்கவெச்சதுக்கு இதுவும் சொல்லுவீங்க.... இதுக்கு மேலயும் சொல்லுவீங்க” என்று கையை ஓங்கினாள் அடிப்பதற்காக... மல்லி குனிந்து முதுகைக் காட்டிச் சிரித்தாள் மறுபடியும்.

“வளர்ற புள்ளையை ஒரு அடி அடிக்கக் கூடாதுங்கோ. போடறதா இருந்தா, ரெண்டாப் போடோணும்!” என்று யோசனை கூறியபடி வந்த கலையின் அப்பா, “லோகு சார், நம்ம பக்கத்து வீட்ல ஜோதிமலர்னு ஒரு பொண்ணு இருக்கு. ப்ளஸ் டூ வரைக்கும் படிச்சிருக்கு. கலைக்கு ஃப்ரெண்டு தான். நாளைக்கு காலைல கலை கூட்டிக்கிட்டு வரும். மொட்டுகள் வகுப்புக்கு தோதுப்பட்டு வருமான்னு பாத்துட்டுச் சொல்லுங்க!” என்று சொல்லிவிட்டுப் போனார்.

அடுத்த நாள் காலை எட்டுமணி அளவில் மல்லி கல்லூரிக்கு கிளம்பிக் கொண்டு இருந்தாள். “மல்லீஈஈ...” லோகுவின் குரல். “மொட்டுகள் வகுப்புக்கு டீச்சரை, கலை அழைச்சுட்டு வந்திருக்காங்க.”

“ஹாய் மல்லி, இவங்க பேரு ஜோதிமலர். அன்னிக்கி, நான் இவங்ககிட்டதானே என் லீவு லெட்டரைக் குடுத்துவிட்டேன்” என்றாள் கலை.

“நான் பார்க்கலை கலை. இவங்க, அண்ணங்கிட்ட கொடுத் துட்டுப் போயிட்டாங்க” என்றவள், “என்னண்ணா, அப்பாயின்டட் தானே! அதுவும் நம்ம கலை ரெகமண்டேஷன்!” என்று சிரிக்க, “ரெண்டு நாள் இங்கே வேலை பார்க்கட்டும் மல்லி, முதல்ல வேலை அவங்களுக்குப் பிடிக்கணும்ல!” என்றான் ஜோதியைப் பார்த்துச் சிரித்தபடி.

"சின்னக் குழந்தைகளுக்கு பாடம் சொல்லித் தர்றது எனக்குப் பிடிக்குமுங்க. அதான்..." என்று தன்னிலை விளக்கம் தந்தாள் ஜோதி மலர்.

"அப்படின்னா, இன்னிக்கே வேலையை ஆரம்பிக்கிறீங் களா?" என்று லோகு முடிக்கும் முன், "ஆமாமுங்கோ, இன்னிக்கு நல்ல நாளுன்னு அம்மா சொன்னாங்க" என்றாள் ஜோதி.

ஜோதி மலர் - எதிரில் வரும் யாரையும் திரும்பப் பார்க்க வைக்கும் அழகு. ஒற்றை நாடி உடல். கூர்மையான மூக்கு. பெரிய கண்கள். நேர் வகிடெடுத்து எண்ணெயிட்டுப் படிய வாரிய முடி. ஒற்றைப் பின்னல்.

"சரிண்ணா, அப்ப நாங்க கல்லூரிக்குக் கௌம்புறோம்" தன் ஜோல்னா பையை மாட்டிக் கொண்டு கலையுடன் கிளம்பினாள் மல்லி.

34

சரளா ஐஏஎஸ்

சரளா மிஸ்ஸுக்கு கல்லூரியில் பாராட்டு மற்றும் வழியனுப்பு விழா. கல்லூரி முதல்வர், துறைத் தலைவர், சக பேராசிரியத் தோழிகள் என அனைவரும் பாராட்டி, வாழ்த்திப் பேசினர். மாணவிகள் சார்பாக யாரேனும் பேசலாம் என்று முதல்வர் அழைக்க, மல்லி எழுந்தாள்.

"சரளா மிஸ் ஐஏஎஸ். ஆனது, எங்களுக்கெல்லாம் ரொம்பவே மகிழ்ச்சி என்றாலும், ஒரு நல்ல ஆசிரியரை இழக்கிறோமே என்ற வருத்தமும் இருக்கிறது. என்னைப் போல, பள்ளியில், தமிழ் வழியில் படிச்சுட்டு வர்ற மாணவிகளுக்கு சரளா மிஸ் ஒரு நல்ல வழிகாட்டியா இருந்தாங்க. அவங்களைக் கூச்சமில்லாம தயக்கமில்லாம அணுக முடிஞ்சது. எங்க பிரச்னைகளைப் புரிஞ்சு சரியான ஆலோசனை தருவாங்க. மிஸ் எங்களை நண்பர்களா நடத்தினாங்க. நாங்களும் அவங்களை ஒரு மூத்த தோழியாதான் கருதினோம். ஆசிரியர் என்ற அதிகாரத்தை அவர் எங்கள் மீது ஒரு நாள்கூடப் பிரயோகித்ததில்லை" என் நிறுத்தினாள். மாணவிகள் படபடவென்று கைதட்டினர்.

பேச்சைத் தொடர்ந்த மல்லி, "அவர் கொடுத்த ஊக்கமும் ஆதரவும்தான் என்னை டெல்லி வரை அனுப்பி வைத்தது. என்னைப் போன்ற கிராமப்புற மாணவிகளின் தயக்கத்தையும், கூச்சத்தையும் போக்க சரளா மிஸ் போன்ற ஆசிரியர்கள் ஒவ்வொரு கல்லூரியிலும் இருக்க வேண்டும். அவரை நாங்க,

ரொம்பவே மிஸ் பண்ணுவோம்'' என்று உணர்ச்சியோடு பேசிவிட்டு அமர்ந்தாள்.

சரளா மிஸ்ஸின் ஏற்புரை சுருக்கமாக இருந்தது. "நான் படித்து முடித்த கையோடு இந்த வேலையில் சேர்ந்தேன். முதல் வேலை, முதல் கல்லூரி, நல்ல முதல்வர், அன்பான சக ஆசிரியர்கள் மற்றும் அருமையான மாணவிகள், ஆசிரிய வேலை எனக்குப் பிடித்தமான தொழில். மல்லியைப் போன்ற கிராமப்புற மாணவிகளின் முன்னேற்றமே ஒரு நாட்டின் உண்மையான முன்னேற்றம். அத்தகைய முன்னேற்றத்தை ஏற்படுத்துவதற்கு ஒரு ஐஏஎஸ். அதிகாரியாக இருந்தால், கூடுதலான வாய்ப்பாக இருக்கும் என்பதுவும் நான் இதைத் தேர்ந்தெடுத்ததற்கு ஒரு காரணம்'' என்ற சரளா, "நான் ஒரு செய்தியைச் சொல்ல விரும்புகிறேன். கட்டுரைப் போட்டியில் வெற்றி பெற்ற மல்லியை அழைத்துக் கொண்டு நான் டெல்லி சென்றது உங்களுக்கெல்லாம் தெரியும். விழாவெல்லாம் முடிந்த பின், கடைவீதிக்குச் சென்றிருந்தோம். அப்போது மல்லி எனக்கு ஒரு பேனாவை வாங்கி, "மிஸ், நீங்க இந்தப் பேனாவுல தேர்வெழுதி ஐஏஎஸ். ஆகுறீங்க!'' என்ற வாழ்த்துதலுடன் கொடுத்தாள். அவளுடைய வாழ்த்து பொய்த்துவிடக் கூடாது என்று நான் கூடுதல் முனைப்புடன் தேர்வுக்குப் படித்தேன். அந்தப் பேனாவால் தான் தேர்வெழுதினேன். இதுதான் அந்தப் பேனா!'' என்று தன் கைப் பையில் இருந்த பேனாவை எடுத்துக் காட்டினார். எழுந்த கையொலி அமைதியாவதற்குச் சில நிமிடங்கள் ஆயின. ஆனந்தத்தில் மல்லி அழுதேவிட்டாள்.

"உங்கள் அனைவரின் அன்புக்கும் வாழ்த்துதலுக்கும் நன்றி. உலகம் உருண்டையானது. இன்றைய உலகமயமாக்கல் சூழலில் அது சிறுத்தும் விட்டது. நாம் கட்டாயம் மீண்டும் சந்திப்போம். நன்றி! வணக்கம்!'' என்று கூறி அமர்ந்தார்.

வீட்டிற்கு வந்த மல்லிக்கு, சரளா மேடம் நினைப்பாகவே இருந்தது.

இரவு... தூக்கம் வரவில்லை புரண்டு புரண்டு படுத்தாள். சற்று நேரங் கழித்து அருகே வந்து படுத்த கோவிந்தம்மா, "தூங்கிட்டியா?'' என்று கிசுகிசுத்தார் 'சக்' கொட்டிய மல்லி, "தூக்கம் வரலம்மா?'' என்றாள். "ஒரு சமாசாரத்தை ஒங் காதுல

போட்டுவெக்கிறன். நீ ஒடனே லோகுகிட்ட கேட்டுடாதே" என்றவர், "லோகுவுக்கு அந்தப் புள்ள ஜோதி மேல ஒரு கண்ணுன்னு எம் மனசுக்குத் தோணுது! நீ காலேஜுக்குப் போயிடறவ. நான் இங்கயே இருக்குறந்தானே. அவன் அந்தப் புள்ளகிட்ட பேசறது. நடந்துக்கிறதெல்லாம் பாக்கும்போது எனக்கு அப்பிடித்தான் படுது. நான் அந்தப் புள்ளைய ஒரு குத்தமும் சொல்ல மாட்டேன். அது பொங்கு பொங்குன்னு எதார்த்தமா தான் வந்துட்டுப் போவுது. இவன் மனசுல அபிப்ராயம் விழுந்திருச்சுன்னு நெனக்கிறேன். ம்... கொஞ்ச நாள் பாப்போம். கலை அப்பாகிட்ட நான் வெசாரிக்கிறன். அனுசரிச்சு வந்தா கல்யாணம் பேசி முடிச்சிடலாம்... சரிதான நாஞ்சொல்றது ?" என்று மல்லியின் காதைக் கடித்தாள்.

மல்லிக்கு அது ஆச்சர்யமாக இல்லை. ஜோதியின் அழகும் மென்மையும் யாரையும் ஈர்க்கும் வல்லமை உடையது. அம்மாவின் கணிப்பு சரியாக இருக்க வேண்டும் என்பதைக் காட்டிலும், எல்லாம் கூடி வந்தால் தனக்கொரு அழகான அண்ணி கிடைப்பாள் என்ற எண்ணம், மல்லியின் உதட்டில் புன்னகையை வரவழைத்தது!

ஜோதி மலருக்கு அம்மா, அப்பா மற்றும் இரண்டு தம்பிகள். சொந்த வீடு. ஒரு பகுதி வாடகைக்கு விடப்பட்டு இருந்தது. வாடகைதான் குடும்ப வருமானமே!

"கல்யாணத்துக்கு அப்புறம் அந்தக் குடும்பத்தோட பொறுப்பும் உங்க மேலதான் விழும். அதையும் யோசனை பண்ணிக்கங்க!" என்று அங்காத்தம்மா எச்சரித்தார். "அங்காத்தா சொல்றதும் ஒரு வகையில சரிதான்..." என்று இழுத்த கலையின் அப்பா, "மலரோட தம்பிப் பசங்க படிச்சு, வேலைன்னு உட்கார்ற வரைக்கும் தானுங்க... அதுக்கப்புறம் அக்காவையும் மாமாவையும் உள்ளங்கையில வெச்சுத் தாங்கு வாங்கல்ல... தங்கமான பசங்க" என்று இரண்டு பக்கத்துக்கும் ஏற்றாற்போல் பேசினார்.

இரவு, பாயை உதறி விரித்த கோவிந்தம்மா, மல்லியின் காதில், "இளிச்சவாப் பையன். அவங்க இவந் தலையில மொளகா அரைக்கத் தான் போறாங்க! ஹ்ம்ம்... நாம எது சொன்னாலும், இப்ப அவன் மண்டையில ஏறாது. அந்த ஏழுமலையான் வுட்ட வழி" என்று பெருமூச்சு விட்டார்.

“ஏம்மா, சும்மா இருந்த அண்ணனை, ‘அதது காலா காலத்துல நடக்கணும்னு’ தூண்டிவிட்டது நீங்க. ஒனக்குப் பிடிச்ச பொண்ணா பாருன்னு சொன்னீங்க. இப்ப அண்ணன் மேல குத்தம் சொல்றீங்க!” என்று படபடத்தாள்.

“உன் அண்ணனைச் சொன்னா ஒனக்கு மூக்குக்கு மேல பொத்துக்கிட்டு வந்துருமே!” என்று சலிப்புடன் மௌனமானார்.

அண்ணனின் திருமணம், செண்பகா டீச்சர் திருமணம் போல் சுயமரியாதைத் திருமணமாக இருக்க வேண்டும். தான் வரவேற்புரை நிகழ்த்த வேண்டும் என்ற ஆசை மல்லிக்கு. லோகுவிடமும் சொல்லிப் பார்த்தாள். “அம்மா சம்மதிக்க மாட்டாங்க மல்லி. அவங்க வீட்லயும் சம்மதிக்க மாட்டாங்களே. எதுக்குத் தேவையில்லாத பிரச்னை” என்றான்.

பேரூர் கோவிலில் திருமணம் நடைபெற்றது. மொத்தச் செலவை யும் லோகுவே ஏற்றுக் கொண்டதில் கோவிந்தம்மாவுக்குக் கடுப்பு.

“இப்ப இருந்தே மொட்டையடிக்கத் தொடங்கிட்டாங்க பாத்தியா? எங்கே போய் முடியுமோ” ஆற்றாமையை மல்லியிடம் வெளிப்படுத்தினார்.

“இதுல என்னம்மா தப்பு? அவரு கல்யாணம். செலவு செய்யறாரு; ஏன் வீணா பொலம்புறீங்க?” மல்லி சிடுசிடுத்தாள்.

“திருடன் தலயாரி வூட்ல ஒளிஞ்ச கணக்கா, ஏங் கொறய ஒங்கிட்ட வந்த சொன்னம்பாரு” என்று முகவாயைத் தோளில் இடித்துக் கொண்டு நகர்ந்தார்.

●

35

இடுக்கண் களைந்த நட்பு

மல்லிக்கு பி.ஏ., இறுதியாண்டுத் தேர்வுகள் நெருங்கிக் கொண்டு இருந்தன. நாட்கள் வேகமாக ஓடுவதாக மல்லி உணர்ந்தாள். எப்போதும் போல், திட்டமிட்டுப் படித்து, தேர்வுகளை எதிர்கொண்டாள். அச்சம் எதுவுமின்றி, தேர்வு முடிவுக்காகக் காத்திருந்தாள்.

"என்னது... உன் நம்பரையே காணோமே" - பி.ஏ., தேர்வு முடிவுகளைச் செய்தித்தாளில் பார்த்த லோகு அதிர்ச்சியானான். துணுக்குற்ற மல்லி, "சரியா பாருங்கண்ணா" என்றாள். "உன் நம்பருக்கு முன்னாலயும் பின்னால எல்லா நம்பரும் வரிசையா இருக்கு. உன் நம்பரை மாத்திரம் காணோம்" என்று மல்லியிடம் பேப்பரைக் கொடுத்தான்.

"இதோ பாருங்கண்ணா, என் நம்பர், நீங்க என்ன பாத்தீங்க?" என்று மல்லி பேப்பரில் வந்திருந்த தன் நம்பரைச் சுட்டுவிரலால் அழுத்திக் காட்டினாள்.

பேப்பரின்மீது மீண்டும் பார்வையை ஓட்டிய லோகு, "அடடே, நீ செகண்ட் கிளாஸ்ல பாஸ் பண்ணியிருக்க. நான் தேர்ட் கிளாஸ்ல தேடிட்டு இருந்தேன்... அதான்" என்றவன், கோவிந்தம்மாவின் பக்கம் திரும்பி, "அவங்க காலேஜ்லயே மல்லி மட்டும்தான் செகண்ட் கிளாஸ், மத்த எல்லாரும் தேர்ட் கிளாஸ்" என்றான். "அதான பாத்தேன்! பரீச்சைக்குன்னு விடிய விடிய விழுந்து விழுந்து படிச்சாளே! எப்பிடி பெயிலா வான்னு யோசிச்சேன்?" - கோவிந்தம்மா சொல்ல, மல்லி குபீரெனச் சிரித்தாள்.

மல்லியின் கை குலுக்கி, தன் வாழ்த்தையும் மகிழ்ச்சியையும் வெளிப்படுத்திய ஜோதி, “கௌம்புங்க மல்லி, பெருமாள் கோயிலுக்குப் போய், ஒரு அர்ச்சனை பண்ணிட்டு வந்துடலாம்” என்று அழைத்தாள். சிலுப்பிக்கொண்ட கோவிந்தம்மா, “நல்லா வருவாளே. இவ எந்தக் காலத்துல சாமி கும்புட கோயிலுக்குப் போயிருக்கா? வேடிக்கைப் பாக்க வேணும்னா வருவா” என்று நீட்டி முழக்கினார்.

லோகுவின் முகத்தைப் பார்த்த மல்லி, “எம்.ஏ. படிக்கணும்ணா. ஆனா, பொருளாதாரம் இல்லை. ‘தத்துவம்’ படிக்கணும்” என்றாள். இதை லோகு எதிர்பார்க்கவில்லை. “என்ன சொல்ற! மூளை கலங்கிடுச்சா? தத்துவப் பாடத்துக்கு வேலை வாய்ப்பு ரொம்பக் குறைச்சல் மல்லி. நிறைய காலேஜ்ல அந்தப் பாடத்தையே எடுத்துட்டாங்க. தெரியும்ல!” என்றான் ஆதங்கத்தோடு.

புத்தரும், பெரியாரும், விவேகானந்தரும், வள்ளலாரும், காந்தியும், அம்பேத்கரும், மார்க்ஸும், ஏங்கல்ஸும் ஏற்கெனவே மல்லியின் சிந்தனையைக் கிளறிவிட்டிருந்தனர். “பரவால்லண்ணா, முதல்ல பிடிச்ச பாடத்தைப் படிக்கிறேன். வேலையைப்பத்தி அப்புறமா யோசிக்கலாம்” என்றாள் பிடிவாதமாக.

“என்னமோ சரளா மிஸ் மாதிரி ஐஏஎஸ் ஆகணும் னெல்லாம் திட்டம் வெச்சிருந்தியே...?” என்று லோகு கேட்டதும், “தத்துவம் படிச்சா, ஐஏஎஸ். எழுதக் கூடாதுன்னு தடை ஒண்ணும் இல்லைண்ணா. தத்துவப் பேராசிரியரான டாக்டர் இராதாகிருஷ்ணன், இந்திய ஜனாதிபதியா உயரலையா? படிக்கிறதுக்கும் பார்க்கிற வேலைக்கும் சம்பந்தம் இருக்கணும்னு கட்டாயம் இல்லைண்ணா. படிப்பு, நம்ம அறிவு வளர்ச்சிக்கு, நம்மை முழுமையானவங்களா ஆக்கிறதுக்கு!” என்று தன் உறுதிக்கான விளக்கத்தைத் தந்தாள்.

“சரி, இனி உன்னை மாத்த முடியாது. ஆனா, அந்தப் பாடம் இங்கே எந்தக் கல்லூரியிலயும் இல்லியே. நீ வெளியூர் போய் விடுதியில தங்கிப் படிக்க வேண்டியிருக்குமே” என்று அடுத்த அஸ்திரத்தை வீசினான். “நான் சமாளிச்சுக்குவேண்ணா” என்றாள் மல்லி உறுதி மாறா குரலில்.

“என்ன பிரச்னை, மல்லி கொரலு புள்ளையார் கோயில் வரைக்கும் கேக்குதுங்களே” என்றபடி வேலுச்சாமி உள்ளே நுழைந்தார். மல்லியின் தேர்வு முடிவு தெரிந்ததும் உற்சாகமானவர், “பின்ன என்ன பிரச்னை ? நாங்கூட மல்லி ஃபெயிலாகிட்டதா நினைச்சு சந்தோஷப் பட்டேனே ?” - விளையாட்டாகப் பேசி, சூழலின் இறுக்கத்தை மாற்ற முயன்றார்.

“அதில்ல வேலு, வெளியூர் போய் படிக்கணும்னு மல்லி ஆசைப்படுது” என்று லோகு பேச்சைத் தொடருமுன், “இல்லண்ணா, வெளியூர் போறது என்னோட நோக்கமில்லை. பிடிச்ச பாடம்” என்று மல்லி விளக்கினாள். “சரி, சரி ! வெளியூர்னா, பணச் செலவு பத்தி அம்மா யோசிக்கிறாங்க” என்றான் லோகு.

“சரி, அதைப்பத்தி அப்புறம் பேசுவோம். முதல்ல காலேஜ் போய் சர்ட்டிஃபிகேட், மார்க் சீட்டெல்லாம் வாங்கிட்டு வா” என்று எழுந்தார் வேலுச்சாமி.

கல்லூரியில் மல்லியை, வகுப்புத் தோழிகள், பேராசிரியைகள் என அனைவரும் பாராட்டினர். “சரளா மிஸ் இருந்தா ரொம்ப சந்தோஷப் படுவாங்க” என்றார் துறைத் தலைவர்.

தன்னைப் பார்த்து நன்றி சொல்ல வந்தவளிடம், “மேல என்ன செய்யப் போற மல்லிகா ?” என்று கேட்டார் முதல்வர். கல்லூரிக்குப் பல வகைகளில் பெருமை சேர்த்த மாணவி என்பதால், மல்லிகா மீது அவருக்கு ஒரு கரிசனம். “எம்.ஏ., தத்துவம் படிக்கப் போறேன் மேடம்” என்ற பதில் முதல்வரை ஆச்சர்யப்பட வைத்தது. “வித்தியாசமான மாணவி நீ ! எது உனக்கு திருப்தி தருமோ, அதைச் செய் ! ஆல் தி பெஸ்ட் !” என்று வாழ்த்தினார்.

மல்லியைச் சென்னைக்கு அனுப்புவதைவிட, சிதம்பரம் அண்ணாமலைப் பல்கலைக்கழகத்துக்கு அனுப்புவது நல்லது என்று லோகு முடிவெடுத்தான். ஒரே வளாகத்துக்குள் துறை, விடுதி, நூலகம் என்று பாதுகாப்பான இடம். மேலும், உறவினர் ஒருவர், அங்கே தமிழ்த் துறையில் பணியாற்றிக் கொண்டு இருந்தார். மல்லியின் லோக்கல் கார்டியனாக இருப்பார் என்று சிந்தித்த லோகு, அவரைத் தொடர்பு கொண்டு மல்லிக்கு விண்ணப்பப் படிவத்தை வரவழைத்தான்.

கல்விக் கட்டணம், விடுதிக்கான முன் பணம், மல்லிக்குத் தேவையான துணிமணிகள், இதர பொருள்கள் வாங்க எனப் பணத் தேவை குறித்து லோகுவும் வேலுச்சாமியும் பேசிக் கொண்டனர். தன்னிடம் இது குறித்து லோகு எதுவும் பேசாதது ஜோதிக்கு ஒரு குறையாக இருந்தது. நண்பருக்குக் கொடுக்கிற முக்கியத்துவத்தை லோகு தனக்குக் கொடுப்ப தில்லை என்று எண்ணியவள், அதை மல்லியிடம் வெளிப்படுத்தவும் செய்தாள். "அவங்க ரெண்டு பேரும் ரொம்ப வருஷமா ஃப்ரெண்ட்ஸ் அண்ணி. அதனால, ஃப்ரீயா பேசிக்குவாங்க!" என்று சமாதானம் சொன்னாள் மல்லி.

விண்ணப்பப் படிவம் அனுப்பப்பட்ட சில நாட்களில் சேர்க்கை அட்டை வந்தது. அதில் கட்டணங்களாகக் குறிப்பிடப்பட்டிருந்த தொகை கொஞ்சம் பெரியது. லோகு பணம் புரட்ட முடியாத மன உளைச்சலோடு இருக்கையில், வேலுவும் செண்பகா டீச்சரும் உள்ளே நுழைந்தனர். மல்லிக்கு ஒரே மகிழ்ச்சி, "என்னை வழியனுப்ப வந்தீங்களா டீச்சர்?" என்றாள் வாயெல்லாம் பல்லாக.

"ஆமாம்" எனத் தலையாட்டிய செண்பகா, "இந்தாங்க மல்லி" என்று ஒரு கறுப்பு பர்ஸை மல்லியின் கை கொள்ளாமல் திணித்தார். பர்ஸைத் திறந்த மல்லி, அலறினாள். "என்னங்க டீச்சர், இவ்வளவு பணம்?" என்று அதை மீண்டும் டீச்சர் கையில் திணிக்க முயன்றாள்.

வேலுச்சாமிதான் குரல் கொடுத்தார். "எல்லாத்தையும் லோகு கிட்ட சொல்லிட்டேன் மல்லிம்மா, வாங்கிக்க" என்றார். "ஒண்ணும் நிறைய இல்லை மல்லி. இப்ப உங்களுக்குத் தேவையானதுதான் இருக்கு. உங்க அண்ணன் சிரமப்படுறார்னு இவர் சொன்னாரு. அதான்" என்றார் செண்பகா.

"உங்களால மட்டும் எப்பிடி டீச்சர் பணம் புரட்ட முடிஞ்சது? என்று கேட்டாள் மல்லி. "அது பெரிய விஷயமில்லை மல்லி, என் கையில் தங்க வளையல் கெடந்தது. சொர்ணத்தம்மாள் பெட்டியில் பணம் இருந்தது. இப்ப ரெண்டும் இடம் மாறியிருக்கு. அவ்வளவுதான். மெதுவா மீட்டுக்கலாம்" என்று சிரித்தார் செண்பகா டீச்சர்.

அதைக் கேட்டதும் ஜோதிக்கு என்னவோ போல் ஆகிவிட்டது. அவள் கையிலும் புதுக் கருக்கு மாறாத வளையல்கள் கிடந்தன. கழுத்தில் புதுச் சங்கிலிகள் மினுக்கின. ஆனால், செண்பகா டீச்சர் போல உதவ ஏன் தோன்றவில்லை? அங்கேதான் 'நட்பு' நிற்கிறது!

தன் கல்விப் பயணத்தின் இக்கட்டான நேரங்களிலெல்லாம் கை கொடுத்துக் கரை சேர்த்தவர்களின் நினைவு மல்லியின் நெஞ்சில் நிழற்படங்களாக ஓடியது. மாணிக்கம் சார், நாடாரய்யா, கமலாம்பாள் டீச்சர், லோகுவின் தனிப்பயிற்சிக் கல்லூரி செயலர், நிர்மலா கல்லூரி முதல்வர், சரளா மிஸ், இதோ... செண்பகா டீச்சர்! இவர்களுக்கெல்லாம் தான் என்ன கைம்மாறு செய்ய முடியும்! மனதின் சிந்தனை ஓட்டம், மல்லியின் கண்களில் நீர் முத்துக்களைக் கோத்தது. கட்டுப்படுத்த முயன்ற அழுகை விம்மலாக வெடித்தது.

"என்னங்க மல்லி! இதுக்கெல்லாம் போய் அழுதுக்கிட்டு!" செண்பகா டீச்சர், மல்லியின் முதுகில் தடவிக் கொடுத்து ஆறுதல் படுத்தினார்.

●

36

விடுதியும் தேர்தலும்

கோவையிலிருந்து திருச்சி, திருச்சியிலிருந்து சிதம்பரம் என தொடர்வண்டியில் பயணித்த லோகுவும் மல்லியும், ரயில் நிலையத்திலேயே குளித்துவிட்டு பல்கலைக்கழகம் சென்றனர். லோகு, மல்லியின் சேர்க்கை அட்டையைக் காண்பித்து, உரிய கட்டணத்தைச் செலுத்தி, ரசீதுகளைப் பெற்றுக்கொண்டு, மாணவியர் விடுதி வந்து சேரும்போது மாலை மூன்று மணி.

விடுதிக் காப்பாளர், கணிதப் பேராசிரியை முனைவர் செல்வி தாமரை நங்கை. வணக்கம் சொன்ன லோகு, "என் தங்கச்சி இதுவரை விடுதியில் தங்கிப் படிச்சதில்லை மேடம். இதுதான் முதல் தடவை. உங்ககிட்ட ஒப்படைச்சுட்டேன். நீங்கதான் கைடு பண்ணணும்" என்றான் பணிவாக.

"வர்றேன் மல்லி, பார்த்துப் பத்திரமா இருக்கணும்மா" என்ற லோகு, "நீ பத்தாம் வகுப்பு தேர்வுக்குத் தயார் பண்ணிட்டு இருந்தப்போ, நான் உனக்கொரு கடிதம் எழுதினேனே ஞாபகமிருக்கா ?" எனக் கேட்டான். மல்லி, அண்ணன் முகம் பார்த்துத் தலையாட்டினாள்.

"அதையேதான் இப்பவும் சொல்றேன் மல்லி. நீ என் தங்கச்சின்னு சொல்லிக்கிறதவிட, நான் உன்னோட அண்ணன்னு சொல்லிக்கப் பெருமைப்படுற மாதிரி நீ நடந்துக்கணும்" என்றான் குரல் நெகிழ.

“சரிங்கண்ணா!” என்று கண்கள் பனிக்கச் சிரித்தபடி தலையாட்டினாள், பல்கலைக்கழகம் வரை வந்துவிட்ட பட்டிக்காட்டுச் சிறுமி, மல்லி!

“உனக்கு மாடியில ஒன்பதாம் நம்பர் ரூம். ஏற்கெனவே ரெண்டு பொண்ணுங்க இருக்காங்க. இன்னும் ஒரு மாணவி வருவாங்க. ஒவ்வொரு ரூமுக்கும் நாலு பேர்” என்ற விடுதிக் காப்பாளர், சற்று தள்ளி நி...று கொண்டிருந்த காவலாளியை அழைத்து, “சாமான்களை கொண்டு போய் ஒன்பதாம் நம்பர் ரூமில் வைப்பா” என்றார். ‘நீயும் போம்மா’ என்று மல்லியை அனுப்பி வைத்தார்.

“ஹார்ட்டி வெல்கம்!” - இனிய குரலொன்று வரவேற்றது. வலதுபுற ஜன்னலருகே போடப்பட்டிருந்த கட்டிலில், பெரிய கண்கள், வெளுத்த நிறம், சுருட்டை முடியுடன் நின்ற ஒரு பெண் வரவேற்றாள். “என் பெயர் சுசித்ரா! நான் பெங்களூரு. எம்.ஏ. சைக்காலஜி” என்று அறிமுக மானாள். “நான் ஃபிலாசபி” என்ற மல்லி, “உங்களுக்கு தமிழ் தெரியுமா?” என்று ஆங்கிலத்தில் கேட்டாள்.

“கொஞ்சம் கொஞ்சம்!” என்ற சுசித்ரா, நம்ம அறையிலே “இன் னொரு மாணவி பரணி... பிசிக்ஸ். ‘லேப்’பை மூடணும்னு அட்டெண்டர் வெரட்டி விட்டா தான் ஹாஸ்டலுக்கே வருவா!” எனும்போதே, “ஹலோ, புதுசா வந்தவங்ககிட்ட என்னைப் பத்தி தப்புத்தப்பா சொல்றியா?” என்றபடி உள்ளே நுழைந்த பரணி, மல்லியிடம் “ஹலோ!” என்றாள்.

“தேநீர் மணி அடிச்சாச்சே, வாங்க டைனிங் ஹாலுக்குப் போலாம்” எனத் தன் தம்ளரை எடுத்தாள். சுசித்ராவும் தயாரானாள். மல்லி இன்னும் பெட்டியைத் திறக்கவில்லை. அதனுள்தான் தட்டு, தம்ளர் எல்லாம் இருந்தன. வாங்க மல்லி. இதோ என் கிட்ட இன்னொரு தம்ளர் இருக்கு என்றபடி பரணி முன்னே நடந்தாள். மல்லியும் சுசித்ராவும் பேசிக் கொண்டே பின் தொடர்ந்தனர்.

தங்கும் விடுதிக்கும், தத்துவத் துறை வகுப்பறைகளுக்கும் இடையே பத்து நிமிட நடை தூரமே. வகுப்புத் தோழி லலிதாவுடன் துறை நோக்கி நடந்த மல்லியை, “நீ... நீ.... நீங்க மல்லிதானே?”

சைக்கிள் சீட்டில் உட்கார்ந்தபடியே வலது காலைத் தரையில் ஊன்றிய அந்த மாணவன், தயங்கித் தயங்கிக் கேட்டான். மல்லி, சடக்கென்று நின்று நிமிர்ந்து பார்த்தாள். ராக்கிங் செய்பவனாகத் தெரியவில்லை.

"ஆமாம்... நீங்க யாரு?"

"என்னக்கா, இப்படி மறந்துட்டீங்க? நான் ஜெய்சிங். உங்க ஸ்கூல் ஃப்ரெண்ட் ஜெயசீலியோட தம்பிக்கா!" என்று அருகில் வந்தான். "அடப்பாவி! ஜெய்சிங்காடா நீ? அடையாளமே தெரியலை" - மல்லியின் வியப்பு மாறவில்லை.

"நீங்களுந்தாக்கா, ஆளே மாறிட்டீங்க. ஆனால் நான் கண்டு பிடிச்சுட்டேன்ல!" - மகிழ்ச்சி அவனுடைய சொல்லிலும் முகத்திலும் கூத்தாடியது.

"என்ன கோர்ஸ்டா பண்ற? சீலி எப்படி இருக்கா? என்ன செய்றா?" என்று பேச்சைத் தொடர்ந்தவளை, இடைமறித்த லலிதா, "நேரமாச்சு மல்லி. சிடுமூஞ்சி கிளாஸ். லேட்டாய் போனா தாளிச்சிடும்" என மெல்லிய குரலில் எச்சரித்தாள். புரிந்து கொண்ட ஜெய்சிங், "சரிக்கா, நாலு மணிக்கு மேல உங்க விடுதிக்கு வர்றேன்" என்று விடைபெற்றான்.

மல்லியால் வகுப்பில் துளிக்கூட கவனம் செலுத்த முடியவில்லை. கண்கள் திறந்திருக்க, மனவெளியில் ஜெயசீலியும், பசுபதியும், பள்ளியும், தலைமையாசிரியை கமலாம்பாளும் மாறி மாறித் தோன்றினர். எப்பேர்ப்பட்ட நட்பு! "ச்சே, நான் ரொம்ப மோசம்! நன்றி உணர்வு இல்லாதவள். கடிதத் தொடர்புகூட ஏற்படுத்திக் கொள்ளாமல் இருந்து விட்டேனே!" என்று உள்ளுக்குள் நொந்து போனாள்.

வகுப்புகள் முடிந்து விடுதிக்கு வந்தவள், நுழையும்போதே வாட்ச்மேனிடம், ஜெய்சிங் வந்தால், உடனே அனுமதிக்கும்படி சொல்லி விட்டு வந்தாள். மாடியில் இருக்கும் தங்கள் அறைக்குக்கூட செல்லாமல், விசிட்டர்ஸ் ஹால் சோபாவில் புத்தகங்களோடு உட்கார்ந்தாள்.

பெண்கள் விடுதியில் முதன்முறையாக நுழையும் தயக்கத்தோடு ஜெய்சிங் வந்தான். "உட்காருடா!" என்றவள், "நீ

என்ன படிக்கிற ? எந்த விடுதியில் இருக்க ? சீலி என்ன செய்றா ? அம்மா - அப்பாவெல்லாம் நல்லா இருக்காங்களா ?'' என்று ஒரே மூச்சில் கேட்டாள்.

“நான் இங்க விவசாயக் கல்லூரியில் சேர்ந்திருக்கேன். பி.எஸ்ஸி. அக்ரி முதல் வருஷம். அங்கே விடுதியில் இருக்கேன். அப்பா, ரிட்டையரா யிட்டாரு. அம்மா, தலைமை ஆசிரியை ஆயிட்டாங்க. அக்காவுக்குப் போன வருஷம்தான் கல்யாணம் ஆச்சு. மச்சானும் வாத்தியார்தான். சீலிக்கா, இப்போ மாப்பிள்ளையோட நாகப்பட்டணத்துல இருக்காங்க'' என்றான்.

“சீலி, ப்ளஸ் டூவுக்கு அப்பறம் படிக்கலியா ?'' என்றவளுக்கு, “அக்கா டீச்சர் டிரெயினிங் முடிச்சாங்க. இன்னும் வேலை கிடைக்கலக்கா'' என்றான்.

“பசுபதி என்னடா செய்றா ?'' என்றாள் ஏக்கம் தொனிக்கும் குரலில். “ஒண்ணும் தெரியலைக்கா ! பசுபதி அக்கா படிச்சு முடிச்சதும், அஞ்சாறு மாசத்துல, அவங்க சொந்த ஊர் கேரளாவுக்கே போய்ட்டாங்க. போறதுக்கு முந்தி வீட்டுக்கு வந்தாங்க. சீலிக்காகிட்ட, அம்மாகிட்ட சொல்லிட்டு, அழுதுட்டே போனாங்க. அதுக்கப்புறம் லெட்டர் கிட்டரெல்லாம் ஒண்ணுமில்ல'' என்றான்.

இத்தனை ஆண்டுகள் கழித்தும், லோகு, பழனிமுத்து, குமார் என நண்பர்களின் நட்பு தொடர்கிறது. கடிதங்கள் எழுதுகிறார்கள். நேரில் சந்திக்கிறார்கள். நண்பர்களைச் சந்திப்பதற்கென்றே, ஊர் தேடிப் போய் வருகிறார்கள். ஆனால், பெண்களின் நட்பு மட்டும் பெரும்பாலும் குறுகிய கால நட்பாகவே நின்றுவிடுவதன் காரணம் என்னவாக இருக்கும் என்று யோசித்தாள். நட்பின் உயர்வை உணராதவர்கள் இல்லை. ஆனால், பெண்களுக்கு அமையும் அக, புறச் சூழல்தான் காரணம். சூழலை மாற்றியமைக்க, கடந்துவர, சிலரால்தான் முடிகிறது. அந்தச் சிலரில் இனி தானும் ஒருத்தியாக இருக்க வேண்டும் என்று மல்லி தீர்மானித்தாள்.

“கமலாம்பாள் டீச்சர் பத்தி ஏதாச்சும் தெரியுமாடா ?'' என்று கேட்டாள். “தெரியாதுக்கா ! மாற்றலாயிட்டாங்கன்னு சொன்னாங்க !'' என்றவன், சிறிது நேரம் பேசிக்கொண்டு இருந்துவிட்டு, “சரிக்கா,

சரசுவதி | 253

நான் கௌம்புறேன். அடுத்த வாரம் வர்றேன்” என்று புறப்பட்டான். கையில் புத்தகங்களோடும், மனம் முழுக்க மதுரை நினைவு களோடும், தங்கள் அறைக் கதவைத் தள்ளிக்கொண்டு நுழைந்தாள் மல்லி. அறையில் யாரும் இல்லை. ரீடிங் ரூம். ரேடியோ ரூம், மரத்தடி என்று எங்கேயாவது தோழி களோடு அரட்டையில் இருப்பார்கள். முகம் கழுவிக் கொள்ளக்கூடத் தோன்றாமல், அப்படியே கட்டிலில் சாய்ந்து கண்ணயர்ந்தாள்.

“ஏய்! மல்லி, தூங்குமூஞ்சி! அதுக்குள்ள தூங்கிட்டியா? மெஸ் பெல் அடிச்சாச்சு!” தர்மக்குரல் கொடுத்தபடி உள்ளே வந்த பரணி, தட்டையும் டம்ளரையும் எடுத்துக்கொண்டு வெளியேறினாள்.

மல்லி, சாப்பிடும் மனநிலையில் இல்லை. சுசித்ரா எங்கே எனத் தெரியவில்லை. ஒரு வேளை டைனிங் ஹாலில் இருக்கலாம் என்று, தட்டையும் டம்ளரையும் எடுத்துக்கொண்டு கீழ்த்தளத்தை நோக்கி நடந்தாள்.

மாடிப்படியில் எதிர்ப்பட்ட சீனியர் மாணவி சிவஞான வடிவு, “சட்னியில, வரமொளகாயை வாரிப்போட்டு, அரைச்சிருக்காங்க, செக்கச் செவேல்னு எமன் கண்ணாட்டமா இருக்குது. நாக்குத் தோலே உரிஞ்சுடுச்சு. மெஸ் கமிட்டின்னு இருந்தா, சொல்லலாம். அதுக்கும் வழியில்ல. எலக்ஷனே நடக்கல!” என்று உஷ்ஷ்ஷியவாறு கடந்து சென்றாள்.

பொதுவாக, விடுதி உணவு நன்றாகவே இருந்தது. ஏனோ சில மாணவிகள், விடுதி உணவைக் குறை சொல்தைத் தங்கள் குடும்ப மேட்டிமையின் அடையாளமாகக் கருதினர். பரிமாறப்படும் சோறு, குழம்பு, காய்கள் அப்படியே குப்பைத் தொட்டியில் கொட்டப்படுவதைப் பார்க்க, மல்லிக்கு எரிச்சலும் கோபமும் ஏற்படும். “ஏம்மா, உணவை இப்படி வீணாக்குறீங்க. வேணுங்கிற அளவு வாங்கினா, இப்படி வீணா கொட்ட வேணாமில்லையா?” என்று நயந்து கூறுவாள். என்றாலும் அவர்கள் போக்கில் பெரிய மாற்றம் ஏற்படவில்லை. போதுமான உணவு கிடைக்காமல், எத்தனை பேர், பசி, பட்டினியோடு இருக்கிறார்கள். எத்தனை குழந்தைகள் ஊட்டச் சத்துக் குறைவால் சோகை நோயால் பீடிக்கப்படுகின்றனர். நோய்வாய்ப்பட்டு இறப்பவர்கள் எத்தனை

பேர் என்பதையெல்லாம் புரியவைக்க முயன்றிருக்கிறாள். சக மனிதர்களின் மேல் அக்கறை காட்டாத, சமுதாயத்தைப் புரிந்துகொள்ளக் கற்றுக் கொடுக்காத கல்வி முறையில் கோளாறு இருக்கிறது என்று சிந்தித்தபடி, டைனிங் ஹாலில் நுழைந்தாள்.

"ஏய் மல்லி, இங்க வா!" என்றழைத்த சுசித்ரா, அருகில் உட்கார வைத்துக் கொண்டாள். "எங்க போயிருந்தீங்க, ரொம்ப நேரமா ரூம்ல இல்லியே!" என்று கேட்ட மல்லியிடம், "வார்டன் ரூமுக்குப் போயிருந்தேம்ப்பா. விஷயம் தெரியுமா? நம்ம ஹாஸ்டலுக்குத் தேர்தல் நடக்கப் போவுது. வார்டன் மேடம்தான் சொன்னாங்க. யாரோ கலெக்டரோட ஒய்ஃப் இங்கே பி.எட். சேர்ந்திருக்காங்களாமே. அவங்க செயலர் பதவிக்கு போட்டியிடப் போறாங்களாம். அநேகமா, எதிர்ப்பே இல்லாமத் தேர்ந்தெடுக்க வாய்ப்பு இருக்குன்னு வார்டன் சொன்னாங்க" என்று கிசுகிசுத்தாள்.

சுசித்ரா குறிப்பிட்ட பெண்ணை மல்லிக்குத் தெரியும். கலெக்டரின் மனைவி என்ற ஹோதா, ஹேமாவின் ஒவ்வொரு செயலிலும் வெளிப்படும். எதிரே வருபவர்கள் மீது துச்சமாக ஒரு பார்வையை வீசுவாள். அவள் உதடுகள் தங்களை நோக்கி நட்புப் புன்னகையோடு விரிவதை யாரும் பார்த்திருக்கவே முடியாது. "அன்பும் நட்பும் பாராட்ட விரும்பாத அதிகாரம் மற்றும் பணத் திமிர்கொண்ட பெண் பொறுப்புக்கு வருவதால் என்ன பயன்?" என்று யோசித்த மல்லி, "சுசி, ரூமுக்குப் போய் பேசிக்கலாம்" என்று சாப்பிட்டு எழுந்தாள்.

மல்லியும் சுசித்ராவும் அறைக்கு வந்தபோது, தட்டில் விரல்களால் தாளமிட்டபடி, பரணி நுழைந்தாள். அவள் உள்ளே வந்ததும் கதவை மூடித் தாளிட்டாள் மல்லி. பரணி ஒன்றும் புரியாமல் மலங்க விழித்தாள்.

"பரணி, நம்ம ஹாஸ்டலுக்கு எலெக்ஷன் நடக்கப் போவுது தெரியும்ல. நீதான் ஆல் இண்டியா ரேடியோவாச்சே. ஒனக்குத் தெரியாமலா? செகரெட்டரி போஸ்ட்டுக்கு பிஎட்., ஹேமா நிக்கப் போறாங்களாம். "அன் அப்போஸ்டா ஜெயிச்சிரலாம்" கிறது அவங்க எண்ணம். அவங்க யாரையும் மதிக்கிறதேயில்ல, பேசறதில்ல. மாணவி களோடு நட்பு பாராட்டாதவங்க, செகரெட்டரி

போஸ்ட்டுக்கு சரிப்பட்டு வர மாட்டாங்க பரணி. நாம நம்ம சுசித்ராவை நிக்கவெச்சு, கேன்வாஸ் பண்ணுவோம். என்ன சொல்றீங்க?" என்று கேட்டாள். "குட் ஐடியா!" என்ற பரணி, "சுசித்ராவின் அழகும் ஆங்கிலமும் ஒட்டு மொத்த ஓட்டையும் அள்ளிக்கிட்டு வந்துடும்! பி.எட்.டுக்கு, அவங்க ஒரு ஓட்டு மட்டுந்தான் மிஞ்சும்" என்று குதூகலித்தாள்.

"ஐயையோ! என்னை விட்டுடுங்கப்பா. எனக்குத் தமிழ் தெரியாது. தமிழ் தெரியாத நான் தேர்தல்ல நிக்கறது சரியில்ல!" என்று மறுத்த சுசித்ரா, "வொய் நாட் யூ?" என்று மல்லியைக் கேட்டாள். "நோ நோ! பொறுப்புகளைச் சுமக்கிற மனநிலையும் திறமையும் எனக்குப் பத்தாது. என்னுடைய குறையும் நிறையும் எனக்குத் தெரியும்" என்ற மல்லி, "நாம பரணியை முன்மொழிவோம்" என்றாள். "ஆளைவுடுங் கப்பா. எனக்கு என் லேப் வொர்க்குக்கே நேரம் போதாது!" என நழுவ முயன்றாள். மல்லியும் சுசித்ராவும் மடக்கிப் போட்டனர். பலவாறாகச் சமாதானப்படுத்தினர். தாங்கள் இருவரும் பரணியின் பின்னா லிருந்து உதவுவதாக வாக்களித்தனர். பரணி இறங்கி வந்தாள். அவளுக்கும் உள்ளூர கொஞ்சம் ஆசை ஒட்டிக்கொண்டு இருந்தது போல!

விடுதியின் மற்ற பொறுப்புகளுக்குப் போட்டி இருந்தது. வேட்பாளர்கள், ஹேமா அணி - பரணி அணி என்று இரண்டாகப் பிரிந்தனர். ஹேமாவின் கோபம் மல்லியின் மீதும் சுசித்ராவின் மீதும் திரும்பியது. எப்படியாவது ஜெயிக்க வேண்டும் என்ற வெறியுடன் தேர்தல் வாக்குறுதிகளை அள்ளிவிட்டாள். தான் வெற்றி பெற்றால், ஒவ்வொரு அறைக்கும் ஒரு குளிர்சாதனப் பெட்டியும் ரேடியோவும் பெற்றுத் தருவதாகவும், டைனிங் ஹாலை ஏ.சி.யாக்குவதாகவும் உறுதி கூறினாள். தன்னைப் புகழும், தன் செல்வாக்கைக் கூறும் செய்திகள் அடங்கிய துண்டுப் பிரசுரங்களை சொந்தச் செலவில் மற்றவர்கள் பெயரில் அச்சிட்டு விநியோகம் செய்தாள்.

மல்லியும் சுசித்ராவும், பரணியை அழைத்துக் கொண்டு ஒவ்வொரு அறையாக நுழைந்து மாணவிகளைச் சந்தித்தனர். "பரணி நம்மைப் போன்ற சாதாரண பெண். அவளை அணுகிப் பேச

முடியும். வேலை வாங்க முடியும். விடுதியின் தேவை, சுத்தம், சுகாதாரம், படிப்பதற்கேற்ற சூழல், இவற்றை ஃபிரிட்ஜூம் ஏ.சி.யும் தராது!'' என்று தெளிவுபடுத்தினர்.

விடுதி உணவு, சுத்தமாகவும், சுவையாகவும், அதே வேளையில், கட்டணம் அதிகமாகாமல் இருப்பதைக் கண்காணிக்க மெஸ் செகரெட்டரி தலைமையில் மெஸ் கமிட்டி அமைக்கப்படும். விடுதி அறைகள் அன்றாடம் கூட்டப்பட்டு, மருந்து கலந்த நீரால் துடைக்கப்படுவதற்கான ஏற்பாடுகள் செய்யப்படும். குளியலறையில், காலை, மாலை வேளைகளில் மட்டுமல்லாமல், 24 மணி நேரமும் தண்ணீர் வருவதற்கான ஏற்பாடுகள் செய்யப்படும்.

தேர்வு நேரங்களில் படிப்பதற்கு வசதியாக, காமன் ஹாலில் இரவு முழுவதும் மின் விளக்குகள் எரிவதற்கு ஏற்பாடுகள் மேற்கொள்ளப்படும். மாணவிகள் விடுதி நாள் விழா, மாணவர்கள் விடுதி விழாவோடு சேர்க்காமல் தனித்து நடத்தப்படும் என்பதாக உத்தரவாதங்களை மையப்படுத்தி பிரச்சாரத்தை மேற்கொண்டனர்.

மல்லி தந்த பொறுமையான விளக்கங்கள், மாணவிகளை பெருமளவில் ஈர்த்தன. பரணியின் சுறுசுறுப்பும் வெளிப்படையான நட்பு பாராட்டும் போக்கும் அவளுக்கு ஏற்கெனவே நிறைய தோழிகளை ஏற்படுத்தியிருந்தன. இவை எல்லாவற்றுக்கும் மேலாக, சுசித்ராவின் அழகும், ஆங்கிலப் பேச்சும், அவளுக்கு நிறைய விசிறிகளை, குறிப்பாக ஜூனியர் மாணவிகளிடையே உருவாக்கியிருந்தது. "சுசித்ரா அக்காவே, ரூம் தேடி வந்தாங்கப்பா. அவங்களே பரணிக்கு ஓட்டுப் போடச் சொல்லி கேட்டுக் கிட்டாங்கப்பா'' என்று ஜூனியர் மாணவிகளும், "நடக்கக் கூடியதாச் சொல்றாங்க... வாய்ப் பந்தல் போடலை!'' என்று சீனியர் மாணவிகளும் கருத, தேர்தலில் பரணி அணிக்கே அமோக வெற்றி!

●

37

மோகினிப் பிசாசு

“என்ன மல்லி, நீங்க இன்னும் மெஸ் பில் கட்டலியா? கட்டாதவங்க பேர் பட்டியல்ல உங்க பேரும் அலுவலக நோட்டீஸ் போர்டுல போட்டிருக்காங்க!” - ஜெயசிம்மன் கேட்டதும் மல்லி திடுக்கிட்டாள்.

“அது வந்து... மறந்துட்டேன்” - ஒற்றை வார்த்தை பதில் சொல்ல, “என்ன இப்பிடி கேர்லெஸா இருககீங்க. கட்டாத ஒவ்வொரு நாளுக்கும் ஃபைன் கூடிக்கிட்டே போகும், தெரியும்ல?”

உணவுக் கட்டணம் எவ்வளவு என்று குறிப்பிட்டு மல்லி, லோகுவுக்குக் கடிதம் எழுதியிருந்தாள். ஒரு வாரமாகியும் பதிலே இல்லாததால், “ஒருவேளை, கடிதம் போய்ச் சேரலையோ?” என்ற சந்தேகத்துடன் மற்றொரு கடிதமும் எழுதினாள். அதற்கும் பதிலே இல்லை. மெஸ் பில்லை எப்படிக் கட்டுவது என்ற யோசனையோடு இருந்தவளை, ஜெயசிம்மனின் கேள்வி சங்கடப்படுத்தியது.

வகுப்புகள் முடிந்து, அறைக்கு வந்த மல்லியிடம் சுசித்ராவும் அதே கேள்வியைக் கேட்டாள். “வார்டனுக்கு லிஸ்ட் வந்திருக்காம் மல்லி, உன்கிட்ட ஞாபகப்படுத்தச் சொன்னாங்க!” என்றாள்.

“கட்டணும் சுசீ! என்ன பிரச்னைன்னு தெரியல. அண்ணன் இன்னும் பணம் அனுப்பலை... ரெண்டு நாள் பார்ப்போம்” என்றவள், சுசித்ராவின் குறுகுறு பார்வையிலிருந்து தப்ப, காமன் ஹால் நோக்கி நடந்தாள்.

அடுத்த நாள், வகுப்புக்குப் போக மல்லிக்கு மனசே இல்லை. எங்கே ஜெயசிம்மன் மீண்டும் மெஸ் பில் பற்றி வகுப்பிலேயே கேட்டு விடுவானோ என்ற கூச்சம். விடுதியிலிருந்து கிளம்பிய மல்லி, நேரே நூலகம் சென்றாள். மதிய உணவுக்குக்கூட விடுதிக்குச் செல்ல வில்லை. பட்டினி, பழைய தோழிதானே... மாலை ஆறு மணிக்கு விடுதிக்கு வந்தவள், அப்படியே படுத்து விட்டாள். 'மல்லிக்கு மூட் அவுட்!' சுசித்ராவிடம் கிசுகிசுத்தாள் பரணி.

அடுத்த நாள், பேராசிரியரும் துறைத் தலைவருமான கிருஷ்ணமாச்சாரியின் வகுப்பு. போகாமல் இருக்க முடியாது. தலை குனிந்தபடியே வகுப்புக்குள் நுழைந்தாள். ஜெயசிம்மன் டெஸ்க்கைக் கடக்கும்போது, "நேத்தே மெஸ் பில் கட்டிட்டீங்க போல... சாயங்காலம் பார்த்தேன். லிஸ்ட்ல உங்க பேரை அடிச்சுட்டாங்க!" என்று சிரித்தான். ஆச்சர்யம், மகிழ்ச்சி, திகைப்பு... என ஜிலீர் உணர்வு மல்லியின் மனதில் பாய்ந்தது. "யார் கட்டியிருப்பாங்க? அண்ணன் நேரா அலுவலகத்துக்கே பணத்தை அனுப்பி வெச்சிருப்பாரோ?" என்ற எண்ணம் எழ, மகிழ்ச்சியும் நிம்மதியும் கைகோத்தன.

சுசித்ராவைப் பார்த்தபோது, "நான் ஆபீஸ் பக்கமே போகலை சுசீ. எப்பிடின்னே தெரியலை சுசீ... ஆனா, மெஸ் பில்கட்டாதவங்க லிஸ்ட்ல இருந்து என் பேரு அடிச்சிருக்காம்!" என்றாள் படபடப்பாக.

மல்லி சொன்னதை மௌனமாகக் கேட்ட சுசித்ரா, தன் கைப்பையைத் திறந்த ஒரு தாளை எடுத்து மல்லியிடம் கொடுத்தாள். மல்லியின் மெஸ் பில் கட்டப்பட்டதற்கான ரசீது.

விக்கித்த மல்லி, "எதுக்கு சுசீ... நீங்க ஏன் கட்டுனீங்க?" என்று படபடத்தாள். "பரவாயில்ல மல்லி. ஒங்க அண்ணன் அனுப்பிச்சதும் குடுக்கப் போறீங்க! இப்ப எங்கிட்ட பணம் இருந்துச்சு, அதான் கட்டிட்டேன்!" என்றாள் குழந்தைச் சிரிப்புடன்.

மல்லியின் கண்கள் பனித்தன. "ரொம்ப தேங்க்ஸ் சுசி! உன் பெருந்தன்மை யாருக்கும் வராது" - கண்ணில் குளம் கட்டியிருந்த நீர் கன்னங்களில் கோடாக இறங்கியது.

லோகுவிடமிருந்து பணம் வரவே இல்லை! பல்கலைக்கழக அலுவலகத்திலிருந்து, மல்லிக்கு நேஷனல் மெரிட் ஸ்காலர்ஷிப் கிடைத் திருப்பதாகக் கடிதம் வந்தது. அலுவலகம் சென்ற மல்லி, அடுத்தடுத்த மாதங்களில் வரும் மெஸ் பில்களுக்கு, தனக்கு உத்தரவாகி இருக்கும் ஸ்காலர்ஷிப்பில் பிடித்தம் செய்து கொள்ளுமாறு ஒரு வேண்டுகோள் கடிதத்தைக் கொடுத்தாள்.

விடுப்பில் கோவைக்கு வந்த மல்லியிடம் கோவிந்தம்மா, "எல்லா வருமானமும் அந்த வூட்டுக்குத்தான் போவுது. யாருகிட்ட சொல்றது... என்னன்னு சொல்றது?" என்று புலம்பியவர், "உனக்காச்சும் மாசா மாசம் பணம் அனுப்புறானா?" என்று கேட்டார். 'பொய்மையும் வாய்மை யிடத்து' என குறள் தந்த அனுமதியோடு, "ஓ, அனுப்புறாரே!" என்ற மல்லியின் பதில் அம்மாவை நிம்மதி அடையச் செய்தது.

அப்புறம் தனியே அண்ணனிடம், "எனக்கு ஸ்காலர்ஷிப் கிடைச்சிருச்சுண்ணா. அதிலிருந்தே மெஸ் பில்லைக் கழிச்சுக்கு வாங்க. அதனால, பணம் தேவைப்படாதுண்ணா! என்றாள் இயல்பாக. சில வாரங்களாகத் தன் உள்ளத்தைக் குடைந்து கொண்டு இருந்த குற்ற உணர்விலிருந்து லோகு விடுபட்டான். மல்லியின் விடுப்பு மகிழ்ச்சியில் கழிந்தது.

பல்கலைக்கழகத்துக்குக் கிளம்பும் நாள். "வயசுப் பொண்ணுங்க இருக்கற எடம். எவ்வளவோ செலவிருக்கும்... இவன் உன் சோத்துக்கு மட்டும்தான பணம் அனுப்புறான்" என்றபடி கோவிந்தம்மா, தான் சிறுவாடு சேர்த்தப் பணத்தை, ரகசியமாக மல்லியிடம் கொடுத்தாள். மறுக்காது வாங்கிக்கொண்ட மல்லி, விடுதியை அடைந்ததும், சுசித்ரா தனக்கு கட்டிய மெஸ் பில் பணத்தைத் திருப்பித் தந்தாள். மல்லியின் மனம் லேசானது.

கட்டிலில் சற்றே தலைசாய்த்த மல்லியின் காதுகளில் விழுமளவு, "நான் மற்ற பெண்களைப் போன்றவள் அல்ல; என்னை நீங்கள் முட்டாளாக்க முடியாது" கோபமாகக் கத்திக் கொண்டு, கடுகடு முகத்தோடு, பரணி அறைக்குள் நுழைந்தாள்.

வாசலில் மாணவிகள் நிற்பதைக் கண்டு, அறையிலிருந்து வெளியே வந்த மல்லி, பொன்னியைப் பார்த்தாள். ஜூனியர்

மாணவிகள் உடன் இருந்தனர். அத்தனை பேரும் மிரண்டு நிற்க, "என்னம்மா... என்ன பிரச்னை பொன்னி?" என்று பரிவோடு கேட்டாள்.

"இல்லக்கா, ராத்திரி மூணு மணிக்கு மேல, எங்க கட்டடத்துல தொடர்ந்து மூணு நாளா ஜல்ஜல்னு, சலங்கைச் சத்தம் கேக்குது. எல்லாரும் பயந்து கெடக்குறாங்க. மோகினிப் பிசாசா இருக்கும்னு ஆயா சொல்லுது. வார்டனும் ஊர்ல இல்ல. அதான், யாராவது மந்திர வாதியைக் கூப்பிட்டுப் பாக்கச் சொல்லலாம்னு செக்ரெட்டரிங்கிற முறையில சொன்னோம். பரணிக்காவுக்கு ஏகத்துக்கும் கோவம் வந்துருச்சு" - வருத்தம் தோய்ந்த குரலில் சொன்னாள்.

"என்னது! மோகினிப் பேயா? சலங்கைக் கட்டிக்கிட்டு வருதா?" வாய்விட்டுச் சிரித்த மல்லி, "உங்களைப் பயமுறுத்த, யாரோ ஒருத்தர் செய்யற குறும்பா இருக்கும்" என்று ஒதுக்க முயன்றாள். "இல்லக்கா, தினம் தினம் அதே நேரத்துல கேக்குதுக்கா. எல்லாரும் பயந்து போய், ஒம்பது மணிக்கே ரூம் கதவையெல்லாம் இறுக்க மூடிட்டு, லைட்டை அணைச்சுடறோம். விடியுற வரைக்கும் யாரும் வெளியே வர்றதே இல்லை!" என்று புலம்பினார்கள்.

விடுதிக் காப்பாளர் தாமரை நங்கை, ஒரு வார விடுப்பில் சென்றிருந்தார். மாணவிகளின் பீதியைப் போக்க வேண்டிய பொறுப்பு, பரணிக்கு உண்டு. ஆனால், அவளுக்குக் கோபம். என்ன செய்யலாம் என்று யோசித்த மல்லி, "சரி, நீங்க போங்க! இன்னிக்கு ராத்திரி நாங்க உங்க பில்டிங்கல வந்து தங்கறோம். என்ன நடக்குதுன்னு பார்த்துடலாம்!" என்று சமாதானம் சொல்லி அனுப்பி வைத்தாள்.

"இந்த மாதிரி, பித்துக்குளித்தனத்தை எல்லாம் என்னால ஏத்துக்க முடியாது" பரணி ஆங்கிலத்தோடு மீண்டும் புளிய மரம் ஏறினாள். குறுக்கிட்ட மல்லி, "நீ ஒரு பிசிக்ஸ் ஸ்டூடண்ட். விஞ்ஞானத் தின் நோக்கம், அறிவியல் மனப்பான்மையை வளர்ப்பதும், பகுத்தறிவுச் சிந்தனையைத் தூண்டுவதும்தான்னு சொல்வாங்க. இந்த நிகழ்ச்சியை, ஒரு சவாலா எடுத்துக்கிட்டு, அவங்க பயம் அர்த்த மற்றதுன்னு ஏன் நிரூபிக்கக் கூடாது?" -

கொஞ்சம் சீரியஸாகவே கேட்டாள்.

"போங்க மல்லி! இவங்க சொல்றதையெல்லாம் கேட்டுட்டு ஆட என்னால முடியாது. வார்டன் வரட்டும், அவங்க நடவடிக்கை எடுத்துப்பாங்க" என்றாள் பரணி எரிச்சலாக.

"தப்பு பரணி! பொறுப்பில்லாமப் பேசறீங்க! வார்டன் வர்ற வரைக்கும் இவங்க பயத்தோட, தூக்கமில்லாம கஷ்டப்படணுமா?" என மல்லி கோபத்தில் வெடித்தாள்.

"அவள் பிரச்னைகளில் இருந்து தப்பிக்க முயல்கிறாள் மல்லி. பரணியை செக்ரெட்டரி ஆக்கியதில் நமக்கும் பங்கும் பொறுப்பும் இருக்கு. பிரச்னையைத் தீர்க்க முயற்சிப்போம்" என்றாள் சுசித்ரா.

மாணவிகளிடம் வாக்களித்தபடி, இரவு உணவு முடிந்ததும், மல்லி பழைய விடுதிக் கட்டடத்துக்குக் கிளம்பினாள். தானும் வருவதாகக் கூறிய சுசித்ராவிடம், "இன்னிக்கு நான் போய் பார்த்துட்டு வர்றேன். தேவையானா நாளைக்கு நாம ரெண்டு பேரா போலாம்" என்றவள், நேரே பொன்னியின் அறைக்குச் சென்றாள். சிறிது நேரம் பேசிக்கொண்டு இருந்தார்கள். தான் பள்ளியில் படித்தபோது, தன்னைக் காணோமென்று இரவில் தேடி வந்த அம்மாவையே, ஆவி என்று பயந்து ஓடிய கதையைச் சொல்லி மல்லி சிரித்தாள். கேட்டுக்கொண்டு இருந்த எல்லோர் முகங்களிலும் திகில்தான் அதிகரித்தது!

இரவு பத்து, பத்தரை மணியாயிற்று. அறைக் கதவுகள், ஜன்னல்கள் மூடப்படும் சத்தம். விளக்குகளும் அணைக்கப்பட, விடுதி இருளில் மூழ்கியது. மல்லி, கையோடு டார்ச் லைட் எடுத்து வந்திருந்தாள்.

தூக்கம் பிடிக்கவில்லை. நேரம் செல்லச் செல்ல, எல்லோர் முகங் களிலும் பயம் கலந்த எதிர்பார்ப்பு ரேகையிடுவதை மல்லி உணர்ந்தாள்.

திடீரென ஆரம்பித்தது... மெல்லிய ஜல்ஜல் சத்தம். பொன்னி பாய்ந்து வந்து மல்லியைக் கட்டிக் கொண்டாள். மல்லி, கைக் கடிகாரத்தைப் பார்த்தாள். மணி மூன்றரை. விநாடிகள் நகர ஜல்ஜல் சத்தம் கூடிக்கொண்டே போனது. சத்தம் மிக அருகே ஓங்கி ஒலிப்பது போலிருந்த கட்டத்தில் சட்டென்று நின்றது.

“இதுதாங்க்கா ! இப்பிடித்தாங்க்கா ! ஒங்களுக்குப் பயமா இல்லியா ?”

“இல்லை பொன்னி இது என்னன்னு கண்டுபிடிச்சுரலாம் !” என்றவள், யோசித்துக் கொண்டே படுக்கையில் சாய்ந்தாள். கண்ணயர்ந்துவிட்ட மல்லியை காபியுடன் எழுப்பினாள் பொன்னி.

காலையில் அறைக்குள் நுழைந்த மல்லியைப் பார்த்ததும் பார்க்காதவளாக, பரணி தன் வேலையைத் தொடர்ந்தாள். “என்ன ஆச்சு ?” என்று எதிர்பார்ப்போடு வரவேற்ற சுசித்ராவிடம், “ஜல்ஜல்னு சத்தம் கேட்பது உண்மை. காரணத்தைத்தான் கண்டுபிடிக்கணும். இன்னிக்கும் போறேன்” என்று பதிலளித்து விட்டு, தன் வகுப்புகளுக்குத் தயாரானாள் மல்லி.

முதல் நாள் இரவைப் போன்றே மல்லி அன்றும் பொன்னியின் அறையில் தங்கினாள். கட்டியிருந்த கடிகாரம், மூன்று மணியைக் காட்டியதும் அறையிலிருந்தவர்கள் தடுக்கத் தடுக்க, டார்ச் லைட்டோடு, படியேறி மொட்டை மாடிக்குச் சென்றாள். குனிந்து கூர்ந்து பார்த்துக் கொண்டு இருந்தாள். வர வரச் சத்தம் பெரிதாகிப் பின் சிணுங்கி நின்றது. மல்லியின் முகத்தில் புன்னகை விரிந்தது.

சத்தம் போடாமல் கீழே இறங்கி வந்தவள், பொன்னியின் அறைக்குச் சென்று படுத்துக் கொண்டாள். நிம்மதியான தூக்கம் !

காலையில், அறைக்குள் நுழைந்தவளிடம், “கண்டுபுடிச்சிட் டீங்களா ?” என்று சுசித்ரா கேட்க, மர்மப் புன்னகை வீசிய மல்லி, “வந்து சொல்றேன்” என்று உடை மாற்றிக் கொண்டு வெளியேறினாள். பதினைந்து நிமிடங்களுக்குப் பிறகு பழைய விடுதியின் காமன் ஹாலுக் குச் சென்ற மல்லி, விடுதியில் இருந்த எல்லோரையும் அழைத்தாள். என்னவோ ஏதோ என்று ஒருவித அச்சத்தோடு வந்தவர்கள் முன், நாடக பாணியில், “இதுதான் உங்க மோகினிப் பிசாசு !” என்றவள், மாடுகள் கழுத்தில் தொங்கும் பெரிய மணிகளோடு கூடிய தோல் பட்டையை எடுத்துப் போட்டாள். யாருக்கும் எதுவும் புரியவில்லை !

பழைய ஹாஸ்டலுக்கு இடதுபுறச் சுவரைவிட்டுக் கொஞ்சம் தள்ளி ஒரு மாட்டு வண்டி ஸ்டாண்டு உண்டு. வண்டிக்காரர்களில்

ஒருவரான தாத்தாவுக்கு, ஐந்து நாட்களுக்கு முன், தன் மாட்டின் மீது திடீர் பாசம் ஏற்பட, மணிகளோடு கூடிய கழுத்துப் பட்டையை வாங்கி மாட்டி, அழகுபடுத்தியிருக்கிறார்.

வழக்கமாக கடைசி ரயிலைப் பார்த்துவிட்டு ஸ்டாண்டுக்குத் திரும்புவார். சில நாட்களாகத் தொடர்ந்து சவாரி ஏதும் இல்லை. எனவே, மூன்றரை மணிவாக்கில் திரும்பும் வண்டி மாட்டின் கழுத்து மணி எழுப்பிய ஜல்ஜல் சத்தமே, மாணவிகளை மோகினிப் பேய் பக்கம் தள்ளி விட்டிருக்கிறது. மல்லி விளக்கி முடித்ததும், மாணவிகள் 'ஓ'வென்று கூச்சலிட்டபடியே, மல்லியை நாற்காலியோடு தூக்கி தங்கள் மகிழ்ச்சியையும் பாராட்டுதலையும் வெளிப்படுத்தினர்.

"மாட்டுக் கழுத்தில், மணிப் பட்டையைக் கட்ட வேண்டாம். நேரங் கெட்ட நேரத்தில் ஓசையெழுப்பி, மாணவிகளின் தூக்கத்தைக் கெடுக்கிறது" என்ற வேண்டுகோள் விளக்கத்தோடு, தாத்தாவிடம் மணிப்பட்டை ஒப்படைக்கப்பட்டது.

விடுப்பு முடிந்து விடுதிக்குத் திரும்பிய வார்டன் செய்தியைக் கேள்விப்பட்டு, மல்லியைப் பாராட்டினார். பரணி கொஞ்ச நாள் பேசாமல் இருந்தாள். அறையில் இறுக்கம் கோலோச்சியது. மூன்று பேருக்குமே சங்கடம்தான். மல்லியும் சுசித்ராவும் வலியப்போய் அவளிடம் பேச்சுக் கொடுத்து அறையின் நிலைமையை இயல்புக்குக் கொண்டு வந்தனர்.

●

38

இரண்டு நோய்கள்

பெண்கள் விடுதிக்கு வந்த மோகினிப் பேய் பற்றிய செய்தி, துறை வரை எட்டியது. மாணவர்களிடம் பரிவாக நடந்து கொள்ளும் அறவியல் பேராசிரியர் வகுப்பில் ஜெயசிம்மன் சந்தேகத்தைக் கிளப்பினான். "பேய் பிசாசுங்கிறதெல்லாம் உண்மையில் இருக்கா, இல்லையா சார்?"

"இருக்குங்கிறவங்களுக்கு இருக்கு! இல்லைங்கிறவங் களுக்கு இல்லை!" - நழுவலான பதிலளித்த பேராசிரியரை, அமெரிக்காவி லிருந்து, இந்தியத் தத்துவம் பயில வந்திருந்த மார்வின் டேவிஸ் மடக்கினான். "நோ சார்... எங்களுக்கு நேரடியான பதில் வேண்டும்" என்று வற்புறுத்தினான். "இது அவரவருடைய மனநிலையைப் பொறுத்த விஷயம், கடவுள் நம்பிக்கை யைப் போல!" பேராசிரியர் அதே பதிலை வேறு வார்த்தைகளில் தந்தார்.

"சார்! இதில் தத்துவத்தின் பங்களிப்பு என்ன சார்? நடப்பதை நியாயப்படுத்துவதா, இல்லை புரிந்து கொள்வதா?" என்று மீண்டும் மார்வின் குடைய, இடைவெட்டிய மல்லி, "நியாயப்படுத்துவதோ, புரிந்து கொள்வதோ தத்துவத்தின் வேலை இல்லை மார்வின். மாற்றுவது, சரியான பார்வையை ஏற்படுத்துவது தான் தத்துவத்தின் வேலை. மேலை நாட்டுத் தத்துவங்கள் அதைத்தான் முயன்றிருக்கின்றன. இங்குதான் தத்துவங் களை மதங்களோடு இணைத்து, சிக்கல்களை ஏற்படுத்திக் கொண்டு இருக்கிறோம்" என்று தொடர்ந்தாள். பாட நேரம் முடியவே

பேராசிரியர் வெளியேறினார். எழுந்து கை நீட்டியபடி வந்த மார்வின், "பாராட்டுகள் மல்லி! மார்க்சிய கருத்துக்களை எடுத்தாளுகிறீர்கள் என எண்ணுகிறேன்" என்றான். "ஆமாம்! என்னைப் பொறுத்தவரை, கடவுள், மதம் போன்ற விஷயங்களில் பெரியாரும் மார்க்ஸும் ஒத்துப் போவதாகவே கருதுகிறேன்..." மல்லி தொடர, "ப்ளீஸ் மல்லி, எங்களை விட்ருங்க... நாங்க தத்துவம் படிக்க வந்ததே, ஈஸியா ஒரு பிஜி டிகிரி வாங்கிட்டுப் போலாம்னுதான். நீங்களும் மார்வினும் என் கிளாஸ்ல சேருவீங்கன்னு தெரிஞ்சருந்தா, சத்தியமா இந்தப் பக்கம் தலைவெச்சுப் படுத்திருக்கவே மாட்டேன்!" - தலைக்கு மேல் கைகளைத் தூக்கிக் கருணா மூர்த்தி கும்பிடுபோட, வகுப்பறை சிரிப்பலைகளால் நிரம்பியது.

குரூப் ஒன் தேர்வுகளுக்கான விண்ணப்பப் படிவத்தை லோகு அனுப்பி வைத்திருந்தான். "இந்தத் தேர்வு எழுத, பட்டப் படிப்புத் தகுதியே போதுமானது. படிவத்தைப் பூர்த்திசெய்து, கோயம்புத்தூர் சென்ட்டர் போட்டு அனுப்பி வை!" என்று குறிப்பிட்டிருந்தான். தான் வேலைக்குச் செல்ல வேண்டும் என்பதில் அண்ணன் காட்டும் அக்கறை, பெண்கள் சொந்தக் காலில் நிற்பதுதான் அவர்களின் சுயமரியாதைக்கான உத்தரவாதம் என்பதற்கான செயல்பாடு என்று மல்லி புரிந்து கொண்டாள்.

அடுத்த சில வாரங்களில் வங்கி அதிகாரித் தேர்வுக்கான விண்ணப்பம் வந்து சேர்ந்தது. "என்ன மல்லி... எம்ஏ, முடிக்காமலேயே வேலைக்குப் போயிடுவீங்களா?" என்று சுசித்ரா கேட்டாள்.

மல்லி சொன்னாள்... "நெவர் சுசீ! நான் உறுதியாக இருக்கிறேன். படிப்பை இடையில் நிறுத்துவது என்ற பேச்சுக்கே இடமில்லை. ஏன்னா, எனக்கு ஒரு கனவு இருக்கு!" என்றாள் அழுத்தமாக!

கிருஸ்மஸ் நெருங்கிக் கொண்டிருந்தது. வரும் விடுமுறைக்கு மதுரை செல்லலாமா என்று எண்ணிக் கொண்டே வகுப்பறையில் நுழைந்த மல்லியின் முன், "இந்தாங்க கிருஸ்மஸ் கேக்!" - சின்ன அட்டைப் பெட்டியும் பெரிய சிரிப்புமாக வகுப்புக்குள் வந்தார் அட்டெண்டர் துரைசாமி.

"என்ன தொரசாமி, நீங்க எப்ப கிறிஸ்டியனா மாறினீங்க, கேக்கெல்லாம் தர்றதுக்கு!" - கேக்கை ருசித்தபடி கேலியாகக் கேட்டான் கருணா.

"எம்மதமும் சம்மதம் போல! போன தீபாவளிக்கு அதிரசம், முறுக்கெல்லாம் குடுத்தாரே!" - சுருதி கூட்டினான் ஜெயசிம்மன்.

"யாராவது நெறைய பணம் தர்றோம்னு ஆசைகாட்டி, அதனால..." கருணா முடிக்கும் முன்பே, "அப்படில்லாம் இல்லை சார்" என மறுத்த துரைசாமி, "ஏதோ எம் மனசுக்குச் சரின்னு பட்டுது. அதான் குடும்பமே ஞானஸ்நானம் வாங்கிட்டோமுங்க" என்றார்.

"ஓ, அப்பிடியா மேட்டரு? அப்போ, உங்க பேரையும் மாத்தியிருப் பாங்களே... இனிமே நாங்க உங்களை எப்படிக் கூப்பிடணும்?" - போலிப் பணிவுடன் கேட்டான் கருணா.

"இப்ப எம் பேரு டேனியல் தொரசாமி சார். நீங்க எப்பவும் போல தொரசாமின்னே கூப்புடுங்க" என்று சிரித்தபடி புறப்பட்டுப் போனார்.

"இப்பிடி ஏமாந்தவங்களைப் பிடிச்சு, எதையாச்சும் சொல்லி ஏமாத்தி, அது தர்றோம்... இது பண்றோம்னு ஆசைகாட்டி, மதமாற்றம் செய்றதுக்குன்னே ஒரு கும்பல் கெடந்து அலையுது. இவங்களும் பணத்துக்காகக் கடவுளையே மாத்திக்கிறாங்க" - கருணாகரன் பேச்சில் எரிச்சல் தூக்கலாக வெளிப்பட, மல்லிக்குச் சுருக்கென்றது.

"ரொம்ப சிலுப்பிக்காதீங்க கருணா! பணத்துக்காக மதம் மாறுறவங்கன்னு அங்கொருத்தர் இங்கொருத்தர் இருக்கலாம். நான் மறுக்கலை. தங்களுடைய சமூக அந்தஸ்து மாறணுங் கிறதுக்காக மதம் மாற விரும்புறவங்கதான் கருணா இங்கே அதிகம். காலங்காலமா ஒடுக்கப்பட்டு, தீண்டத் தகாதவர்களா ஆக்கப்பட்டவங்க, மானுட சமத்துவம் மறுக்கப்பட்டவங்கன்னு இங்கே கோடிக்கணக்கான பேர் இருக்காங்க. அவங்களுடைய காயமும் வலியும் உங்களுக்குப் புரியாது. யாரு அவங்களைச் சக மனுசனா மதிச்சு சமமா நடத்துறாங்களோ, அவங்க பக்கம் போறதுல என்ன தப்பு? எல்லாரும் பெரியாரா இருக்க முடியுமா!

சரசுவதி | 267

'நான் உள்ளே இருந்து கிட்டே, சமத்துவத்துக்கான போராட்டத்தை நடத்துவேன்'ற துணிச்சல் அவருக்கு இருந்தது. முதல்ல, நீங்க தயவுசெய்து உளவியல் பாடத்தையாவது கொஞ்சம் கவனிச்சுப் படிங்க!" வேண்டுகோளோடு நிறுத்தினாள்.

"அப்ப இந்து மதத்தைவிட, மத்த மதங்கள் உசத்திங்கிறியா?" வாயே திறக்காத லலிதா, உதடுகள் துடிக்கக் கேள்வியை எழுப்பினாள்.

"லலிதா, இந்து மதத்தைப் பிடிச்சிருக்கிற நோய், ரெண்டு. சாதியமும் தீண்டாமையும் சாதி ரீதியா மனுசங்களைப் பிரிச்சுக் கூறுபோட்டு, உயர்வு தாழ்வு கற்பிக்கிறது கொடுமையிலும் கொடுமை. சக மனிதர்களைத் தீண்டத்தகாதவங்கன்னு சொல்லிப் பிரிச்சு வெச்சுக் கேவலப்படுத்துவது கொடூரம். மார்வினைக் கேளுங்க... அவங்க நாட்டுல 'சாதியும் தீண்டாமையும் இருக்கா?'ன்னு..." வெடித்துச் சீறினாள் மல்லி.

"இப்பிடி வாய் கிழியப் பேசுற எத்தனையோ பேரை நாங்க பாத்திருக்கோம். தங்களுக்குன்னு வரும்போது வேறொரு நியாயம் பேசுவாங்க. நேரடியாவே உங்களைக் கேக்கிறேன் மல்லி... நீங்க உங்க சாதி மாறி, வேற சாதியில கல்யாணம் கட்டிக்கிடுவீங்களா?" ஆவேசமாகக் கேட்டான் கருணா.

அவனுடைய கேள்வியில் உள்நோக்கம் இருக்குமோ என்று மல்லிக்கு ஏற்பட்ட சந்தேகம், மற்றவர்களுக்கும் ஏற்பட்டது. மல்லி, கருணாவின் கண்களைத் தீர்க்கமான பார்வையால் ஊடுருவினாள். எதிர்கொள்ள இயலாதவனாய், கருணா தலையைத் திருப்பிக் கொண்டான். "இப்படி ஒரு கேள்வியைக் கேட்டு என்னை வெளிப்படுத்திக்க ஒரு வாய்ப்பு ஏற்படுத்தியதுக்கு உங்களுக்கு நன்றி கருணா. நான் கல்யாணமே செஞ்சுக்க வேண்டாம்கிற முடிவில் உறுதியா இருக்கேன். ஒரு வேலை, வருங்காலத்தில், சூழல் காரணமா என் முடிவை மாத்திக்க நேர்ந்தாலும், அது நிச்சயம் சாதி மறுப்புத் திருமணமாதான் இருக்கும்!" - நிதானமாக, உறுதியோடு ஒவ்வொரு வார்த்தை யையும் வெளிப்படுத்திய மல்லியை அமட்டினாள் லலிதா. "சும்மா இரு மல்லி... ஏன் இப்படியெல்லாம் சொல்லிட்டிருக்கே!"

“தப்பில்லை லலிதா! கருணா மேல எனக்குக் கோபமே இல்லை. மனசுல பட்டதை மறைக்காம கேட்கவும் ஒரு துணிச்சல் வேணும்ல!” - மல்லியின் பாராட்டு கேட்டு கருணா கூசிப் போனான்.

நிர்வாக அலுவலகக் கட்டடம் வரை சென்றிருந்த வகுப்புப் பிரதிநிதி திருவேங்கடம் வகுப்பறைக்குள் வேகமாக நுழைந்தான். “கருணா! உனக்கு சந்தோஷம் தர்ற சமாசாரம். மதிய கிளாஸெல்லாம் ரத்தாவுது. ஆசிரியர்களுக்கு ஏதோ திடீர் மீட்டிங்காம்” - உரத்து அறிவித்தான்.

எதிர்பாராது கிடைத்த அரை நாள் விடுப்பைப் பயன்படுத்திக் கொள்ள விரும்பிய மார்வின், “நாம எல்லாரும் சிதம்பரம் கோயிலுக்குப் போலாமா? நான் நடராஜரைத் தரிசித்ததே இல்லை... ரொம்ப ஆர்வமா இருக்கேன்... ப்ளீஸ்!” என்றான் ஆங்கிலத்தில்.

மல்லியோடு நடந்த வாக்குவாதத்தில் சற்றே சுணங்கியிருந்த கருணா, “ஓ போலாமே!” என்று தயாரானான். “நீங்கள் இருவரும் எங்களோடு சேர்ந்து கொள்வீர்களா?” தயங்கியபடி, மல்லியையும் லலிதாவையும் கேட்டான் மார்வின். “ஓ யெஸ்!” என எழுந்த மல்லி, தயங்கிப் பின்வாங்கிய லலிதாவையும் அழைத்துச் சென்றாள்.

மல்லி, தன் விடுதித் தோழிகளுடன் இரண்டு முறை கோயிலுக்குச் சென்றிருக்கிறாள்.

எல்லோரும் கோயிலின் பிரதான வாயிலை அடைந்தனர். மார்வின் மட்டும் தேங்காய், பழம், மாலை அடங்கிய தட்டை வாங்கி வந்தான். நுழைவாயிலில் ‘இந்துக்கள் அல்லாதவர்கள் அனுமதிக்கப்பட மாட்டார்கள்’ என ஆங்கிலத்தில் எழுதப்பட்ட பலகை அறிவுறுத்தி யதைப் பொருட்படுத்தாது வாயிற்படியைத் தாண்டி அனைவரும் உள்ளே சென்றனர்.

பிராகாரத்தில் கொஞ்சம் தூரம் சென்றிருப்பார்கள். திடீரென்று அங்கு வந்த கோயில் பணியாளர், மார்வினைச் சுட்டிக்காட்டி, “இவருக்கு அனுமதி கெடையாதுங்க!” என்றார். சூழ்ந்துகொண்ட மாணவர்கள், “ஏன் அவருக்கு அனுமதி இல்லை? அவருக்கு நடராஜர் மீது ரொம்ப நம்பிக்கை உண்டு. அவருக்காகத்தான் நாங்களே கோயிலுக்கு வந்தோம். பாருங்க,

நெத்தி நிறைய சந்தனம், விபூதி, குங்குமம்லாம் வெச் சிருக்காரே" என்று ஆளாளுக்கு வாதிட்டனர்.

"அதெல்லாம் தெரியாதுங்க... ரூல்ஸ் சொல்லுதுல்ல. வெள்ளைக் காரங்கல்லாம் கிறிஸ்துவங்கன்னு எனக்குத் தெரியும். விட முடியாது" - பணியாளர் முரண்டு பிடித்தார்.

"இந்தா பாருங்க... எனக்கு எந்தக் கடவுள் மேலயும் சுத்தமா நம்பிக்கைக் கிடையாது. நான் கோயிலுக்கு வர்றதே வேடிக்கை பார்க்கத்தான். என்னை உள்ளே விடுற நீங்க, அழுத்தமான கடவுள் நம்பிக்கையுள்ள, நடராஜர் மேல ஆழமான பக்தி வெச்சிருக்கிற இவரை ஏன் தடுக்கிறீங்க?" என வாதிட்டாள் மல்லி.

"இதோ பாரும்மா! இது கோயிலோட சட்டம். நான் ஒண்ணும் செய்ய முடியாது!" என்றார் பணியாளர்.

"முடியாது. இவரையும் கூட்டிக்கிட்டுதான் போவம்!" - மாணவர்கள் கூச்சலிட, கூட்டம் கூடத் தொடங்கியது. ஆளுக்கொரு கருத்தையும் நியாயத்தையும் முன் வைத்தனர்.

"பாருங்க, மனுஷங்களுக்காகத் தான் சட்டம். சட்டத்துக்காக மனுஷன் இல்லை!" - மல்லி வாதாடுவதை நிறுத்தவே இல்லை.

மார்வின் சங்கடப்பட்டான். தன்னால் ஏன் பிரச்னை என்று எண்ணியவன், "நீங்க போய் தரிசனம் செய்துட்டு வாங்க. நான் வெளியே நிக்கறேன். எனக்கு கோபுர தரிசனம் போதும்" என்றான் பாவமாக. எல்லோரும் சங்கடப்பட்டார்கள்.

"எந்த சர்ச்லயாவது கிறிஸ்துவர்கள் அல்லாதவர்கள், நுழையக் கூடாதுன்னு சொல்றாங்களா? எந்த மசூதியிலாவது, முஸ்லிம்கள் மட்டும்தான் நுழைய முடியும்னு இருக்குதா? இங்க மட்டும் ஏன் இப்படி மதத்தின் பெயரால் மனுஷங்களை அவமானப்படுத்துறீங்க!" - மல்லுக் கட்டினாள் மல்லி. "முடியாதுன்னா முடியாது" விறைப்பாக நின்றார் பணியாளர்.

"அப்ப நீங்கள்லாம் உள்ளே போய்ட்டு வாங்க. நானும் மார்வினும் வெளியே நிக்கிறோம்" என மார்வினை அழைத்தபடி வாயிலை நோக்கி நடக்கத் தொடங்கினாள் மல்லி. காலடிச் சத்தம்

காதில் விழ, திரும்பிப் பார்த்தால்... லலிதா உட்பட, அனைவரும் இவர்கள் பின்னால் வந்து கொண்டு இருந்தனர்.

“இன்னிக்கு எனக்கு ரொம்ப மோசமான நாள் சுசீ. துறையி லேயும் சண்டை, கோயில்லயும் பிரச்சினை!” - சுசித்ராவிடம் மல்லி சொல்லிக் கொண்டு இருந்தபோது பரணி உள்ளே நுழைந்தாள்.

“ஹாஸ்டல் கமிட்டி மீட்டிங் போயிட்டு வர்றேன். என்னை மாட்டி விட்டுட்டு நீங்க நிம்மதியா இருக்கீங்க” என்று குறை கூறியவள், “ஹாஸ்டல் டே கொண்டாடணும்னு எல்லாரும் கேட்குறாங்க. எக்ஸாம் வர்றதுக்குள்ள நடத்தியாகணும்!”

●

39

சீதை மட்டும் தீக்குளித்தது ஞாயமா?

தேர்தலின்போது கொடுத்த வாக்குறுதியின்படி, மாணவிகள் விடுதியின் ஆண்டு விழாவைத் தனியாக நடத்துவதற்கான ஏற்பாடுகளில் விடுதிக் குழு இறங்கியது. மல்லியும் சுசியும், பரணிக்கு அவ்வப்போது யோசனைகள் கொடுத்துக் கொண்டு இணைந்து செயல்பட்டனர்.

பாட்டுப் போட்டி, கட்டுரைப் போட்டி, கவிதைப் போட்டி, விளை யாட்டுப் போட்டி போன்றவற்றை முன்கூட்டியே நடத்தி, விழாவன்று பரிசுகள் வழங்கி, கலை நிகழ்ச்சிகள் நடத்துவதாகத் திட்டம்.

“நம்ம விடுதி ஆண்டு விழாவுக்கு பி.ஜி. ஸ்டுடண்ட்ஸ் ஒரு நாடகம் போடலாம்பா !” - தமிழ்த் துறை வசந்தியின் குரலில் ஆர்வம் வெளிப் பட்டது. “மல்லி, நீங்கதான் ஒரு ஐடியா குடுங்களேன். நாங்க அதை டெவலப் செஞ்சுக்கிறோம்” என முகவாயைப் பிடித்துக் கொஞ்சினாள்.

சில விநாடிகள் யோசித்த மல்லி, “ஒரு கான்செப்ட் சொல்றேன்... நல்லா இருக்கான்னு பார்க்கலாம்” என நாடகத்துக்கான கருவை வசந்தியிடம் விளக்கினாள்.

கண் சிமிட்டாது கேட்ட வசந்தி “வித்தியாசமான சிந்தனை மல்லி. நல்லா இருக்கு. ஆனா, கல்லடி கில்லடி வந்துச்சுன்னா...” அச்சத்தை வெளிப்படுத்தினாள். நம்பிக்கையையும் உற்சாகத்தை யும் தந்து வசந்தியை அனுப்பி வைத்தாள் மல்லி.

திறந்தவெளிக் கலையரங்கில் மாணவிகளும் மாணவர்களும் திரண்டிருந்தனர். நிகழ்ச்சிகள் தொடங்கின. சிறப்பு விருந்தினரை வரவேற்று பரணி உரை நிகழ்த்தினாள். மேடை நிர்வாகம் மல்லியும் சுசித்திராவும்.

பட்ட வகுப்பு முதலாமாண்டு மாணவிகள் சேர்ந்திசை வழங்கினர். இரண்டாமாண்டு மாணவிகளின் குழு நடனம் பலத்த கரவொலியைப் பெற்றது. மூன்றாமாண்டு மாணவிகளின் வில்லுப் பாட்டு செம காமெடி. பி.ஜி. முதலாமாண்டு மாணவிகள் ஆங்கில நாடகமொன்றை அரங்கேற்றினர். நிறைவாக, பி.ஜி. இரண்டாமாண்டு மாணவிகள் மேடை ஏறினர். "இதோ, 'சீதாயணம்' நாடகத்தை உங்கள் முன் பணிவன்போடு அரங்கேற்றுகிறோம். இராமாயணம் நம் அனைவருக்கும் தெரிந்த கதை. அதில் ஒரு சிறு பகுதியை மறுவாசிப்புக்கு உட்படுத்தி நாடகமாக அரங்கேற்றுகிறோம்!" - திரைக்குப் பின்னாலிருந்து மல்லியின் குரல் கணீரென்ற ஒலித்தது.

"ராவணன் சிறையெடுக்க
ராமன் - சீதை பிரிஞ்சிருக்க
சந்தேகம்கொண்ட ராமன்
சந்தியில தீ மூட்ட..."

(நன்றி: சந்தனமேரி, தேவகோட்டை)

பாடல் வரிகள் பின்புலத்தில் ஒலிக்கத் திரை விலகியது. குண்டத்தில் தீப்பிழம்புகள் தகதகப்பதுபோல் காட்சி அமைக்கப் பட்டு இருந்தது.

ராமனும் சீதையும் மேடைக்கு வந்தனர். "பிரிய சீதே! ராவணனால் கவரப்பட்டு நீ என்னைவிட்டுப் பிரிந்திருந்த காலங்களிலும் கற்புடன் தான் இருந்தாயா என்ற சந்தேகம் நம் குடிமக்களுக்கு ஏற்பட்டுள்ளது. நகர்வலம் சென்றபோது நானே கேட்க நேர்ந்தது. சந்தேகத்தைப் போக்க வேண்டியது உன் கணவன் என்ற முறையிலும், இந்த நாட்டின் அரசன் என்ற முறையிலும் எனது கடமையாகியுள்ளது. எனவே, நீ இலங்கைத் தீவில், இராவணனால் சிறை வைக்கப்பட்டிருந்த காலத்தில், வேறு எந்த ஆண் மகனின் நினைப்பும் மனதில் எழாமல் என்னையே நினைத்து வாழ்ந்தாய் என்பதை நிரூபித்துக் காட்டு வாயாக! இந்த

அக்னி குண்டத்தில் இறங்கி, உன்னைப் புனிதப்படுத்திக் கொண்டு மீள்வாயாக!" என ராமபிரான் பிசிறில்லாமல் உத்தரவிட,

தலைவணங்கிய சீதா தேவி, "பிரிய நாயகா, நீங்கள் சொல்வது முற்றிலும் சரியானது. குடிமக்களின் சந்தேகத்தைப் போக்குவது, அரசராகிய தங்கள் கடமை. ஆனால், நான் தங்களைப் பிரிந்திருந்தது போலவே, நீங்களும் என்னைப் பிரிந்திருந்தீர்கள். அந்தப் பிரிவு காலத்தில், நீங்கள் வேறொரு பெண்ணை மனத்தாலும் தீண்டாமல், ஏக பத்தினி விரதனாகத்தான் இருந்தீர்கள் என்பதை நிரூபிப்பது எனக்கும் உங்களுக்கும் பெருமை சேர்ப்பதாக இருக்கும். வாருங்கள்! நாம் இருவருமே தீக்குண்டத்தில் இறங்கிப் புனிதர்களாக எழுவோம்!" என ராமன் கையைப் பிடித்து அக்னி குண்டத்துக்கு அழைத்தாள் சீதை.

மாணவிகள் மத்தியிலிருந்து எழுந்த உற்சாகக் கரவொலியால் சுற்று வட்டாரம் அதிர்ந்தது. மகிழ்ச்சியால் கிரீச்சிட்டனர். பெருத்த கைத் தட்டல்களுக்கு நடுவே, விர்ரென்று பறந்து வந்த ஒரு அரைச் செங்கல், மேடையில் இருந்த மைக்கின் மீது பட்டுச் சிதறி நொறுங்கியது. திடுக்கிட்ட ராமனும் சீதையும் ஓடிப்போய் கிரீன் ரூமில் பதுங்கினர்.

திரைமறைவில் நின்றுகொண்டு வசனங்களை ப்ராம்ட் செய்து கொண்டு இருந்த மல்லிக்கு கோபம் பொத்துக் கொண்டு வந்தது. பக்கத் திரையை ஒதுக்கி, மேடை நடுவே வந்துநின்று மைக்கைப் பிடித்தாள்.

"கல்லெறிந்த நண்பரே... வணக்கம். நம் அரசமைப்புச் சட்டம் கொடுத்திருக்கும் கருத்துரிமை, பேச்சுரிமையை, கேவலம்... ஒரு அரைச் செங்கல்லால் தடுத்து நிறுத்த முடியாது. உங்களுக்கு இந்த நாடகத்தின் கருத்தில் உடன்பாடு இல்லையென்றால், இதே மேடையில் உங்கள் கருத்தை வெளிப்படுத்தலாமே. நேர்மையாகச் செயல்படாமல், ஏன் இப்படி கோழைத்தனமாக மறைந்து நின்று கல்லெறிகிறீர்கள்?

சீதை தீக்குளித்ததைக் காலங்காலமாகச் சொல்லிக் கொண்டு இருக்கும் நாம், அதை மௌனமாக ஏற்றுக் கொள்ளப் பழகியிருக்கும் நாம், ராமன் தீக்குளிப்பதை கருத்தியல்

ரீதியாகக்கூட சிந்திக்கத் தயாராக இல்லை. தொடர்ந்து நிலவுகிற ஆணாதிக்கச் சமூகக் கட்டமைப்பின் பொதுப் புத்தி, பெண்ணுக்கு எதிராகவே இருக்கிறது. அன்று சீதைக்காக மூட்டப்பட்ட தீயில், இன்றும் எத்தனையோ சீதைகள் கருகிச் சாகிறார்கள். அற்ப காரணங்களுக்காகப் பெண்கள் கொல்லப் படுவதும் தீயிட்டுக் கொளுத்தப்படுவதும் தொடர்கிறது.

நாங்கள் இதைத் தலைகீழாகப் புரட்டிப்போட விரும்புகிறோம். முதல் கட்டமாக, ஆணுக்குள்ள அனைத்து உரிமைகளும் சலுகைகளும் பெண்ணுக்கும் உண்டு என்ற புரிதலை மக்களிடம் கொண்டுசெல்ல விரும்புகிறோம். அதன் ஒரு வடிவம்தான் நம்முடைய பழைய இலக்கியங்கள், புராணங்களை, இதிகாசங்களை, மறுவாசிப்பு செய்வது. அதன் வெளிப்பாடுதான் இந்த நாடகம்!" என்று தெளிவூட்டிய மல்லி, "நாடகம் தொடரும்!" என அறிவித்தாள்.

கல்லெறிந்த வெளியாளை மாணவர்கள் ரெண்டு தட்டுத் தட்டி அப்புறப்படுத்தினர். நாடகத்தை தொடர்ந்து நடத்துங்க. உற்சாகக் குரல்கள் எல்லாத் திசைகளிலும் இருந்து மேடை நோக்கிப் பறந்தது. ஒப்பனை அறைக்குள் நுழைந்து, ராமனுக்கும் சீதைக்கும் தைரியமூட்டி மேடைக்கு அனுப்பினாள் மல்லி.

விடுமுறையில் ஊருக்குச் சென்றபோது, அம்மாவுக்கும் அண்ணிக்கும் இடையே சுமூகமான உறவு இல்லை என்பது மல்லிக்குத் தெரிய வந்தது. தனியே இருக்கும்போது, கோவிந்தம்மா கண்ணைக் கசக்கி, மூக்கைச் சிந்தினார். "உனக்கு எப்போ படிப்பு முடியும்? உடனே வேலை கெடைச்சுடும்ல. இங்க கெடந்து நான் படுற துன்பத்திலிருந்து வெரசா மீட்டுக்கிட்டுப் போ!" எனப் புலம்பினார்.

நாட்கள் ஓடியதே தெரியவில்லை. இரண்டாண்டு முதுகலைப் பட்டப்படிப்பின் வகுப்புகள் முடிவடைந்தன.

துறையில் பிரிவு உபசார நாள். குறைவான மாணவர்கள் எண்ணிக்கை. ஆடம்பரங்கள் எதுவுமில்லாமல், எளிமையான ஏற்பாடுகள்.

துறைத் தலைவரின் இடது மற்றும் வலது புறத்தில் மல்லியும் லலிதாவும். மல்லியின் மற்றொரு புறத்தில் உட்கார்ந்த ஜி.எஸ்.,

பழச்சாறை உறிஞ்சியபடி கேட்டார். "அப்புறம் என்னச் செய்யப் போறதா உத்தேசம் மல்லி? துறையில்கூட ஒரு போஸ்ட் காலியா இருக்கு. அப்ளிகேஷன் போட்டு வை!" என ஆலோசனை கூறினார்.

"மக்களுக்கு ஏதேனும் நன்மை செய்ய முடிகிற அதிகாரமுள்ள பதவிதான் என் முதல் விருப்பம்!" என்ற மல்லிக்கு, "ஆல் தி பெஸ்ட்!" சொன்னார் ஜி.எஸ்.

40

நேர்கொண்ட பார்வை

"நம்ம ஊருக்குப் புது சப் கலெக்ட்ரா ஒரு பொண்ணு வந்திருக் காங்களாம். ரொம்ப நல்லவங்கன்னு எங்க வீட்டுக்காரர் சொன்னாரு. நம்ம ஸ்கூலுக்குக் கொடியேத்த அவங்களைக் கூப்பிடலாமா ?" - சுதந்திர தின விழா குறித்த சேலம், அரசு பெண்கள் உயர்நிலைப் பள்ளி ஆசிரியைகளின் ஆலோசனைக் கூட்டத்தில், உதவித் தலைமை ஆசிரியை ஆனிராஜ் சொன்னதற்கு, எல்லோரிடமும் வரவேற்பு.

வந்தவர்களை, அன்புடனும், மரியாதையுடனும் வரவேற்றாள் மல்லி. "பள்ளி விழான்னா, அவசியம் வர்றேன். அழைத்ததற்கு நன்றி. ஆனா, கொஞ்சம் தாமதமாகும். எங்க அலுவலகக் கொடியேற்ற நிகழ்ச்சி முடிஞ்ச பிறகுதான் வர முடியும். பரவாயில்லையா ?"என்று கேட்டாள்.

"நீங்க வந்தாலே போதும். எங்க பள்ளிக்கு கௌரவமா இருக்கும். மாணவிகளுக்கும் உற்சாகமா இருக்கும் மேடம்" - ஆசிரியை அடக்கமாகப் பேசினார்.

மல்லி எழுந்து நின்று சிரித்தபடி கைகூப்பி விடை கொடுத்தாள்.

ஆர்டிஓ. அலுவலகக் கார், பள்ளி வளாகத்தினுள் நுழைந்து நின்றது. ஆசிரியை ஓடிச் சென்று கதவைத் திறக்கும் முன், கார் கதவைத் திறந்து கெண்டு இறங்கினாள் சப் கலெக்டர் மல்லி.

"வாங்க மேடம்! நீங்க வந்தது எங்களுக்கெல்லாம் ரொம்பப் பெருமையாகவும் சந்தோஷமாகவும் இருக்கு" - உபசார வார்த்தை களோடு வரவேற்ற தலைமை ஆசிரியையிடம் புன்னகை வணக்கம் சொன்னாள், மல்லி.

கொடிக் கம்பத்தின் அருகே என்.சி.சி. சீருடையில் மாணவியர் தலைவி சல்யூட் அடித்து வரவேற்றாள். மைதானமெங்கும் சீருடை அணிந்த மாணவியர் கூட்டம். கம்பத்தில் சுற்றப்பட்டிருந்த கொடிக் கயிற்றை அவிழ்த்து உடற்பயிற்சி ஆசிரியை மல்லியின் கையில் கொடுக்க, "நன்றி சுந்தராம்பாள்" என்றபடி கயிற்றைச் சுண்டி இழுத்தாள் மல்லி. மூவர்ணக் கொடி பிரிந்து காற்றில் படபடக்க, ரோஜா, மல்லிகை, சாமந்திப் பூவிதழ்கள் கொட்டின.

"இவங்களுக்கு என் பேர் எப்பிடித் தெரியும்?" குழம்பியபடி கொடிக் கயிற்றை, மல்லியின் கையிலிருந்து வாங்கி, கம்பத்தில் சுற்றினார் உடற்பயிற்சி ஆசிரியை. 'ஸ்கூல் சல்யூட்' - உத்தரவு வர, அனைவரும் முகம் நிமிர்த்தி கொடி வணக்கம் செலுத்தினர்.

"இப்போது நமது சிறப்பு விருந்தினர், செல்வி மல்லிகா, எம்.ஏ., உதவி ஆட்சியாளர் அவர்கள் சுதந்திர தினச் சிறப்புரை ஆற்றுவார்" எனத் தலைமை ஆசிரியை அறிவிக்க, ஒலிபெருக்கி முன் நின்றாள் மல்லி. வெள்ளைச் சீருடையில் அணியணியாக, அழகழகாக நின்றிருந்த மாணவிகளைப் பார்க்கும்போது, மல்லியின் உள்ளம் பூரிப்படைந்த அதே விநாடியில், மதுரையில் பள்ளிப் பருவத்தில், தன்னிடம் வெள்ளைச் சீருடை இல்லாததால், இரண்டாண்டுகள் தான் சுதந்திர தின நிகழ்ச்சிகளில் கலந்து கொள்ளாதது நினைவில் வந்து வலித்தது.

"அன்பானவர்களே, அனைவருக்கும் என் அன்பையும் மரியாதையையும், சுதந்திர தின நல்வாழ்த்துக்களையும் தெரிவித்துக் கொள்வதில் மிகுந்த மகிழ்ச்சி அடைகிறேன்.

சுதந்திர நாட்டின் சுதந்திரக் குடிமக்களாக இருப்பது பெருமைக் குரிய விஷயம். அந்தப் பெருமை நமக்குக் கிடைக்கச் செய்த நம் முன்னோர்களான தியாகிகளை நன்றியுடன் இன்று நினைவு கூர்வோம்.

மண்ணின் சுதந்திரம், மக்களின் சுதந்திரமாக அனுபவிக்கப் பட வேண்டும். ஆனால், மாணவச் செல்வங்களே, முழுமையான சுதந்திரம், நம் நாட்டு மக்களில் பெரும்பாலானவர்களை இன்னும் சென்றடைய வில்லை என்பதே வருத்தம் தரக்கூடிய உண்மை. குறிப்பாக, பெண்கள் மற்றும் தலித் மக்களின் தனிமனித, சமூக சுதந்திரத்தில் முன்னேற்றம் ஏற்படவில்லை.

கடவுளின் பெயரால், சாதி, மதம், புராணம், இதிகாசம், இலக்கியம், நாகரிகம், பண்பாடு, பழக்க வழக்கங்கள் என்பன வற்றின் பெயரால் சமூகத்தில் சரி பாதியாக இருக்கும். பெண்களின் சுதந்திரமும் உரிமைகளும் பறிக்கப்பட்டு, எல்லா நிலைகளிலும் பெண்கள் இரண்டாம்தரக் குடிமக்களாகவே கருதப்பட்டும் நடத்தப்பட்டும் வரும் இழிநிலை எல்லாத் தளங்களிலும் தொடர்கிறது.

பெண்களுக்குச் சுதந்திரமாக வாழ அருகதை இல்லை. குழந்தைப் பருவத்தில் தந்தையையும், திருமணமான பின் கணவனையும், வயோதிகத்தில் தன் மகனையும் சார்ந்து வாழ வேண்டியவள் பெண் என்ற மனு சாத்திர அநீதி, சமுதாயத்தின் நாடி நரம்புகளிலும் இரத்த ஓட்டத்திலும் கலந்துவிட்டிருப்பதால், பெண்ணடிமை இயற்கையான ஒன்றாகக் கருதப்படுகிறது.

யாரும் பிறக்கும்போதே அடிமையாகப் பிறப்பதில்லை. அடிமையாக ஆக்கப்படுகிறார்கள். அறியாமை இருள், அந்த இழிநிலையை நியாயப் படுத்துகிறது. எனவே, என் அன்புத் தோழியரே, அறியாமை இருளிலிருந்து, வெளிச்ச உலகுக்கு வர, கல்வி அறிவை நாம் கையில் எடுத்திருக்கிறோம். கல்வி, சமூக ஏற்றத் தாழ்வுகளைச் சமன்படுத்த உதவும் ஒரு வலிமையான ஆயுதம்.

பள்ளி இறுதித் தேர்வுகளில் வெற்றி பெறுபவர்களில் மாணவியர் சதவிகிதமே அதிகம். மாநில அளவில் முதல் மதிப்பெண்கள் பெறுபவர் களும் பெண்களே! என்றாலும், உயர் கல்விக்குச் செல்பவர்களில் பெண்களின் விகிதாசாரம் மிகக் குறைவு. இது, பெண்களைக் குறித்த சமூகப் பார்வையின் கோளாறையே காட்டுகிறது. நம்முடைய நிமிர்ந்த நடையாலும்,

நேர்கொண்ட பார்வையாலும், நிலத்தில் யாருக்கும் அஞ்சாத நெறிகளாலும், ஞானத்தாலும், செம்மையான வாழ்க்கை யினாலும் அந்தக் கோணல் பார்வையை நாம் நேர் செய்வோம்.

இன்று உங்கள் முன் கொடி ஏற்றி சுதந்திர தின வாழ்த்துகளைப் பகிர்ந்துகொள்ள வந்திருக்கும் நான், ஒரு கிராமத்துப் பெண். எளிய குடும்பத்தில் பிறந்தவள். தந்தையை இழந்த என்னை, என் தாய் அரும்பாடுபட்டு வளர்த்தார்; படிக்க வைத்தார். ஆரம்பப் பள்ளி தொடங்கி, பல்கலைக் கழகப் படிப்பு வரை, என் கல்விப் பயணத்தில் உறுதுணையாக இருந்தவர்கள் என் ஆசிரியப் பெருமக்களும், தோழிகளும்தான். அவர்களின் அன்பும் பரிவும் தான் என்னை ஊக்கப்படுத்தின. தொடர்ந்து படிக்க உதவின. நான் இந்த நிலைக்கு வரக் காரணமாக இருந்த அனைவரையும் ஒவ்வொரு நாளும் நன்றியுடன் நினைவு கூர்கிறேன். அவர்கள் என் மீது காட்டிய பரிவையும் அக்கறையையும் ஒட்டு மொத்த சமுதாயத்தின் மீது, குறிப்பாக வாய்ப்புகள் மறுக்கப்பட்ட பெண்கள் மீது காட்ட வேண்டும் என்ற உறுதி என்னுள் கனன்று கொண்டே இருக்கிறது. அதுதான் என்னை உங்கள் முன் கொண்டு வந்து நிறுத்தியது.

என்னை நான் உதாரணமாகக் காட்டுவது, பெருமைக்காக அல்ல. எத்தகைய எளிய பின்புலத்திலிருந்து வந்தாலும், ஆர்வமும், துடிப்பும், உறுதியும், அதற்கேற்ற உழைப்பும் இருந்தால் நிச்சயம் நீங்களும் வெற்றி பெற முடியும் என்பதை உணர்த்தவே. மாணவிகள் நலத்திலும், முன்னேற்றத்திலும் அக்கறை கொண்ட ஆசிரியப் பெருமக்களை நீங்கள் பெற்றிருக்கிறீர்கள். அவர்களின் சரியான வழிகாட்டுதலில், தொடர்ந்து பயணித்து, படிப்பிலும், வாழ்க்கையிலும் நீங்கள் வெற்றி பெற வேண்டும். உங்கள் வெற்றி ஒட்டு மொத்த சமுதாயத்தின் வளர்ச்சிக்கும் முன்னேற்றத்துக்குமானதாக இருக்க வேண்டும் என்ற என் விருப்பத்தையும் இணைத்தே வாழ்த்து கிறேன்." மல்லியின் சிறப்புரை, ஒவ்வொரு மாணவியின் மனதிலும் நெருப்புரையானது.

நாட்டுப் பண்ணுடன் நிகழ்ச்சிகள் நிறைவடைய, விடைபெற்று காரில் ஏறும் முன், "என்ன சுந்தராம்பாள், என்னை அடையாளமே

தெரியலையா ?" என்று சிரித்த மல்லியிடம், உதட்டைப் பிதுக்கி தலையை இடம் வலமாக ஆட்டினார் உடற்பயிற்சி ஆசிரியை. "நீங்களும் நானும் ஆத்தூர் உயர்நிலைப் பள்ளியில் ஒண்ணாப் படிச்சோம். அப்ப உங்க அப்பா எம்.எல்.ஏ.வா இருந்தார். ஒரு வருஷம் சுதந்திர தின விழாவில், தமிழம்மா வேறொரு மாணவிக்குப் போடறதா இருந்த பாரத மாதா வேஷத்தை உங்கப்பா உங்களுக்குப் போட வெச்சாரே ஞாபகம் இருக்கா, பாரதமாதா வேஷம் பறிக்கப்பட்ட அந்த மாணவி நான்தான். மல்லிகா என்ற மல்லி!" சிரித்தபடியே காரில் ஏறினாள் மல்லி.

41

கனவு நனவாக வேண்டும்

பயிற்சிக்கென்று வந்த ஓரிரு வாரங்களிலேயே அரசு அலுவலகங்கள் செயல்படும் விதம் மல்லிக்கு எரிச்சலூட்டியது. மக்களை மையப்படுத்தாமல், அதிகாரத்தையும் சட்டங்களையும் மையப்படுத்தும் போக்கில் ஜனநாயகத்துக்குரிய கூறுகள் எதுவுமே அங்கே இல்லை. அரசியல்வாதிகளின் குறுக்கீடும் அதிகாரிகளின் சார்புத் தன்மையும், மக்களின் நியாயங்களை ஓரங்கட்டின. எளிய மக்களுக்கு எதுவுமே சாத்தியம் இல்லை என்று அச்சுறுத்தும் அதே சூழல், வலியவர்களுக்கு எல்லாமே சாத்தியம் என்று பச்சோந்தி யாக மாறுவதைக் கண்டு பதைத்தாள். நேர்மை, நாணயம், உண்மை, மனித நேயம் எல்லாம், பிழைக்கத் தெரியாதவர்களின் அடையாளங் களாக நகைப்புக்கு உள்ளாகின. இந்த இடம் தனக்கான இடம் அல்ல என்ற எண்ணம் வேலையை ஏற்றுக் கொண்ட சில வாரங்களிலேயே மல்லியின் மனதில் வேர் பிடிக்கத் தொடங்கியது. வீடு திரும்பும் ஒவ்வொரு நாளும் அம்மாவிடம் புலம்பித் தீர்த்தாள். “எதுவும் சரியில்லைம்மா. ஏம்மா, இப்படியெல்லாம் நடந்துக் கிறாங்க? இவங்கல்லாம் திருந்தவே மாட்டாங்களாம்மா?”

அம்மா உலகத்தைப் படித்தவர். “உனக்குப் பிடிக்கலைன்னா, நீதான் கண்ணை மூடிக்கணும். காந்தியோட குரங்குப் பொம்மை பாத்திருக்கல்ல. ‘கெட்டதைப் பார்க்காதே, கெட்டதைக் கேக்காதே, கெட்டதைச் செய்யாதே’ன்னு அதான் சரி!” என்றார் அறிவுரையாக.

“போங்கம்மா... இது நூறு சதவிகித சுயநலம். சுத்தி நடக்கற தீயதைப் பாக்காதேன்னா, பின்னே நமக்கெதுக்கு ரெண்டு

282 | மல்லி

கண்ணு ? அதை யெல்லாம் தடுத்து நிறுத்தத்தான் சமூக அமைப்பும் அரசாங்கமும் இருக்கணும். அமைப்பே சரியில்லைன்னா, முதல்ல அதைச் சரி பண்ற முயற்சியில் இறங்கணும்மா ?"

"அதெல்லாம் நடக்கற காரியமா ? உலகத்தை திருத்த யாராலடி முடியும் ? போய் மூஞ்சி கழுவிட்டு வந்து காபியைக் குடி" - அடுத்த வேலையைப் பார்க்கப் போனார் அம்மா.

"வேண்டும்! வேண்டும்!
வீட்டுமனைப் பட்டா வேண்டும்!
தமிழக அரசே! தமிழக அரசே!
கொடுத்த வாக்குறுதியை நிறைவேற்று!
மாளிகை வீடா கேட்கின்றோம்!
மனைப்பட்டாதானே கேட்கின்றோம்!"

- முழக்கங்கள், அலுவலக மதிற்சுவரைத் தாண்டி, மல்லியின் அலுவலக அறையிலும் கேட்டது. வெளியே வந்த மல்லி, "என்ன பிரச்னை, என்ன போராட்டம் ?" என்றதும்,

"அது ஒண்ணுமில்லை மேடம். அரசாங்கப் பொறம்போக்கு நிலத்தில் குடிசை போட்டு, ஆக்கிரமிப்பு பண்ணிட்டு, இப்போ அடிமனைப் பட்டா வேணுமாம். ரொம்ப நாளா போராடிட்டு இருக்காங்க" என்றார் உதவியாளர்.

"பட்டா குடுக்குறதுல என்ன பிரச்னை ? குறிப்பிட்ட காலத்துக்கு மேல ஓர் இடத்தை அனுபவிச்சிட்டு இருக்கிறவங் களுக்கு அந்த இடத்தை சொந்தமாக்கலாம்னு அரசாங்க விதி இருக்குல்ல சார் ?" - தன் புரிதலைத் தெளிவுபடுத்திக்கொள்ள முயன்றாள் மல்லி.

"ஆமா மேடம். ஆனா, இவங்க கேக்கிற நிலத்துல தொழிற்சாலை அமைக்க, வெளிநாட்டு கம்பெனிக்கு அரசாங்கம் அனுமதி கொடுத்திருச்சே. இந்த ஜனங்கள எப்பிடிக் காலி பண்ண வெக்கிறதுன்னு யோசிச்சிட்டு இருக்காங்க !" என்று எடுத்து வைத்தார்.

அறையை விட்டு வெளியேறிய மல்லி, வெளி வாயிலை நோக்கி நடந்தாள். எண்ணெய் காணாத் தலைகளும் கோபம்

உமிழும் கண்களுமாக முழங்கிக் கொண்டு இருந்தார்கள். "கலெக்டர் வரும் வரை கலைய மாட்டோம்!" என்று உறுதியாக நின்றார்கள்.

செய்தி அறிந்ததும் கலெக்டர் கடுகடு முகத்தோடு காரில் வந்தார். கூட்டத்தின் முன் கைகூப்பியபடி இறங்கும்போது செயற்கைச் சிரிப்பை அப்பிக்கொண்டார். கோரிக்கை மனுவைப் பெற்றுக் கொண்டார். "உங்கள் கோரிக்கை அரசின் பரிசீலனையில் இருக்கிறது. ஆணை வந்ததும் உரிய நடவடிக்கை மேற்கொள்ளப் படும்" என்று மழலைத் தமிழில் சிரித்தபடி உறுதியளித்தார். கூட்டத்தினர் பலத்த கரவொலி எழுப்பி மகிழ்ச்சியையும் நன்றியையும் வெளிப்படுத்தினர்.

கூட்டத்தினரிடம் பேச முயன்ற மல்லியை, "என்னோட வாங்க!" என்ற அழைத்துக் கொண்டு அலுவலகம் திரும்பினார். "அப்ப, இவங்களுக்கு சீக்கிரம் பட்டா கிடைச்சிடுமா சார்?" என்று மல்லி ஆவலுடன் கேட்க, சிரித்தார் கலெக்டர். காலம் கடத்து வதற்குத்தான் இப்படிச் சொன்னேன். அந்த இடத்தை இவர்கள் பெறுவதற்கு வாய்ப்பே இல்லை!" என்றவருக்கு இன்னும் சிரிப்பு அடங்கவில்லை.

"ஆனா, நீங்க அவங்ககிட்டே ரொம்ப நம்பிக்கையாப் பேசினீங்களே?" என்று மல்லி பதறினாள்.

"இள ரத்தம்... அதான் பிரச்னை. நீங்க இன்னும் கத்துக்க வேண்டியது நிறைய இருக்கு மல்லி. நாட்டின் முன்னேற்றத்துக் காக, என்னைப் போன்றவர்கள் சில பொய்களைச் சொல்ல வேண்டி யிருக்கிறது. மக்கள் சில தியாகங்களுக்குத் தயாரா இருக்கணும்!" என கலெக்டர் பேசப் பேச, மல்லிக்குப் பற்றிக்கொண்டு வந்தது.

"அது எப்படி சார், எப்போதும் ஏழைகள் மட்டுமே தியாகம் செய்பவர் களா, இழப்பைச் சுமப்பவர்களா இருக்கணும். லாபத்தை அடை யுறவங்களோ, தொழிலதிபர்கள், பணக்காரர்கள், அரசியல்வாதிகள், அதிகாரம் படைத்தவர்கள், ஒரு ஜனநாயக நாட்டின் குறைந்தபட்ச நியாயம்கூட ஏழை களுக்கு ஏன் சார் கிடைக்க மாட்டேங்குது?" என்று குமுறலைக் கொட்டினாள்.

“என்ன மல்லிகா, அவங்களுக்கு அட்வகேட்டா ஆகிட்டீங்களா? அரசாங்க அதிகாரியா இருந்துக்கிட்டு, இப்படி வாதாடக் கூடாது... புரியுதா?” என்றார் சுரீரென.

“சார்... ஆனா... நாம மக்களுக்காக....”

“எந்தக் காலத்தில இருக்கீங்க... இதோ பாருங்க மல்லி... இந்தத் தேசத்தில் எந்த இடத்திலும் ரெண்டே சாதிதான் இருக்கு. ஒண்ணு கேட்டுக்கு உள்ளே உட்கார்ந்திருக்கிற சாதி. இன்னொண்ணு கேட்டுக்கு வெளியே நிக்கிற சாதி. உண்மையிலேயே அவங்களைப் பற்றிய அக்கறை இருந்தா, நீங்கள் இருக்க வேண்டியது கேட்டின் அந்தப் பக்கம். இந்தப் பக்கம் இல்லே!” - உதட்டைக் கோணிச் சிரித்தபடி தன் இருக்கைக்குச் சென்றார்.

மல்லியின் மனதில் மின்னல் அடிததது!

அவள் இருக்க வேண்டிய இடம் பளிச்சென்று தெரிந்தது. அது அதிகாரக் கோட்டையினுள் இல்லை. போராடும் மக்கள் மத்தியில் என்ற உண்மை முகத்தில் அறைந்தது. கண்களில் ஒளி கூடியது!

தெளிவான மனநிலையோடு வீடு திரும்பிய மல்லியிடம் இரண்டு தபால் கவர்களைக் கொடுத்தார் கோவிந்தம்மா. கோவையிலிந்து லோகுவால் முகவரி மாற்றி அனுப்பப்பட்ட கடிதங்கள். ஒன்றில் அனுப்புநர் முகவரியாக தேசியமயமாக்கப்பட்ட ஒரு வங்கியின் பெயரும், மற்றொன்றில் ஒரு தனியார் கல்லூரியின் பெயரும் இருந்தன.

கல்லூரியிலிருந்து வந்திருந்த கடிதத்தைப் பிரித்தாள் மல்லி. “எங்கள் கல்லூரியில், தத்துவத் துறையில் உதவிப் பேராசிரியராகப் பணியாற்ற நீங்கள் அனுப்பிய விண்ணப்பம், உடன் இணைக்கப் பட்டு இருந்த மதிப்பெண்கள் மற்றும் சான்றிதழ்களின் அடிப்படையில், நேர்முகத் தேர்வுக்கு அழைக்கப்படுகிறீர்கள்” என்றது.

“ஹைய்யோ!” - மகிழ்ச்சிக் கூச்சலிட்ட மல்லி, காலண்டரைப் பார்த்தாள். நேர்முகத் தேர்வுக்காக குறிப்பிடப்பட்டிருந்த தேதிக்கு இன்னும் நான்கு நாட்கள் இருந்தன.

“என்னவாச்சு இவளுக்கு” எட்டிப் பார்த்த கோவிந்தம்மாவிடம், “என்னை காலேஜ் லெக்சரர் வேலைக்குக் கூப்பிட்டிருக்

காங்கம்மா" என்றவளிடம் மகிழ்ச்சி பொங்கியது. "அதுக்கு இந்த வேலையைவிட, கூடுதல் சம்பளமா!" என்ற அம்மாவின் கன்னத்தைப் பிடித்துக் கொஞ்சிய மல்லி, "நீ மாறவே இல்லைம்மா!" என்று சிரித்தவள், "சம்பளத்துக்கு இல்லம்மா. அதில் எனக்குக் கூடுதல் சந்தோஷமும் மனநிறைவும் கிடைக்கும்மா!" என்றாள் கண்கள் மின்ன.

ராஜினாமா கடிதத்தை அனுப்பிவிட்டு, மூட்டை முடிச்சு களோடு அம்மாவுடன் வீடு திரும்பிய மல்லியை உற்சாகமாக வரவேற்றான் உலகநாதன்.

"ஆனாலும் மல்லி, நீ சப் கலெக்டர் வேலையை ராஜினாமா பண்ணினதில் எனக்கு வருத்தம்தான்" என்ற அண்ணனைப் பார்த்து, மல்லி சொன்னாள்... "இல்லண்ணா... என் கனவு மட்டும் நிறைவேறினாப் போதாது. என்னைப் போன்ற, நம்மைப் போன்ற எத்தனையோ பேரின் கனவுகளை நனவாக்க நான் விரும்பறேன். அதான் காலேஜ் வேலை. நாளன்னிக்கு எனக்கு நேர்முகத் தேர்வு!"